सर्व बँक कर्मचाऱ्यांस,
ज्यांनी
कोविड-१९च्या साथीत
जीवाची बाजी लावून
बँकांच्या सेवा अविरत सुरू ठेवल्या...

कर्जे
देताना-घेताना

कर्ज-मंजुरी ते कर्जफेड प्रक्रियांच्या तपशिलांसह

प्रदीप वि. मांडके

सकाळ प्रकाशन

सकाळ प्रकाशन

Karje Detana-Ghetana

कर्जे देताना-घेताना

लेखक : प्रदीप वि. मांडके
प्रथम आवृत्ती : सप्टेंबर, २०२२
प्रकाशक : सकाळ मीडिया प्रा. लि.
५९५, बुधवार पेठ, पुणे ४११ ००२
मुखपृष्ठ : प्रियाल मोटे
अक्षरजुळणी : उमा लोवलेकर
मांडणी : यशोधन लोवलेकर

ISBN : 978-93-95139-02-1
संपर्क : ०२०-२४४० ५६७८ / ८८८८८ ४९०५०
sakalprakashan@esakal.com

डिसक्लेमर

बँकिंग क्षेत्रातील मार्गदर्शक तत्त्वे ही वेळोवेळी बदलणारी असतात. त्यामुळे कायद्यात आणि त्यांच्या मार्गदर्शक तत्त्वात वेळोवेळी सुधारणा होत असतात. हे पुस्तक लिहिण्यामागचा मूळ हेतू हा सर्वसामान्य वाचकांना मराठी भाषेत पुस्तक उपलब्ध करून देणे हाच आहे. कुठल्याही व्यावसायिक किंवा इतर गोष्टींसाठी तसेच कुठल्याही प्रकारचे मार्गदर्शक म्हणून हे पुस्तक वापरण्यात येणार नाही. हे पुस्तक कुठल्याही प्रकारचा उपयोग करण्याआधी व्यावसायिक सल्ला आणि सहमती घेणे आवश्यक आहे. केवळ शैक्षणिक हेतूसाठी पुस्तकाचा वापर करण्यात येईल, याची वाचकांनी नोंद घ्यावी.
या पुस्तकासंदर्भात भविष्यात काही वाद उद्भवल्यास सक्षम अधिकाऱ्यामार्फत त्याचे स्पष्टीकरण घेण्यात यावे. लेखक आणि प्रकाशक कुठलीही कायदेशीर जबाबदारी या पुस्तकातील मजकुरासंदर्भात घेणार नाहीत.

प्रस्तावना

गेल्या काही वर्षांत जागतिक आणि त्या अनुषंगाने भारतीय बँकिंग व्यवस्थेत प्रचंड स्थित्यंतरे झाली आहेत. पूर्वीचे बँकिंग आणि आताचे बँकिंग यांत प्रचंड प्रमाणात बदल झाले आहेत.

१९९०नंतर आलेल्या उदारीकरण, जागतिकीकरण, मुक्त अर्थव्यवस्थेचा पुरस्कार आणि हे साध्य करण्यासाठी ठरवलेले आर्थिक धोरण याचे परिणामस्वरूप आज आपल्याला दिसते आहे. भारतीय अर्थव्यवस्थेने प्रचंड मोठी झेप घेऊन 'जगातील पाचवी मोठी अर्थव्यवस्था' हे बिरुद धारण केले आहे; आणि त्यात आणखी सुधारणा होईल, असा विश्वास फक्त भारतालाच नाही, तर जागतिक बँक आणि तत्सम आर्थिक संस्थांना आहे.

बँकिंग व्यवस्था हा कोणत्याही देशाच्या अर्थव्यवस्थेचा मुख्य कणा आणि पाया असतो; भारतीय बँकिंग प्रणाली या नियमाला अपवाद नाही. ज्याप्रमाणे भारतीय अर्थव्यवस्थेने प्रचंड झेप घेतली आणि तिच्यात मोठे परिवर्तन पाहिले आहे, तसेच परिवर्तन बँकिंग क्षेत्राने अनुभवले आहे.

या परिवर्तनाची कारणमीमांसा करताना अनेक घटकांचा विचार आपल्याला करावा लागेल; पण त्यांपैकी चार कारणे अधिक महत्त्वाची ठरतात :

१. **आर्थिक उदारीकरण :** आर्थिक उदारीकरणाच्या धोरणामुळे सर्व प्रकारची सरकारी नियंत्रणे कमी होऊन 'परमिटराज' ही संकल्पना मोडीत निघाली. आयात शुल्कात कपात झाल्याने भारतीय कंपन्यांना आंतरराष्ट्रीय स्पर्धेला तोंड देणे भाग पडले. सुरुवातीला या स्पर्धेची सगळ्यांना धास्ती होती. पण थोड्याच काळात भारतीय कंपन्यांनीही आपला उत्तम जम बसवला. परदेशातून तंत्रज्ञान आयात होणे सुलभ झाल्यामुळे भारतीय कंपन्यांच्या गुणात्मक उत्पादकतेत चांगलाच फरक पडला. निर्यात वाढू लागली. परदेशी गुंतवणूक भारतात आल्याने उत्पादन क्षेत्राचा विस्तार वाढला. ग्राहकाला आता निवडीचे स्वातंत्र्य स्पर्धेमुळे प्राप्त झाले. दुचाकी आणि चारचाकी वाहने, इलेक्ट्रॉनिक उत्पादने इत्यादी क्षेत्रांत ग्राहकाला जे निवडीचे स्वातंत्र्य मिळाले आहे, त्याचे आपण साक्षीदार आहोतच.

२. **'सेवा' क्षेत्राची वाढ :** याच काळात 'सेवा' (Services) क्षेत्राने उत्तुंग झेप घेतली. याची सुरुवात सॉफ्टवेअर कंपन्यांपासून झाली. या कंपन्या निरनिराळ्या देशांत कामांची कंत्राटे मिळवू लागल्या. मूळच्याच हुशार, मेहनती आणि उच्चशिक्षित अशा भारतीय तरुणांनी या क्षेत्रात मोठीच मजल मारली. सॉफ्टवेअरमधील प्रगतीमुळे प्रवास, वाहतूक, हॉटेल्स, पर्यटन, किरकोळ विक्री या क्षेत्रांतही झपाट्याने वाढ होऊन रोजगार आणि तद्नुषंगाने उत्पन्नात वाढ होऊ लागली. भारताचा आर्थिक वाढीचा वेग सातत्याने टिकून राहून देशाची प्रगती होत राहिली. कोणत्याही पक्षाचे सरकार आले, तरी थोड्याफार फरकाने उदारीकरणाचेच धोरण सर्वच सरकारे राबवत गेली.

ग्रामीण भागातही प्रगती पोहोचली. हे सर्व बँकिंग क्षेत्राच्या प्रगतीला पूरक असेच होते.

३. **तंत्रज्ञानाचा अधिकाधिक वापर :** जागतिकीकरणाच्या या रेट्यात तंत्रज्ञानाला खूपच महत्त्व होते. या तंत्रज्ञानामुळे सर्वच क्षेत्रांत खूपच बदल झाले. पण तंत्रज्ञानाच्या वापराने भारतातील दोन सेवा उद्योगांमध्ये अक्षरशः क्रांती झाली. त्यातील एक म्हणजे टेलिकम्युनिकेशन (दूरसंचार) आणि दुसरे म्हणजे बँकिंग. मोबाईलचे आगमन आणि त्याच्या वापरात झपाट्याने झालेली वाढ आणि त्याद्वारे उपलब्ध झालेल्या, काही वर्षांपूर्वी ज्यांची आपण कल्पनाही करू शकत नव्हतो, अशा अचंबित करणाऱ्या सेवा, हे सारे आपण अनुभवत आहोतच. तीच परिस्थिती बँकिंग क्षेत्राची. तंत्रज्ञानाने हे क्षेत्र अक्षरशः काबीज केले आहे. काहीच वर्षांपूर्वी पूर्णपणे 'मॅन्युअल' असणारे हे क्षेत्र आता पूर्णपणे तंत्रज्ञानावर चालते.

भारतात बँकिंगमधील तंत्रज्ञानाचे महत्त्व आणि त्याचे भवितव्य हे सर्वात प्रथम जाणले ते नवीन स्थापन झालेल्या खासगी क्षेत्रातील बँकांनी. या बँकांनी सुरुवातीलाच तंत्रज्ञानात प्रचंड गुंतवणूक केली. त्याच बळावर त्यांनी मोठीच प्रगती केली. या बँकांच्या शाखा उघडतानाच पूर्णपणे संगणकीकृत (Computerised) असत. या बँकांच्या शाखा जिथे असत, त्या गावातील छोट्या, विशेषतः सहकारी बँका अशा खासगी बँकेच्या शाखेत खाते उघडून त्यांच्या तंत्रज्ञानाचा उपयोग करून घेत असत. उदाहरणच सांगायचे झाले तर या बँकांच्या कोणत्याही शाखेत काहीही कमिशन न देता धनादेश वटवण्याच्या 'Anywhere Banking' तंत्रज्ञानाचे देता येईल. सहकारी बँका खासगी बँकेत असणाऱ्या खात्याचे चेकबुक आपल्या खातेदारांसाठी डिमांड ड्राफ्टप्रमाणे वापरत असत. सदर पुस्तकाच्या लेखकाने खासगी बँकेचा शाखाधिकारी म्हणून अशी व्यवस्था अनेक सहकारी बँकांबरोबर केली आहे. आता मात्र सर्वच म्हणजे छोट्या सहकारी बँकांनीही हे तंत्रज्ञान आत्मसात करून संगणकीकरणात बरीच प्रगती केली आहे.

इंटरनेट बँकिंग, एनईएफटी (NEFT), आरटीजीएस (RTGS) या सेवा आता नित्याच्याच झाल्या आहेत. एटीएमवर नवनवीन सुविधा उपलब्ध होत आहेत. बँकांच्या चेक क्लिअरिंग व्यवस्थेत आमूलाग्र बदल झाला आहे. आता प्रत्यक्ष चेक क्लिअरिंग हाऊसला न पाठवता संगणकाच्या माध्यमातून त्याच्या केवळ प्रतिमा पाठवून ही व्यवस्था राबवली जाते. कर्जाच्या क्षेत्रात 'जोखीम व्यवस्थापन' (Risk Management) ही संकल्पना, नफा-तोटा पत्रक, ताळेबंद यांचे विश्लेषण, दस्तऐवज, कर्जवितरण, कर्जखात्यांचा पाठपुरावा, माहितीचे संकलन, विश्लेषण आणि निर्णयप्रक्रियेतील तिचा वापर हे सारे आता संगणकीकृत झाले आहे.

या साऱ्यांमुळे बँकिंग क्षेत्र देत असणाऱ्या सेवांमध्ये कमालीची गुणात्मक वाढ झाली आहे. पण त्याचबरोबर संगणकीकरणासोबत येणारे धोके आणि फसवणूक (Frauds) हेही बँकांसाठी काळजीचे विषय आहेत.

४. **नियामक म्हणून रिझर्व्ह बँकेचे महत्त्वपूर्ण काम :** या सर्व बदलांच्या काळात रिझर्व्ह बँक बँकिंग क्षेत्राची नियामक म्हणून आपले काम पार पाडत आहे. आपल्या त्रैमासिक वित्तीय धोरणात (Monetary Policy) त्या त्या वेळची परिस्थिती, चलनफुगवटा आणि महागाई नियंत्रण यांचा आढावा घेऊन बँकांना आदेश देत आहे. सरकारसुद्धा आपल्या विविध योजनांच्या माध्यमातून देण्यात येणारी आर्थिक मदत लाभधारकांच्या खात्यात जमा करत आहे. व्यवहार रोखीने होण्याऐवजी ते बँक खात्यामार्फत व्हावेत अशीच कार्यपद्धती सरकार अवलंबत आहे. तसेच बँकिंग नियमन कायदा, १९४९च्या कलम '३५अ'मध्ये दोन नवीन उपकलमे ३५अ(अ) आणि ३५अ(ब) यांचा समावेश करण्यात आला आहे. या कलमांनुसार रिझर्व्ह बँक थकित कर्जखात्यात दिवाळखोरी कायद्याद्वारे प्रक्रिया सुरू करण्यासाठी बँकांना आदेश देऊ शकते.

या सर्व बाबींमुळे भारतात बँकिंग क्षेत्राचा विकास, जो १९६९मध्ये काही बँकांच्या राष्ट्रीयीकरणापासून सुरू झाला, तो अव्याहतपणे सुरू आहे. काही निवडक आकडेवारी (वर्ष २०२०मधील आकडेवारीनुसार) त्याची द्योतक आहे.

- एकूण राष्ट्रीयीकृत बँका — १२
- खासगी बँका — २२
- परदेशी बँका — ४५
- ग्रामीण बँका — ४३
- नागरी सहकारी बँका — १५३९
- ग्रामीण सहकारी बँका — ९८,०४२
- एटीएम — २,३८,०००
- एकूण कर्जे (३० जून, २०२२) — १२५.५८ लाख कोटी रु.
- एकूण ठेवी (३० जून, २०२२) — १७०.१८ लाख कोटी रु.

ही आकडेवारी रिझर्व्ह बँकेच्या वेबसाइटवरून घेतली आहे. कालानुरूप त्यात वाढच होते आहे. तसेच राष्ट्रीयीकृत बँकांच्या होत असणाऱ्या विलीनीकरणामुळे त्यांची संख्या कमी होत आहे, तर नवीन खासगी बँकांत वाढ होत आहे. पण याचबरोबर एकूण बँकिंग क्षेत्र गुंतागुंतीचे झाले आहे.

अनुत्पादक कर्जांमध्ये होणाऱ्या वाढीची थोडीशीच आकडेवारी द्यायची तर ती अशी देता येईल - २००६मध्ये भारताच्या बँकिंग क्षेत्रातील घाऊक थकित कर्जांचे (Gross NPAs) एकूण कर्जांशी प्रमाण ३.३ टक्के होते, ते २००७मध्ये २.५ टक्के इतके आणि २००८मध्ये २.२५ टक्केपर्यंत खाली आले. हेच प्रमाण २०१८मध्ये ११.२ टक्के आणि २०१९मध्ये ९.१ टक्के इतके होते.

अशा प्रकारे एकीकडे बँकिंग क्षेत्रात झालेली प्रचंड वाढ, मोठ्या प्रमाणात असणारी स्पर्धा, ग्राहकांच्या वाढत्या अपेक्षा आणि नियंत्रकाकडून येणाऱ्या निरनिराळ्या सूचना व त्यांचे काटेकोर पालन करण्याची जबाबदारी, वाढत जाणारे फसवणुकीचे (Frauds) प्रसंग, वाढती थकित कर्जे आणि ती वसूल करण्याचे बिकट आव्हान या साऱ्यांमुळे बँकिंग क्षेत्रात काम करणे खूप आव्हानात्मक झाले आहे. बँक कर्मचाऱ्यांवर सर्व प्रकारचा ताण आहे. एकेकाळी आरामदायक समजली जाणारी आणि उच्च सामाजिक स्थान प्राप्त करून देणारी बँकेतील नोकरी अतिशय तणावाची झाली आहे.

बँकेच्या कामकाज पद्धतीतील आणखी एक महत्त्वाचा भाग म्हणजे जबाबदारीचे वैयक्तिक निश्चितीकरण (Fixation of Personal Accountability). कोणतेही काम बँकेच्या, तसेच रिझर्व्ह बँकेच्या नियमावलीनुसार झाले नाही तर नियमांचे उल्लंघन झाल्याबद्दल संबंधित कर्मचाऱ्यांना जबाबदार धरले जाते व चौकशीअंती अशा कर्मचाऱ्यांना शिस्तभंगविषयक कारवाईला (Disciplinary Action) सामोरे जावे लागते. बँक फसवणूक प्रकारात तर संबंधित कर्मचाऱ्यांना अतिशय त्रासातून जावे लागते. अशी परिस्थिती आपल्यावर येऊ नये यासाठी एक महत्त्वाची गोष्ट म्हणजे आपण जे काम करतो त्यासंबंधी आणि एकूणच बँकिंग विषयासंबंधी संपूर्ण माहिती करून घेणे, त्यावरील पुस्तके, बँकेचे स्वतःचे 'मॅन्युअल' म्हणजे नियमपुस्तिका याचा नीट अभ्यास करणे हे अतिशय आवश्यक आहे. तसेच कर्जे घेताना ग्राहकांनी त्यांची योग्य माहिती घेणे आणि त्याहीपेक्षा महत्त्वाचे म्हणजे योग्य पद्धतीने कर्जखाते चालवणे हे त्यांना खूप फायद्याचे असेल.

हे पुस्तक सोप्या आणि सुटसुटीत भाषेत असेल याची दक्षता लेखकाने घेतली आहे. पण रिझर्व्ह बँकेचे काही विषयांवरील नियम हे तिच्या मूळ इंग्रजी परिपत्रकातून जसेच्या तसे मराठीत भाषांतरित केले आहेत. त्यामुळे काही जागी भाषेची क्लिष्टता जाणवू शकते. या नियमांची व मार्गदर्शक सूचनांची अधिकृतता आणि त्यातील स्पष्टता वाचकांच्या समोर ठेवणे हे अतिशय जरुरीचे असल्यामुळे असे होणे स्वाभाविक आहे. तसेच बँकिंग क्षेत्रातील अनेक इंग्रजी शब्द, जसे एटीएम, आरटीजीएस, लेटर ऑफ क्रेडिट, शेअर्स, बँक गॅरंटी असे आपण नेहमीच मराठीत वापरतो, विषय समजावणे हा लेखनाचा मूळ हेतू आहे. त्यामुळे बहुतेक जागी जिथे मराठी शब्द क्लिष्ट वाटतो, तिथे पुढे कंसात इंग्रजी शब्द दिला आहे.

लेखकाचा सर्व बँकिंग अनुभव देशभरातील निरनिराळ्या भागांशी संबंधित होता, त्यामुळे कामकाजाचा त्यांचा अनुभव इंग्रजी भाषेच्या माध्यमातून होता. सुजाण वाचक ही अडचण समजून घेतील, असा विश्वास वाटतो. जिथे जिथे शक्य आहे, अशा जागी रिझर्व्ह बँकेच्या मूळ परिपत्रकाचा क्रमांक आणि दिनांक सोयीसाठी दिला आहे. बँकेचे जे धोरणकर्ते असतील, त्यांनी ती परिपत्रके मुळातूनच वाचावीत.

लेखक बँकिंग क्षेत्रातील अभ्यासक आहेत. राष्ट्रीयीकृत बँक आणि नवीन खासगी बँक यांमध्ये अगदी क्लार्क, कॅशियर ते वरिष्ठ उपाध्यक्ष अशा चढत्या श्रेणीत गेली ३५ वर्षे ते कार्यरत होते. देशातील निरनिराळ्या भागांत आणि विभागांत काम करण्याची संधी त्यांना मिळाली आहे. सहकार क्षेत्रातील बँकिंग कामकाजही त्याने जवळून पाहिले आहे. या सर्व पार्श्वभूमीवर त्यांनी हे पुस्तक लिहिले आहे. त्याचा उपयोग सर्व प्रकारच्या बँकांमध्ये काम करणाऱ्या कर्मचारी आणि अधिकारी तसेच सहकारी बँकांतील संचालक तसेच या क्षेत्रातील अभ्यासकांना व्हावा असे वाटते.

हे पुस्तक सर्व प्रकारच्या बँका आणि वित्तीय संस्थांमध्ये 'कर्ज' विभागात प्रत्यक्ष काम करणारे सर्व स्तरांतील कर्मचारी, इतर कर्मचारी, जे पुढे कर्ज विभागात काम करू शकतात किंवा इच्छितात, बँकिंग क्षेत्रातील विद्यार्थी, अभ्यासक, परीक्षार्थी यांच्यासाठी लिहिले आहे. यामध्ये सैद्धान्तिक चर्चेपेक्षा व्यावहारिक आणि नित्य प्रश्नांची उत्तरे शोधण्यावर जास्त भर आहे.

कर्जे घेणारे उद्योजक, शेतकरी, छोटे/मोठे व्यापारी, घर, वाहन यांसाठी कर्जे घेणाऱ्या व्यक्ती यांनाही या पुस्तकातून 'कर्जे' ही संकल्पना, ते घेताना घ्यावयाची काळजी, कर्ज मंजूर करून घेण्यासाठी लागणाऱ्या आवश्यक गोष्टी, कर्ज खाते सुरू असताना पाळावयाची पथ्ये यांचीही समग्र माहिती मिळेल. कोणत्याही व्यावसायिकांना, मग ते उद्योजक असोत अथवा व्यापारी, त्यांना आपला व्यवसाय चालवताना जे कर्ज घ्यावे लागते, ते देताना बँकेचा दृष्टिकोन काय असतो, याची संपूर्ण माहिती असणे, व्यवसाय चालवणे आणि त्याची वृद्धी करणे आवश्यक असते. या दृष्टीने कर्जाच्या ग्राहकांनाही हे पुस्तक उपयोगी पडेल, असा विश्वास वाटतो.

'कर्जे' या विषयावर स्वत: जे शिकलो व अनुभवले ते पुढील पिढीला मराठीत उपलब्ध करून देणे हे या लेखनामागील प्रयोजन आहे. महाराष्ट्रात अनेक सहकारी वित्तसंस्था अनेक वर्षांपासून कार्यरत आहेत. त्यांच्या कर्मचाऱ्यांनाही याचा उपयोग होईल, असा विश्वास वाटतो.

आशा आहे की आपल्या सर्वांना हे पुस्तक जरूर आवडेल. आपल्या प्रतिक्रियांचे स्वागतच आहे.

धन्यवाद.

- प्रदीप वि. मांडके
pradeep.mandke@gmail.com

ऋणनिर्देश

कर्जे याविषयी सर्व संबंधितांना संपूर्ण माहिती देणारे हे पुस्तक प्रकाशित होताना मला अतिशय आनंद होत आहे. जे ज्ञान आपल्याला अनेक वर्षांच्या अनुभवानंतर प्राप्त झाले आहे ते शब्दबद्ध करून सर्वांपुढे ठेवावे, त्याचे दस्तऐवजीकरण करावे या उद्देशाने या पुस्तकाचे लेखन मी केले आहे. हे लेखन पूर्ण होण्यासाठी आणि पुस्तकरूपाने आपल्यापर्यंत पोहोचण्यासाठी अनेक लोकांचा हातभार लागला आहे. या सर्वांच्या मदत आणि सहकार्यामुळेच हे पुस्तक आज प्रसिद्ध होत आहे.

सर्वात प्रथम मी ऋण व्यक्त करतो ते मी जिथे काम केले त्या माझ्या दोन बँकांचे, म्हणजे बँक ऑफ इंडिया आणि ॲक्सिस बँक यांचे. या दोन्ही बँकांनी माझ्या ३६ वर्षांच्या प्रदीर्घ कारकिर्दीत मला अनेक संधी दिल्या, अनेक प्रकारचे प्रशिक्षण दिले; संपूर्ण देशात, निरनिराळ्या विभागात सामान्य ते उच्च पदांवर काम करण्याची संधी दिली.

मला भेटलेल्या आणि समृद्ध करणाऱ्या असंख्य खातेदार, कर्जदार आणि ग्राहक यांच्याशी संपर्कातून मी खूप काही शिकलो. या प्रवासात मला सांभाळून घेणारे, शिकवणारे आणि प्रचंड अनुभव देणारे सहकारी भेटले. माझा असा अनुभव आहे की आपण जे घडतो, ते आपल्या संपर्कात आलेल्या व्यक्तींच्या मुळे. अशा अनेक व्यक्ती आपल्या आयुष्यावर प्रभाव टाकत असतात तेव्हा या सर्वांचा मी अतिशय ऋणी आहे.

पुस्तक लिहिण्याचा विचार माझ्या मनात आला. मी तो विचार लगेच विद्यार्थी सहाय्यक समितीचे अध्यक्ष श्री. प्रतापराव पवार यांच्याकडे बोलून दाखवला. माझे लेखन त्यांना आवडले. हे पुस्तक बँक कर्मचाऱ्यांइतकेच कर्जदार आणि बँकिंग विषयाचे अभ्यासक यांना कशा प्रकारे उपयोगाचे होईल हे जाणून त्यांनी काही बहुमोल सूचना मला केल्या; त्यांचा अंतर्भाव मी या पुस्तकात केला आहे. त्यांच्या मार्गदर्शनाबद्दल त्यांचा मी ऋणी आहे.

सकाळ पुस्तक प्रकाशन विभागातील अधिकारी आशुतोष रामगीर, दीपाली चौधरी, संपादक अंजली इंगवले आणि त्यांचे सहकारी यांचा मी आभारी आहे. तसेच या पुस्तकाचे मुखपृष्ठ तयार करणारा तरुण मित्र प्रियाल मोटे याचा मी आभारी आहे. अंतर्गत मांडणी करणारे यशोधन लोवलेकर आणि त्यांच्या सहकाऱ्यांचाही मी आभारी आहे. तसेच वेळोवेळी लिहिण्यासाठी प्रोत्साहन देणारी माझी पत्नी प्राची आणि माझे सर्व कुटुंबीय, मित्रपरिवार आणि हितचिंतक यांचा मी ऋणी आहे.

– प्रदीप वि. मांडके

अनुक्रमणिका

प्रकरण १

कर्जांचे प्रकार

बँका अगदी लहान रकमेपासून ते मोठ्या रकमेपर्यंत ग्राहकांच्या गरजेनुसार वेगवेगळ्या प्रकारची कर्जे वेगवेगळ्या कारणांसाठी देतात. छोट्या व्यावसायिकांना काही हजार रुपये ते मोठमोठ्या कॉर्पोरेट हाऊसेसना काही हजार कोटी रुपये अशी त्यांची श्रेणी असते. हे समजण्यासाठी कर्ज खात्यांचे आपल्याला निरनिराळ्या प्रकारे वर्गीकरण करता येईल.

या तक्त्याद्वारे हे वर्गीकरण समजून घेणे सोपे होईल.

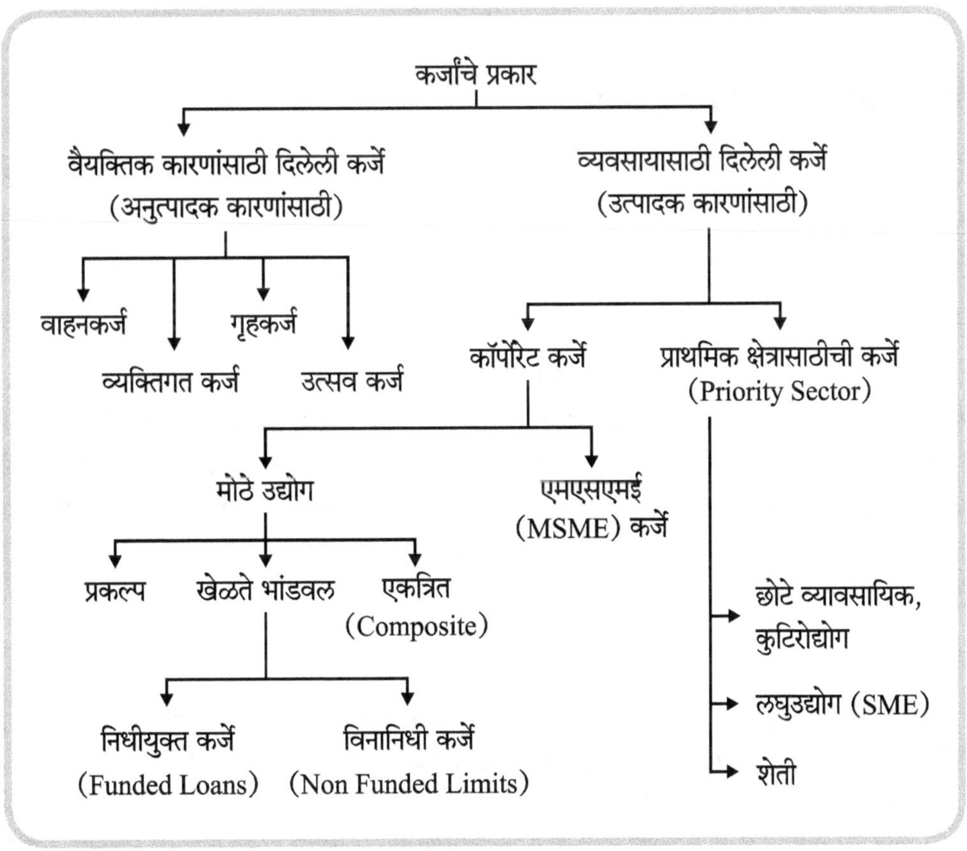

अ. उत्पादक कार्यांसाठी दिली जाणारी कर्जे (Income Generating Loans) :
जी कर्जे कोणत्याही प्रकारच्या व्यवसाय स्थापनेसाठी अथवा व्यवसाय वृद्धिंगत करण्यासाठी दिली जातात, त्यांना 'उत्पादक कर्जे' म्हणतात. अशा कर्जांतून व्यवसाय स्थापन करणे आणि तो चालवण्यासाठी कर्जसाहाय्य देणे हा उद्देश असतो. अशा व्यवसायातून नफा/उत्पन्न मिळणे अपेक्षित असते आणि या मिळालेल्या उत्पन्नातून कर्ज मुद्दल आणि त्यावरील व्याज यांची परतफेड केली जाते.

अशी कर्जे रोजगार आणि उत्पादने किंवा सेवा यांची निर्मिती करून देशाच्या आर्थिक प्रगतीला हातभार लावत असतात. एवढेच नव्हे, तर अशी कर्जे ही संपूर्ण अर्थव्यवस्थेचा कणा असतात.

१९६९मध्ये, काही खासगी बँकांचे राष्ट्रीयीकरण झाल्यावर केंद्र सरकार आणि रिझर्व्ह बँक यांच्या धोरणानुसार जास्तीत जास्त कर्जे बँका अशा उत्पादक व्यवसायांसाठी देऊ लागल्या.

ब. अनुत्पादक कारणांसाठी दिली जाणारी कर्जे (Non-Income Generating Loans) :
उत्पादक कर्जांशिवाय बँका काही व्यक्तिगत गरजा भागवण्यासाठी कर्जे देतात, त्यांना 'व्यक्तिगत/किरकोळ कर्जे' म्हणतात. याची उदाहरणे म्हणजे, व्यक्तिगत कर्ज (Personal Loan), गृहकर्ज, वाहनकर्ज, उत्सव कर्ज, शैक्षणिक कर्ज इत्यादी. अशा प्रकारच्या कर्जांतून व्यक्तिगत गरजांची पूर्ती होण्यास साहाय्य केले जाते. या कर्जातून कोणतेही उत्पन्न तयार होत नाही. त्यामुळे अशा कर्जाची परतफेड व्यक्तीला असणाऱ्या किंवा मिळणाऱ्या इतर उत्पन्नांतून करावी लागते.

कर्जे : व्याख्या आणि विविध प्रकार

कर्जे किंवा लोन्स (Loans) या शब्दाची सोपी व्याख्या म्हणजे काही कारणासाठी बँकेकडून पैसे घेऊन ते ठरलेल्या अवधीत सव्याज परत करणे.

कर्जाचे विविध प्रकार पुढीलप्रमाणे सांगता येतील :

१. मागणी कर्ज

मागणी कर्ज (Demand Loans) या प्रकारात बँक कर्जदाराला कर्ज देते, ते अगदी थोड्या काळासाठी असते. जरी सोयीसाठी ते कर्ज परत करण्यास काही अवधी बँकेने कर्जदारास दिलेला असला, तरी कायदेशीररीत्या बँक या कर्जफेडीची कधीही मागणी करू शकते. आणि कर्जदाराला अशा प्रकारे बँकेने मागणी केली की, हे कर्ज बँकेस परत करणे बंधनकारक असते. साधारणतः खेळत्या भांडवलासाठी, तसेच अल्प मुदतीसाठी किंवा एक वर्षापर्यंतच्या काळासाठी दिलेली कर्जे या प्रकारात येतात. असे कर्ज देताना बँक 'डिमांड प्रॉमिसरी नोट' हे मुख्य दस्त इतर दस्तऐवजाबरोबर घेत असते.

२. मुदत कर्ज

मुदत कर्ज (Term Loans) या प्रकारात कर्ज हे ठरावीक मुदतीत फेडायचे असते. कर्जफेडीला जेव्हा अशी मुदत घालून दिलेली असते, तेव्हा ते मुदत कर्ज होते. अशा कर्जांचा काळ किती असावा, हे कर्जदाराच्या व्याजासह कर्ज परत फेडण्याच्या क्षमतेवर अवलंबून असते. कर्जफेडीची क्षमता ही व्यवसायातून मिळणाऱ्या उत्पन्नावर ठरते. तरीही साधारणतः तीन वर्षे व अधिकच्या काळासाठी दिलेली, व्यवसायासाठी लागणारी मालमत्ता, जसे मशिनरी, बिल्डिंग,

ऑफिस फर्निचर, हत्यारे, संगणक यांच्या खरेदीसाठी दिलेली कर्जे ही 'मुदत कर्ज' या प्रकारात येतात. अशा कर्जांवर व्याज आकारण्याच्या दोन पद्धती असतात.

एक, कर्जकाळासाठी निश्चित ठरलेला व्याजदर अथवा बाजारातील परिस्थितीप्रमाणे बदलत जाणारा व्याजदर. आजकालची बहुतेक मुदत कर्जे ही येथे निर्देशित केलेल्या दुसऱ्या पद्धतीने म्हणजे 'बदलते व्याजदर' या प्रकाराने दिली जातात. हे व्याजदर आताच्या प्रचलित पद्धतीप्रमाणे 'मार्जिनल कॉस्ट ऑफ फंड बेस्ड लेंडिंग रेट – एमसीएलआर (MCLR)' या संकल्पनेशी संलग्न असतात. 'मार्जिनल कॉस्ट' या शब्दाचा मराठीत अर्थ आहे – 'सीमान्त किंमत'. रिझर्व्ह बँकेने यासंबंधी २०१६मध्ये विस्तृत सूचना प्रसिद्ध केल्या आहेत. 'एमसीएलआर' हा असा व्याजदर आहे की, ज्याच्यापेक्षा कमी दराने काही अपवाद वगळता, बँक व्याजदर आकारू शकत नाही. हा दर प्रत्येक बँकेने स्वतः ठरवायचा असतो. त्यात पुढीलप्रमाणे अनेक गोष्टींचा समावेश असतो.

१. कर्जे देण्यासाठी जो निधी लागतो, तो उभारण्यासाठी येणारा खर्च. यात प्रामुख्याने ठेवींवर दिला जाणारा व्याजदर विचारात घेतला जातो. तसेच बँका ठेवींशिवाय इतर मार्गांनीही पैसे उभे करत असतात, जे शेवटी कर्ज म्हणून दिले जातात. असे पैसे उभारताना द्यावा लागणारा व्याजदर इथे विचारात घेऊन एकत्रितपणे पैसे (फंड) उभे करण्यासाठी जो व्याजदर येतो, तो विचारात घेतला जातो.
२. रिझर्व्ह बँकेकडे 'सीआरआर' म्हणून जी रोख रक्कम ठेवावी लागते, त्यावर रिझर्व्ह बँक काहीच व्याज देत नाही. ही रक्कम ठेवीदारांकडून घेतलेल्या ठेवीतून रिझर्व्ह बँकेत ठेवली जाते. बँकेला त्यावर ठेवीदारांना व्याज द्यावे लागते. पण यातील काही रक्कम, (सध्या ४.५ टक्के) रिझर्व्ह बँकेकडे बिनव्याजी ठेवली जाते, तेव्हा हा बँकेसाठी खर्चच असतो आणि तो एमसीएलआर ठरवताना विचारात घेता येतो.
३. बँकांचे कामकाज चालवण्यासाठी जो निरनिराळ्या प्रकारचा खर्च येतो, तो इथे टक्केवारीच्या स्वरूपात अधिक केला जातो. यात आस्थापना खर्च, कर्मचाऱ्यांचा पगार यांचा समावेश होतो.
४. बँकेचे जे भागधारक असतात, त्यांनाही कमीतकमी काहीतरी लाभांश देणे गरजेचे असते. त्याचाही विचार एमसीएलआर काढताना केला जातो.
५. निरनिराळ्या मुदतींसाठी ठेवींवर व्याजदर वेगवेगळे असतात, त्यामुळे निरनिराळ्या मुदतींसाठी एमसीएलआर वेगळा असू शकतो.

आपण मुदत कर्ज (Term Loans) हा विषय समजावून घेताना 'एमसीएलआर' ही संज्ञा अधिक तपशीलाने समजून घेऊ.

मुदत कर्ज देताना अशा कर्जातून जी मालमत्ता खरेदी केली जाते, ती मुख्य तारण म्हणून घेतली जाते. याव्यतिरिक्त कर्जातील जोखमीप्रमाणे इतरही काही तारण घेतले जाते. पुढे 'मुदत कर्जांची छाननी व त्याअंतर्गत येणाऱ्या गोष्टी यावर एक स्वतंत्र प्रकरण आहे. त्यामध्ये या विषयासंबंधित सर्व बाबींची सविस्तर चर्चा आहे. इथे कर्जाचा एक प्रकार म्हणून मुदत कर्ज (Term Loan) हा विषय चर्चिला आहे.

३. कॅश क्रेडिट

खेळत्या भांडवलासाठी दिलेल्या कर्जांच्या प्रकारात कॅश क्रेडिट (Cash Credit) हा भारतातील अत्यंत लोकप्रिय आणि खूप काळ प्रचलित असणारा कर्जप्रकार प्रकार आहे. या प्रकारात बँक कर्जदाराला एक ठरावीक रकमेचे कर्ज मंजूर करते आणि त्या रकमेच्या मर्यादेपर्यंत कर्जदार कॅश क्रेडिट खाते हे चालू (करंट) खात्याप्रमाणे वापरू शकतो. म्हणजे या खात्यातून व्यवसायाच्या गरजांप्रमाणे चेक देऊन मालाचे किंवा इतर खर्चांचे पैसे देऊ शकतो आणि विक्री होऊन मिळालेली रक्कम रोख, चेक्स वा इतर माध्यमांद्वारे या खात्यावर जमा करू शकतो. बँक कर्जदाराने वापरलेल्या रकमेवर ठरलेल्या दराने व्याज आकारते. म्हणजे या पद्धतीप्रमाणे कर्जदाराचा फायदा असा की, जर त्याला समजा, दहा लाख रुपये कॅश क्रेडिट सुविधा मंजूर केलेली असेल आणि त्याने या सुविधेअंतर्गत एका महिन्यात सरासरी सात लाख रुपयांची सुविधा वापरली असेल, तर त्याला वापरलेल्या सात लाख या रकमेवरच व्याज द्यावे लागेल आणि राहिलेले तीन लाख कधीही वापरण्याची त्याला मुभा असते. या पद्धतीत कर्जदाराचा फायदा असा की, त्याचे 'रोकड व्यवस्थापन' अतिशय सुकर होऊन जाते. त्याच प्रमाणात बँकेच्या रोकड व्यवस्थापनावर मात्र खूप ताण पडतो. ठरावीक मर्यादेपर्यंत ही कर्जसुविधा वापरली नाही, तर बँक अशा खात्यातून वचनबद्धता फी (Commitment Charges) वसूल करू शकते. 'खेळते भांडवल' या प्रकरणात या कर्जसुविधेची अतिशय सविस्तर माहिती दिली आहे.

४. बिल डिस्काउंटिंग

कर्जाचा बिल डिस्काउंटिंग (Bill Discounting) हा प्रकार समजावून घेण्यासाठी प्रथम आपण 'बिल ऑफ एक्स्चेंज' (Bill of Exchange) (या शब्दाचा मराठी अर्थ 'विनिमयाची पावती' असा एका ठिकाणी दिला आहे. पण आपण सोयीसाठी 'बिल ऑफ एक्स्चेंज' तथा 'बिल' हा शब्दप्रयोग वापरू) ही संकल्पना समजावून घेऊ.

आपण हे जाणताच की, मालाची विक्री रोखीने किंवा उधारीवर होत असते. ज्या वेळी ती उधारीवर होते त्या वेळी विक्रेता खरेदीदाराकडून सदर उधारीने विक्री केलेल्या मालाचे पैसे ठरावीक दिवशी परत करेन, असे लिहून घेतो. या साऱ्या व्यवहाराला कायदेशीर रूप 'निगोशिएबल इन्स्टुमेंट ॲक्ट, १८८१' द्वारे प्राप्त करून दिले आहे. या कायद्याद्वारे बिल ऑफ एक्स्चेंजची अनेक वैशिष्ट्ये आहेत.

१. बिल ऑफ एक्स्चेंज हे लेखी असते.
२. त्यात पैसे देण्याची आज्ञा (ऑर्डर) असते.
३. ही ऑर्डर कोणत्याही अटीविना असते.
४. जो हे बिल तयार करतो, त्याने ते सही केलेले असले पाहिजे.
५. अदा करण्यासाठी रक्कम नक्की असते.
६. कोणत्या तारखेला पैसे अदा करणार, ती तारीख बिलावर लिहिलेली असते.
७. ज्या माणसाला पैसे द्यावयाचे, त्याचे नाव बिलावर लिहिलेले असते.
८. बिलाची रक्कम बिल तयार करणाऱ्याच्या मागणीवर द्यायची की पुढील ठरलेल्या तारखेला द्यायची, हे बिलावर स्पष्ट लिहिलेले असते. विक्रेत्याने मागणी केल्यावर ज्या बिलाचे पैसे देणे लागू होते, त्याला 'साईट बिल' (Sight Bill) असे म्हणतात. तर पैसे देण्यासाठी जिथे काही अवधी दिलेला असतो, त्याला 'युजन्स (Usance) बिल ऑफ एक्स्चेंज' असे म्हणतात.

९. कायदेशीर तरतुदींनुसार त्यावर स्टॅम्प ड्युटी भरावी लागते.

१०. ज्याच्या नावे हे बिल काढले आहे (इथे मालाचा खरेदीदार), त्याने त्या बिलावर 'मान्य आहे' असे म्हणून सही करायची असते.

११. या व्यवहारात तीन प्रकारचे लोक असतात :

अ. बिल तयार करणारा – 'ड्रॉवर' (Drawer) हा विक्रेता असतो.

ब. बिल ज्याच्यावर काढले – 'ड्रॉवी' (Drawee) हा खरेदीदार असतो.

क. बिलाची रक्कम ज्याला द्यायची तो – त्याला 'पेयी' (Payee) म्हणतात.

साधारणतः ड्रॉवर आणि पेयी एकच असतो. जर ड्रॉवरने ते 'बिल डिस्काउन्ट' केले, तर अशी डिस्काउन्ट करणारी व्यक्ती (बऱ्याचदा बँक) पेयी बनते. ड्रॉवर बिल दुसऱ्या व्यक्तीच्या नावे त्याचे नाव बिलाच्या मागे लिहून त्यावर सही करून 'एन्डॉर्स' करून त्या व्यक्तीला बिलाची रक्कम मिळण्याचा कायदेशीर अधिकार देऊ शकतो.

तसेच, साधारणतः खरेदीदार हा ड्रॉवी असतो. तो बिलाची रक्कम देण्याची हमी देतो.

'बिल ऑफ एक्स्चेंज' या प्रकाराची प्राथमिक माहिती घेतल्यावर आता त्यावरील कर्जाचे प्रकार पाहू.

४ अ. विक्रेत्यांसाठी कर्जसुविधा

या सुविधेमध्ये माल विक्रीनंतर विक्रेता खरेदीदारावर बिल ऑफ एक्स्चेंज (इथे पुढे 'बिल' हा शब्द वापरला आहे.) काढतो. या बिलाप्रमाणे विक्रेत्याने मागणी केल्यावर लगेच किंवा काही मुदतीने पैसे खरेदीदाराने विक्रेत्याला देणे बंधनकारक असते. विक्रेता बँकेच्या नावे बिल निगोशिएट करतो. (सोप्या भाषेत याचा अर्थ – बिलाच्या मागे सही करून त्या बिलाचे पैसे बँकेला देण्यासाठी खरेदीदाराला सांगतो किंवा बिलाचे पैसे खरेदीदाराकडून वसूल करण्याचे बँकेला कायदेशीर अधिकार 'निगोशिएबल इन्स्टुमेंट्स कायदा', १८८१ या कायद्याद्वारे देतो.) बँक बिल डिस्काउन्ट करते किंवा खरेदी करते आणि त्याचे पैसे विक्रेत्याला देते. बँक देय तारखेला बिलाची रक्कम खरेदीदाराकडून वसूल करते. ही कर्जसुविधा विक्रेत्याला दिलेली असते. ज्यासाठी बँक, विक्रेत्या कर्जदाराकडून सुविधा देतानाच आवश्यक ते दस्त, कागदपत्रे सही करून घेते. जरी बँकेला बिलाची रक्कम खरेदीदाराकडून कायदेशीररीत्या वसूल करता येते, तरी बँक दस्तातील तरतुदींप्रमाणे विक्रेता कर्जदाराकडूनच ही रक्कम, खरेदीदाराने देय तारखेला दिली नाही तर, वसूल करते. पुढे 'विदाउट रिकोर्स' (Without Recourse) ही संकल्पना समजावून घेताना खरेदीदाराकडून विक्रेत्याचे येणे वसूल झाले नाही, तर ही जबाबदारी कशी बँक घेते, हे समजावून घेऊ. विक्रेत्यांसाठी बिल डिस्काउन्टिंग ही विक्रीपश्चात कर्जसुविधा (Post-Sale Finance) आहे.

४ ब. खरेदीदारांसाठी कर्जसुविधा

कर्जदारांना आपला व्यवसाय चालवण्यासाठी कच्चा माल खरेदी करावा लागतो. जेव्हा हा माल उधारीवर खरेदी केला जातो, त्या वेळी मालाचा विक्रेता खरेदीदारावर बिल काढतो. हे बिल खरेदीदार मान्य करतो आणि त्याचे पैसे विक्रेत्याला देण्याची बँकेला विनंती करतो. बँक बिलाचे पैसे विक्रेत्याला देते आणि बिलाच्या देय तारखेला खरेदीदार बँकेचे पैसे चुकते करतो. ही विक्रीपूर्व कर्जसुविधा (Pre Sale Credit) म्हणून गणली जाते. या कर्जप्रकारातही बँक आवश्यक ते दस्त कर्जदाराकडून सही करून घेते.

४ क. सहमान्यता कर्जसुविधा

सहमान्यता (Co-acceptance) कर्जसुविधा या प्रकारात ज्याच्यावर बिल काढले आहे (Drawee) अशा खरेदीदाराबरोबरच बँक किंवा इतर व्यक्ती/कंपनी बिल मान्य असल्याची सही करते. यामुळे बिलाची विश्वासार्हता अधिक वाढते. कारण जर देय तारखेला खरेदीदाराने बिलाची रक्कम अदा केली नाही, तर बिलाला सहमान्यता देणारी संस्था किंवा बँक पैसे देण्याची हमी घेते.

५. फॅक्टरिंग

ज्या वेळी विक्रेता खरेदीदाराला आपला माल विकतो, त्यात दोन पर्याय असतात, एक रोखीने विक्री करणे किंवा उधारीवर विकणे. उधारीवर जेव्हा माल विकला जातो त्या वेळी खरेदीदार काही दिवसांनंतर, (हा अवधी अगदी आठ दिवसांपासून सहा महिन्यांपर्यंत सुद्धा असू शकतो.) विक्रेत्याचे पैसे देतो. विक्रीमधून येणार असणारे पैसे लगेच न मिळाल्याने विक्रेत्याचे खेळते भांडवल अडकते आणि रोख रकमेचा तुटवडा जाणवून त्याचे पुढील उत्पादन ठप्प होण्याची भीती असते. कारण विक्रेत्यालाही उत्पादनासाठी आणलेल्या कच्च्या मालाचे पैसे द्यावयाचे असतात. शिवाय कर्मचाऱ्यांचे पगार, वीज बिल यांसाठी त्याला वित्तपुरवठ्याची गरज असते. विक्रेत्याची ही गरज फॅक्टरिंग (Factoring) करणारी संस्था पूर्ण करते. म्हणजे काय करते, तर खरेदीदाराकडून येणे असणाऱ्या रकमेवर विक्रेत्याला पैसे देते किंवा अशी येणी स्वत:कडे वळती करून घेऊन ते पैसे विक्रेत्याला देऊन त्याची खेळत्या भांडवलाची गरज पूर्ण करते. अशा प्रकारच्या पैसे उपलब्ध करून देणाऱ्या वित्तसंस्थेला 'फॅक्टर' असे संबोधतात.

आता प्रत्यक्षात फॅक्टरिंगची प्रक्रिया कशी चालते, ते आपण पाहू या.

फॅक्टर प्रक्रियेत विक्रेता खरेदीदाराला उधारीवर माल विकताना इनव्हॉइस, माल योग्य प्रतीचा आणि दिलेल्या ऑर्डरप्रमाणे असल्याचे खरेदीदाराकडून पत्र घेऊन फॅक्टरकडे जातो. फॅक्टर खरेदीदाराची विश्वासार्हता निरनिराळ्या मार्गांनी तपासतो. त्यातील एक प्रकार म्हणजे, क्रेडिट रेटिंग एजन्सीने खरेदीदाराला दिलेले रेटिंग म्हणजे त्याच्या प्रतीचे प्रमाणपत्र तपासणे. तसेच खरेदीदाराचे आत्तापर्यंतचे उधारी रक्कम परत करण्याचे रेकॉर्ड तपासणे. तसेच विक्रेत्याची विश्वासार्हताही तपासली जाते. या साऱ्यांचा विचार करून फॅक्टर काही मार्जिन ठेवून इनव्हॉइसची रक्कम विक्रेत्याला देतो. इनव्हॉइस अथवा बिलाच्या देय तारखेला खरेदीदार खरेदीवरील देय रक्कम फॅक्टरिंग वित्तसंस्थेला देतो. फॅक्टरिंग वित्तसंस्था मार्जिन म्हणून ठेवलेली रक्कम, आपले कमिशन त्यातून वळते करून घेऊन विक्रेत्याला देते. अशा प्रकारे हा व्यवहार पूर्ण होतो.

फॅक्टरिंग या कर्जसुविधेचे दोन प्रकार आहेत. ते आता समजावून घेऊ.

५ अ. फॅक्टरिंग 'विदाउट रिकोर्स'

'फॅक्टरिंग' या कर्जसुविधेतील प्रक्रियेत आणखी एक शक्यता असते. ती म्हणजे, खरेदीदाराने खरेदी मालाचे पैसे फॅक्टरला देय तारखेला न देणे. खरेदीदार कोणत्याही कारणाने देय तारखेला पैसे फॅक्टरला परत करण्याविषयी असमर्थता व्यक्त करण्याची शक्यता असते. 'फॅक्टरिंग विदाउट रिकोर्स' (Factoring Without Recourse) या सुविधेत अशी परिस्थिती उद्‌भवल्यास विक्रेत्याकडून पैसे परत मागण्याचा पर्याय फॅक्टरला उपलब्ध नसतो. परतफेड न होण्याची जोखीम फॅक्टरवर असते आणि या जोखमीचा अभ्यास फॅक्टरने फॅक्टरिंग करतानाच करायचा असतो. अर्थात, फॅक्टरदेखील ही सुविधा उपलब्ध करून देताना खरेदीदार हा आर्थिकदृष्ट्या सुदृढ असल्याची खात्री करूनच पैसे देतो आणि या प्रकारातील जोखीम विचारात घेऊन जास्तीचे कमिशन आकारतो. विक्रेत्याच्या दृष्टीने एकदा पैसे

फॅक्टरकडून मिळाले की, हा व्यवहार संपतो आणि ताळेबंदात ही रक्कम 'येणे' (receivables) या स्वरूपात सुद्धा मालमत्ता म्हणून तो दाखवत नाही.

५ ब. फॅक्टरिंग विथ रिकोर्स

फॅक्टरिंग विथ रिकोर्स (Factoring with Recourse) या कर्जसुविधेत मात्र खरेदीदाराने देय असणारी रक्कम फॅक्टरला देय तारखेला दिली नाही, तर त्याची जबाबदारी विक्रेत्यावर असते आणि फॅक्टर ती रक्कम विक्रेत्याकडून वसूल करतो. या प्रकारात फॅक्टर फक्त उधारीच्या काळापुरते पैसे विक्रेत्याला देऊन त्याची खेळत्या भांडवलाची गरज भागवतो. ही येणे असणारी रक्कम विक्रेत्याला आपल्या ताळेबंदात दाखवावी लागते. या प्रकारात जोखीम कमी असल्याने फॅक्टरला मिळणारी कमिशनची रक्कमही कमी असते.

६. चॅनेल वित्तपुरवठा

खेळत्या भांडवलाची गरज भागवण्याचे 'चॅनेल वित्तपुरवठा' (Channel Financing) हे आजच्या जमान्याचे मुख्य साधन झाले आहे. चॅनेल वित्तपुरवठा ही संकल्पना आपण प्रथम समजावून घेऊ. पारंपरिक पद्धतीने कर्जपुरवठा करताना बँक फक्त 'आपला कर्जदार' यालाच समोर ठेवून वित्तपुरवठा करते. पण या कर्जदाराला त्याचा व्यवसाय नीट चालण्यासाठी कच्चा मालपुरवठादारांची आणि तयार माल खरेदी करणाऱ्या ग्राहकांचीही गरज असते. कोणताही व्यवसाय एक साखळी असते आणि त्या साखळीत अनेक व्यवसाय गुंतलेले किंवा एकमेकांना जोडलेले असतात. हे अधिक समजण्यासाठी आपण वाहन उद्योगाचेच उदाहरण घेऊ.

> आपल्या देशात टाटा मोटर्स, बजाज, मारुती सुझुकी, होंडा मोटर्स, महिंद्रा आणि महिंद्रा असे अनेक मोठे स्वयंचलित दुचाकी आणि चारचाकी वाहने तयार करणारे उद्योग आहेत. हा भारतातील एक महत्त्वाचा उद्योग असून, भारतीय अर्थव्यवस्थेत या उद्योगाला फार महत्त्वाचे स्थान आहे. आता कोणत्याही वाहनांचे उत्पादन करायचे, तर त्यासाठी अनेक सुटे पार्ट्स लागतात. उदाहरणार्थ, वाहनांचे दिवे, इलेक्ट्रिक संरचना, पिस्टन, बेअरिंग्ज, टायर्स, गिअर्स इत्यादी. आता हे सुटे भाग वाहन कंपनी स्वतः न बनवता असे सुटे भाग तयार करून वाहने तयार करणाऱ्या छोट्या किंवा मध्यम आकाराच्या उत्पादकांकडून विकत घेत असते. हे उत्पादक या कंपन्यांसाठी खूप महत्त्वाचे असतात. कारण त्यांच्याकडून जर सुट्या भागांचा सुरळीत पुरवठा झाला, तरच त्यांचे उत्पादन व्यवस्थित चालू राहते.
>
> आता वाहन तयार झाल्यावर त्याची विक्री होणेही महत्त्वाचे आहे. त्या दृष्टीने कंपनीचे वितरक (डीलर) हा अतिशय महत्त्वाचा दुवा असतो. कारण ग्राहक वाहनांची खरेदी वितरकाकडूनच करतो. कंपनी ग्राहकांपर्यंत या वितरकांमार्फतच पोहोचते. म्हणजे सुटे पार्ट्स तयार करणारे उत्पादक, वाहने तयार करणारी कंपनी, वाहनांची विक्री करणारे डीलर हे एका साखळीचा भाग आहेत. आता विचार केला, तर ही साखळी आणखी थोडी मोठी होते. यात अजून मागे गेले, तर सुटे भाग तयार करण्यासाठी लागणारा कच्चा माल पुरवणारे व्यापारी, वाहनखरेदीसाठी कर्ज देणाऱ्या वित्तसंस्था याच साखळीत येतात.

चॅनेल वित्तपुरवठा किंवा पुरवठा साखळी (Supply Chain) वित्तपुरवठा ही सुविधा या संपूर्ण साखळीचा विचार करून त्याप्रमाणे वित्तपुरवठा करते. त्यासाठी ज्या वित्तपुरवठ्याच्या सुविधा वापरल्या जातात, त्यात अनेक प्रकार असले, तरी त्याचे दोन प्रकारांत वर्गीकरण केले जाते.

अ. विक्रेत्यास कर्जपुरवठा (Vendor Finance)

ब. वितरकास कर्जपुरवठा (Dealer Finance)

६ अ. विक्रेत्यास कर्जपुरवठा

विक्रेत्यास कर्जपुरवठा (Vendor Finance) या प्रकारात मोठ्या कारखानदारांना जेव्हा छोटे उत्पादक काही कच्चा माल, सुटे भाग यांचा पुरवठा करतात, त्या वेळी बहुतेक कारखानदार या उत्पादकांना मालाचे पैसे लगेच न देता काही काळाने देतात. अशा वेळी कारखानदाराची बँक विक्रेत्याने कारखानदारावर जी बिले, इनव्हॉइसेस काढलेली असतात आणि कारखानदाराने ती मान्य केलेली असतात, त्यांच्या आधारे 'बिल डिसकाउन्टिंग' योजनेअंतर्गत लगेच पैसे देते. देय तारखेला कारखानदार या बिलाचे पैसे बँकेस देऊन व्यवहार पूर्ण करतात. यामुळे उत्पादकांचे जे पुरवठादार असतात, त्यांची खेळत्या भांडवलाची गरज पूर्ण होते. शिवाय या व्यवहारात परतफेडीची जोखीम कमी असल्याने नेहमीच्या कर्जसुविधेच्या तुलनेत पुरवठादारास ही रक्कम थोड्या कमी व्याजदराने बँकांकडून उपलब्ध होते.

६ ब. वितरकास कर्जपुरवठा

वितरकास कर्जपुरवठा (Dealer Finance) या प्रकारात उत्पादक आपले उत्पादन वितरकास विकतो. हे समजण्यासाठी कार उत्पादक कंपनी आणि त्यांचे वितरक यांचे उदाहरण पुन्हा एकदा घेऊ.

चारचाकी वाहनांचे उत्पादन झाल्यावर उत्पादक कंपनी विक्रीसाठी ही वाहने वितरक (डीलर किंवा शोरूमचे मालक) यांना देते. ग्राहक अशा वितरकाच्या शोरूममध्ये जाऊन वाहनखरेदी करतो. साहजिकच, उत्पादकाने वितरकाला सोपवलेली वाहने प्रत्यक्ष विक्री होऊन त्यांचे पैसे मिळण्यात काही काळ जातो. त्यामुळे डीलर वाहने वितरित झाल्यावर उत्पादकाला लगेच पैसे देऊ शकत नाही. अशा वेळी बँक डीलरच्या वतीने पैसे उत्पादकाला देते आणि वाहनाची विक्री होताच किंवा काही मुदतीत देय तारखेला वितरक बँकेचे पैसे परत करतो. यामुळे उत्पादक आणि वितरक या दोघांचीही खेळत्या भांडवलाची गरज भागते व ते आपला व्यवसाय सुरळीत पद्धतीने चालवू शकतात.

चॅनेल वित्तपुरवठा आणि पारंपरिक कॅश क्रेडिट सुविधा यांतील एक महत्त्वाचा फरक म्हणजे, चॅनेल वित्तपुरवठा पद्धतीत प्रत्यक्ष व्यवहाराच्या आधारे वित्तपुरवठा होतो. त्यात उत्पादन साखळीचा विचार होतो. पारंपरिक कॅश क्रेडिट या प्रकारात मात्र बँकांचे प्रत्यक्ष व्यवहारावर काहीच नियंत्रण नसते. कर्जदाराची वार्षिक गरज काय असेल, याचा अंदाज घेऊन कॅश क्रेडिट सुविधा ठरवली जाते.

व्यवहाराच्या नेमकेपणामुळे, तसेच तो व्यवहार पूर्ण झाल्यावर काही मुदतीत त्याचे पैसे परत येत असल्याने चॅनेल वित्तपुरवठा या प्रकारात बँकेची कर्ज जोखीम कमी असते. त्यामुळे बँकांना थोडा कमी व्याजदर आकारणे परवडते. याचा कर्जदारांनाही फायदा होतो. या सकारात्मक बाबींमुळे आज भारताच्या अर्थव्यवस्थेत चॅनेल वित्तपुरवठा हा अतिशय महत्त्वाचा घटक ठरला आहे. यात बँका तंत्रज्ञानाचा वापर करून ही पद्धत अतिशय परिणामकारक पद्धतीने वापरत आहेत. छोट्या आणि मध्यम आकाराच्या बँका, नागरी सहकारी बँका यांनी या सुविधेचा अभ्यास

करून आपला वित्तपुरवठा गुणात्मकरीत्या वाढवण्यास खूपच वाव आहे. यासाठी आपल्या परिसरातील औद्योगिक क्षेत्राचा अभ्यास करून, संबंधितांना भेटून त्यांच्या गरजेप्रमाणे सुविधा देणे या बँकांसाठी आवश्यक गोष्ट आहे.

७. लीजिंग (भाडेपट्टी)

लीजिंग (Leasing) हा एक भाडेपट्टी करार असून, मालमत्तेचा मालक आपली मालमत्ता ज्याला गरज आहे, अशा व्यक्तीला किंवा संस्थेला भाडेकराराने देतो. यासंबंधीच्या अटी भाडेकरारपत्रानुसार (Lease Agreement) ठरतात. यामध्ये लेसर व लेसी असे दोन पक्षकार असतात.

लेसर : जी व्यक्ती मालमत्ता किंवा उत्पादनाची साधने (equipments) यांची मालक असते - (मालक)

लेसी : जी व्यक्ती अथवा संस्था मालमत्ता वा उत्पादनाची साधने भाड्याने घेते - (भाडेकरू)

आपण सोयीसाठी स्पष्टीकरणात 'मालक' आणि 'भाडेकरू' हेच शब्द वापरू.

बँक मालमत्तेच्या मालकाला मालमत्ता किंवा उत्पादनासाठी आवश्यक मशिनरी अथवा साधने खरेदी करण्यासाठी कर्ज देते.

खरेदी केलेली मालमत्ता व साधने मालक ज्यांना गरज आहे, त्यांना भाडेकराराने देतो.

लीजिंगचे अनेक प्रकार आहेत. काही भाडेकरार दीर्घ मुदतीचे असतात, तर काही अल्प अथवा मध्यम मुदतीचे असतात. काही भाडेकरारांत भाडेकरूला मालमत्ता विकत घेण्याचा अधिकार असतो, तर काही भाडेकरारांनुसार तसा अधिकार नसतो. काही भाडेकरारांत काही वर्षांनंतर भाडेकरू कराराचे नूतनीकरण मागू शकतो. असे विविध प्रकार लीजिंगमध्ये असले, तरी प्रामुख्याने त्याचे दोन प्रकार असतात.

अ. वित्तभाडेपट्टी (Finance Lease)

ब. परिचालन भाडेपट्टी (Operating Lease)

७ अ. वित्तभाडेपट्टी

वित्तभाडेपट्टी (Finance Lease) या प्रकारात मालक मालमत्ता अथवा उत्पादनाची साधने भाडेकरूला वापरण्यासाठी देतो. मालमत्तेची मालकी मालकाकडेच राहते. हा भाडेकरार जास्त काळासाठी असतो. भाडेकरू मालकाला ठरलेल्या पद्धतीने आणि ठरावीक काळानंतर ठरावीक रक्कम भाडे म्हणून देतो, त्याला 'लीज रेंटल' असे म्हणतात. साधारणतः या प्रकारात मालक दीर्घ मुदतीत आपले मुद्दल आणि त्यावरील व्याज भाडेकरूकडून वसूल करतो. भाडेकरारपत्रानुसार हे व्यवहार होतात तरी साधारणतः पुढील काही पद्धती वापरल्या जातात.

१. भाडेकरू त्याला आवश्यक असणारी मशिनरी अथवा साधने यांची उत्पादक अथवा त्याच्या वितरकाकडे जाऊन निवड करतो. त्याच्या गरजेनुसार ही निवड भाडेकरू करतो, त्याची किंमत ठरवतो. तसेच ती साधने कशा प्रकारे वापरात आणायची, त्यांची देखभाल दुरुस्ती या सर्व बाबी वितरकांबरोबर ठरवतो.
२. मालक मशिनरीचे पैसे वितरकाला देऊन त्यावर आपला मालकी हक्क नोंदवून मशिनरी भाडेकरूला वापरासाठी देतो.
३. मालक भाडेकरूबरोबर ठरावीक काळासाठी रद्द होऊ न शकणारे भाडेकरारपत्र तयार करून दरमहा अथवा ठरावीक काळाने भाड्याची रक्कम भाडेकरूने देण्याची तजवीज करतो. याद्वारे तो आपली गुंतवणूक व त्यावरील परतावा परत मिळेल, हे पाहतो. बहुतेक भाडेकरारपत्रांमध्ये 'प्राथमिक कालावधी' आणि 'दुय्यम कालावधी'

असे दोन कालावधी असतात. प्राथमिक कालावधीत मालक आपली गुंतवणूक वसूल करून घेतो आणि दुय्यम कालावधीत नाममात्र भाड्याने सदर मालमत्ता भाडेकरूला वापरून देतो किंवा करारात ठरले असेल तर ती भाडेकरूच्या नावे करून देतो.

४. या सर्व काळात विमा, देखभाल-दुरुस्ती या साऱ्यांची जबाबदारी भाडेकरूवर असते.

७ ब. परिचालन भाडेपट्टी

परिचालन भाडेपट्टी (Operating Lease) या प्रकारच्या लीजची सोपी व्याख्या म्हणजे, जी वित्तभाडेपट्टी नाही पण भाडेपट्टी आहे, ती परिचालन भाडेपट्टी होय. या प्रकारच्या लीजची वैशिष्ट्ये याप्रमाणे आहेत.

१. यातील भाडेकरार तुलनेने कमी काळासाठी, अंदाजे सहा ते अठरा महिने, असतो. मालक ही साधने निरनिराळ्या भाडेकरूंना ठरावीक काळासाठी देऊन परत दुसऱ्या भाडेकरूला भाड्याने देतो.

२. मशिनरीच्या गुणवत्तेची जोखीम मालकाकडे असते. तसेच तिचा विमा, देखभाल-दुरुस्ती यांची जबाबदारी मालकाकडेच असते. अर्थात, मशिनरी वापरताना हलगर्जीपणा झाल्यास मात्र ही जबाबदारी भाडेकरूची असते.

३. हा भाडेकरार मालक अथवा भाडेकरू करारपत्रातील तरतुदींप्रमाणे मध्येच रद्द करू शकतात.

४. थोड्या काळासाठी ज्यांना मशिनरी अथवा तत्सम साधनांची जरुरी असते, त्यांच्यासाठी परिचालन भाडेपट्टी सोयीची ठरते.

आयकर आणि लीज

भाडेपट्टी पद्धतीचे स्वरूप जर आपण पाहिले, तर त्यात मालमत्तेचा मालकी हक्क हा मालकांकडे असतो. त्यामुळे ही मालमत्ता मालकाच्या ताळेबंदात दाखवली जाते. नियमाप्रमाणे 'वार्षिक घसारा' या माध्यमातून ही रक्कम नफ्यातून कमी होते. तर भाडेकरू या भाड्याची रक्कम वार्षिक खर्च म्हणून नफ्यातून कमी करतो. अशा प्रकारे मालक आणि भाडेकरू या दोघांनाही आयकर कायद्यातून काही सूट मिळते. पण हा विषय निरनिराळ्या कोर्ट केसेसमध्ये चर्चिला असून, त्यात वेगवेगळे मतप्रवाह आहेत. शिवाय आयकर कायद्यात बदल हे वेळोवेळी होत असतात. त्याचीही नोंद घेणे आवश्यक आहे.

बँकांकडे या सुविधेअंतर्गत जी कर्जप्रकरणे येतात, त्यांतील प्रमुख म्हणजे भाडेकराराने दीर्घकाळासाठी दिलेल्या स्थावर मालमत्तेवरील कर्जे. आपण पाहतोच की, बहुतेक बँका, वाहनांचे वितरक, कंपन्या आपला व्यवसाय चालवण्यासाठी लागणारी इमारत किंवा त्यातील काही भाग लीज तत्त्वावर घेतात. अशा इमारतींच्या मालकांना मासिक तत्त्वावर अशा संस्थांकडून नियमित भाडे मिळत असते. असे हे मालक बँकेकडून भाडेकरूंकडून मिळणाऱ्या भाड्याच्या उत्पन्नावर कर्ज घेऊन ती रक्कम अजून दुसरीकडे गुंतवतात. या प्रकरणांमध्ये बँकेला ही मालमत्ता मॉर्गेज तारण म्हणून मिळते. भाडेकरूकडून मालकाला देय असणारे भाडे बँकेत जमा होऊन त्यातून कर्जफेडही होते. तसेच अनेक बांधकाम व्यावसायिक त्यांना लागणारी साधने, जसे की क्रेन्स, बांधकाम सामानाच्या वाहतुकीसाठी लागणारे ट्रक्स आणि इतर साधने खरेदी करण्यापेक्षा भाड्याने घेणे पसंत करतात. त्यामुळे त्यांची भांडवली गुंतवणूक कमी होते. अशी साधने पुरवणारे व्यावसायिकही बँकेत कर्जासाठी येतात. या सुविधेची व्याप्ती अगदी विमाने, जहाजे लीज तत्त्वावर घेणे इथपर्यंत पोहोचली आहे. त्या दृष्टीने या सुविधेची माहिती बँक कर्मचाऱ्यांना असणे आवश्यक आहे.

सारांश

जे मालमत्ता आणि उत्पादनासाठीची साधने खरेदी करून ती भाड्याने देऊन उत्पन्न मिळवू इच्छितात आणि जे भांडवली खर्च न करता अशी साधने भाडेतत्त्वावर घेऊन आपला व्यवसाय चालवून नफा मिळवू इच्छितात, अशा दोघांसाठी लीजिंग हा प्रकार अतिशय सोयीचा आहे. त्यामुळे अशा व्यवहारांत दिवसेंदिवस चांगलीच वाढ होत आहे. या प्रकाराचा आणखी एक फायदा म्हणजे, सुविधेची लवचिकता. मालक आणि भाडेकरू यांच्या गरजांनुसार ते संमतीने भाडेकरारपत्र करून हा व्यवहार दोघांनाही सोयीचा आणि फायदेशीर होईल, या पद्धतीने करू शकतात.

८. हायर पर्चेस सुविधा

हायर पर्चेस सुविधा या प्रकारात एखादी वस्तू अथवा वाहन हे हप्त्याने पैसे परत करणे या तत्त्वावर घेतले जाते. वस्तू घेणारा प्रथम भाडेकरू (Hirer) असतो. त्या वस्तूचे हप्त्यांमध्ये पूर्ण पैसे दिले की, हाच भाडेकरू त्या वस्तूचा मालक होतो. हप्त्याची रक्कम आणि हप्ते भरण्याचा काळ, तसेच किती हप्त्यांत परतफेड करायची, हे भाडे खरेदी कराराप्रमाणे (Hire purchase agreement) ठरते. यात हप्त्याने भरण्याची जी रक्कम असते, त्यात त्या वस्तूची किंमत आणि पैसे परतफेड होईपर्यंतचे रकमेवरील व्याज यांचा समावेश होतो. हे करारपत्र होताच भाडेकरू त्या वस्तूचा वापर करू शकतो. ही वस्तू भाडेकरूच्या ताब्यात येते आणि शेवटचा हप्ता करारपत्राप्रमाणे भरला की, भाडेखरेदी करणारा त्या वस्तूचा मालक होतो. जर भाडेखरेदी करणाऱ्याने सगळे हप्ते करारपत्राप्रमाणे भरले नाहीत, तर विक्रेत्याला ती वस्तू परत घेण्याचा अधिकार असतो.

लीजिंग आणि हायर पर्चेस या प्रकारांत भाडेकरू (Leasee) आणि भाडेखरेदी करणारा (Hirer) या दोघांचा एकच हेतू असतो, तो म्हणजे भांडवली खर्च टाळून वस्तू अथवा उत्पादनाचे साधन भाड्याने वा भाडेखरेदी तत्त्वाने घेऊन आपले कामकाज चालवणे. दोन्ही प्रकारांतील फरक आपण आता पाहू. परिणामी, लीजिंग व भाडेखरेदी या संकल्पना आपल्याला अधिक स्पष्ट होतील.

लीजिंग आणि हायर पर्चेस यांतील फरक

१. 'लीजिंग' या प्रकारात भाडेकरू हा भाडेकरूच राहतो. कधी कधी लीजिंग करारपत्राप्रमाणे त्याला मालमत्ता खरेदी करता येते; पण 'हायर पर्चेस' या प्रकारात मात्र शेवटचा हप्ता भरला की, भाडेकरू त्या वस्तूचा मालक होतो.

२. साधारणतः लीजिंग या प्रकारात मालमत्ता ही व्यवसायासाठी मोठ्या काळासाठी घेतली जाते. मालमत्ता ही खूप किमतीही असू शकते. हायर पर्चेस तत्त्वावर वस्तू वैयक्तिक किंवा कौटुंबिक वापरासाठी घेतल्या जातात. त्यांची किंमत तुलनेने कमी असते. आणि परतफेडीचा काळही तुलनेने कमी असतो.

३. लीजच्या प्रकारानुसार मालमत्तेच्या देखभाल आणि दुरुस्तीची जबाबदारी मालक अथवा भाडेकरूवर असते. पण हायर पर्चेस प्रकारात मात्र ही जबाबदारी वस्तू भाडेखरेदीने घेणाऱ्यावरच असते.

सारांश

वरील फरकावरून आपल्याला लीजिंग आणि भाडेखरेदी या संकल्पना अधिक स्पष्ट होतील. बँकांकडून होणारा ग्राहकोपयोगी वस्तूंसाठीचे कर्ज (Consumer finance) हा प्रकार साधारणतः हायर पर्चेस या प्रकारात येतो.

९. लेटर ऑफ क्रेडिट (LC) – पतपत्र

कोणत्याही व्यापारात असणारे दोन पक्ष म्हणजे एक विक्रेता आणि दुसरा खरेदीदार. व्यापाराचे व्यवहार हे रोखीने किंवा उधारीवर पार पडत असतात. व्यवहार उधारीवर होत असतो, त्या वेळी विक्रेत्याला खरेदीदाराबद्दल माहिती असते. तसेच त्याची विश्वासार्हता, पैसे परत मिळण्याची हमी या सर्व गोष्टींचा विचार करूनच विक्रेता आपला माल उधारीवर पाठवतो. अगदी माल पोहोचताच खरेदीदार पैसे देणार असला तरी परगावी असणाऱ्या विक्रेत्याला तशी खात्री वाटत नाही. जेव्हा हे व्यवहार आंतरराष्ट्रीय पातळीवर होतात, त्या वेळी विक्रेता आणि खरेदीदार एकमेकांना माहीत नसल्याने व्यवहाराच्या विश्वासार्हतेचा मोठाच प्रश्न उभा राहतो.

आता नाशिकच्या द्राक्ष बागायतदारांचे उदाहरण घेऊ. त्यांना तुर्कस्तान या देशातून द्राक्षांचा पुरवठा करण्याची ऑर्डर मिळाली आहे. आणि द्राक्ष उत्पादक शेतकरी बंधू या ऑर्डरप्रमाणे निर्यात करू इच्छितात; पण तुर्कस्तानातील खरेदीदाराला ते कधी भेटलेले नाहीत. खरेदीदार व्यवहाराप्रमाणे निर्यातीचे पैसे देतील की नाही, हे माहीत नाही. तोच प्रश्न तुर्कस्तानातील द्राक्षे आयात करणाऱ्या व्यक्तीचा. आधी पैसे पाठवले तर द्राक्षे मिळतीलच असा विश्वास त्यांना वाटत नाही. कारण भारतातील निर्यातदाराविषयी त्यांना काहीच माहीत नाही. अशा परिस्थितीमध्ये व्यवहार कसा करायचा? हा व्यापारातील दोन्ही देशांतर्गत, तसेच आंतरराष्ट्रीय व्यापारात असणारा अतिशय महत्त्वाचा प्रश्न असतो.

'लेटर ऑफ क्रेडिट' (एल.सी.) या बँकांनी दिलेल्या सुविधेमुळे हा प्रश्न सुटतो. बँक निर्यातदार आणि आयातदार या निरनिराळ्या ठिकाणी असणाऱ्या पक्षांमध्ये मध्यस्थ म्हणून काम करते.

विक्रेता आणि खरेदीदार प्रथम एकमेकांशी संपर्क करून व्यवहाराचा तपशील ठरवतात. जसे की, ज्या वस्तूंचा व्यापार करायचा त्यांचा विक्रीचा दर, विक्री करायच्या मालाचे वजन किंवा संख्या, मालाची प्रत, माल पाठवण्याची तारीख, वाहतूक व्यवस्था इत्यादी. अशा व्यवहारासंबंधी विक्रेता आणि खरेदीदार यांच्यात एकमत होऊन व्यवहार पूर्ण करायचा, असे ठरल्यावर खरेदीदार आपल्या बँकेशी संपर्क करून या व्यवहारासाठी एक हमीपत्र तयार करून ते निर्यातदाराला त्याच्या बँकेच्या मार्फत पाठवण्याची विनंती करतो. या हमीपत्राला 'एल.सी.' असे म्हणतात. या पत्रात व्यवहाराचा पूर्ण तपशील असतो आणि खरेदीदाराची बँक या पत्राद्वारे अशी हमी देते की, हमीपत्रात नमूद केलेल्या अटींप्रमाणे विक्रेत्याने जर खरेदीदाराला मालाचा पुरवठा केला, तर खरेदीदाराची बँक विक्रेत्याला कराराप्रमाणे विक्रीची रक्कम देण्याची हमी घेते.

विक्रेता आणि खरेदीदार यांच्यातील करारात व्यवहाराचे जे तपशील ठरले आहेत, त्याप्रमाणे खरेदीदाराची बँक एल.सी. तयार करून विक्रेत्याच्या बँकेला पाठवते. विक्रेत्याची बँक आपल्या खातेदाराला म्हणजे विक्रेत्याला आलेल्या एल.सी.ची स्वत:तर्फे लेखी प्रत देते. त्याप्रमाणे विक्रेता खरेदीदाराला माल योग्य पद्धतीने पॅकिंग करून पाठवतो. यासाठी मालाच्या प्रकाराप्रमाणे माल जहाज, विमान किंवा व्यवहार देशांतर्गत असेल, तर रस्ते अथवा रेल्वे वाहतुकीद्वारे खरेदीदाराकडे पाठवतो. जेव्हा असा माल जहाजाने पाठवला जातो, तेव्हा जहाज वाहतूक कंपनी माल वाहतुकीसाठी मिळाल्याची पोहोचपावती देते, तिला 'बिल ऑफ लॅडिंग' असे म्हणतात. माल जर विमानाने पाठवला, तर विमान कंपनी त्यासाठी 'एअरवे बिल' या स्वरूपात पोहोचपावती देते आणि माल रस्ते वाहतूक वा रेल्वेद्वारे पाठविल्यास मिळालेल्या पावतीला अनुक्रमे 'ट्रान्स्पोर्ट रिसीट' व 'रेल्वे रिसीट' म्हणतात. अशा प्रकारे मिळालेली मालाची पोहोचपावती, मालाचा तपशील देणारा इनव्हॉइस, मालाचा काढलेला वाहतूक विमा, बिल ऑफ एक्स्चेंज, मालाचे योग्य एजन्सीने दिलेले वजन व गुणवत्ता प्रमाणपत्रे कागदपत्रे जी एल.सी.तील अटींमध्ये नमूद केलेली असतात, ती सर्व विक्रेता त्याच्या बँकेमार्फत खरेदीदाराच्या बँकेला पाठवतो. खरेदीदाराची बँक ती कागदपत्रे त्यांच्याकडे आल्यावर खरेदीदाराला त्याची माहिती पाठवून ती बँकेकडून घेऊन जाण्यास सांगते. ती कागदपत्रे खरेदीदार वाहतूक कंपनीला देऊन आपला माल ताब्यात घेऊ शकतो. या टप्प्यावर आपण एल.सी.चे मुख्य दोन प्रकार असतात.

१. एल.सी. : पैसे मिळाल्यावर बँकेने कागदपत्रे खरेदीदारास देणे. (Documents against payment)

२. एल.सी. : खरेदीदाराने फक्त कागदपत्रे मिळाल्याची व ती मान्य असल्याची पावती देऊन पैसे मागाहून देणे. (Documents against acceptance)

१. डी.पी.एल.सी : खरेदीदाराकडून पैसे मिळाल्यानंतर

एल.सी. (खरेदीदाराकडून पैसे मिळाल्यावर बँकेने कागदपत्रे खरेदीदारास देणे - Document against Payment LC - DPLC) या प्रकारात विक्रेता एल.सी.च्या अटींची पूर्तता करून कागदपत्रे खरेदीदाराच्या बँकेला पाठवतो. बँक ती कागदपत्रे एल.सी.मध्ये लिहिलेली व्यवहाराची रक्कम घेऊनच खरेदीदाराला देते. अशा प्रकारे कागदपत्रे खरेदीदाराला (जो त्या बँकेचा खातेदार आणि बहुतेक वेळा कर्जदार असतो.) मिळतात. ती देऊन तो खरेदीचा माल वाहतूक कंपनीकडून ताब्यात घेतो. इकडे बँक खरेदीदाराकडून घेतलेले पैसे विक्रेत्याच्या बँकेला पाठवते. विक्रेत्याची बँक आलेली रक्कम विक्रेत्याच्या खात्यात जमा करते आणि अशा प्रकारे हा व्यवहार पूर्ण होतो. दोन्ही बँका दिलेल्या सेवेसाठी त्यांच्या संबंधित खातेदारांकडून आपले कमिशन वसूल करतात.

२. डी.ए.एल.सी. : कागदपत्रांच्या पूर्ततेनंतर

एल.सी. (कागदपत्रांची मान्यता घेऊन कागदपत्रे खरेदीदारास देणे - Documents against Acceptance LC - DALC) या प्रकारात विक्रेत्याने खरेदीदाराला पैसे देण्यासाठी काही अवधी दिलेला असतो. म्हणजे माल उधारीवर विकलेला असतो. यासंबंधीच्या सर्व अटी एल.सी.मध्ये नमूद केलेल्या असतात. त्याप्रमाणे बँक कागदपत्रे देताना खरेदीदाराची 'कागदपत्रे मान्य असून, देय तारखेला पैसे देईन' अशी मान्यता घेऊन कागदपत्रे खरेदीदाराच्या स्वाधीन करते. खरेदीदार त्या कागदपत्रांच्या आधारावर माल सोडवून घेतो. देय तारखेला पैसे बँकेत भरतो. ती रक्कम बँक विक्रेत्याला त्याच्या बँकेमार्फत पाठवते आणि व्यवहार पूर्ण होतो.

पण इथे खरेदीदाराच्या बँकेची जोखीम कागदपत्रे खरेदीदाराला दिल्यापासून सुरू होते. कारण विक्रेत्याला पैसे देण्याची हमी ही एल.सी. खातेदाराच्या बँकेने खरेदीदाराच्या वतीने दिलेली असते आणि तिने विक्रेत्याला खरेदीदाराने जर एल.सी.च्या अटींची पूर्तता केली नाही तर खरेदीदाराने जरी 'डिफॉल्ट' केला, म्हणजे देय तारखेला पैसे चुकते केले नाहीत, तरी विक्रेत्याला खरेदीदाराची बँक पैसे देईल, ही हमी दिलेली असते. वरील सर्व बाबींमुळे एल.सी. उघडणारी बँक अशी एल.सी. आपल्या कर्जदारासाठीच देते. त्यासाठी कर्ज देताना घेण्याची सर्व खबरदारी (यात दस्तऐवज आणि तारणाचाही समावेश असतो) ही बँक घेत असते. त्यामुळे खरेदीदार कर्जदाराने जर देय तारखेला पैशांचा भरणा केला नाही, म्हणजे 'डिफॉल्ट' केला, तर ही बँक विक्रेत्याला एल.सी. च्या अटींप्रमाणे पैसे पाठवते आणि हे पैसे खरेदीदार कर्जदाराकडून वसूल करण्याचा पूर्ण अधिकार एल.सी. उघडणाऱ्या बँकेला असतो.

या व्यवहारात मुख्य चार पक्षकार असतात.

१. खरेदीदार : ज्याच्यासाठी एल.सी. दिली जाते.
२. खरेदीदाराची बँक : याला 'एल.सी. उघडणारी बँक' (LC opening Bank) असे म्हणतात.
३. विक्रेता : एल.सी.चा लाभार्थी
४. विक्रेत्याची बँक : एल.सी. लाभार्थीची (LC Beneficiary) बँक.

या व्यवहारात अजून काही पक्षकार असू शकतात.

५. एल.सी. कन्फर्मिंग बँक : बऱ्याच खात्यात असे होते की, एल.सी. उघडणारी बँक ही छोट्या अथवा मध्यम आकाराची असते. तिचा कर्जदार ज्या वेळी परदेशातून काही साधने आयात करणार असतो, त्या वेळी प्रश्न असा असतो की, या छोट्या/मध्यम बँकेविषयी परदेशातील विक्रेत्याला व त्याच्या बँकेला काहीच माहिती नसते. अशा वेळी विक्रेता अशी अट घालतो की, छोट्या/मध्यम आकाराच्या बँकेने उघडलेल्या एल.सी.चे कोणी मोठ्या किंवा आंतरराष्ट्रीय बँकेने पुष्टीकरण (Confirmation) करावे, ज्यामुळे अशा एल.सी.ला पूर्ण विश्वासार्हता लाभेल. अशा वेळी एखादी मोठी बँक अथवा आंतरराष्ट्रीय पातळीवर व्यवहार करणारी बँक, जिला एल.सी. उघडणाऱ्या बँकेच्या विश्वासार्हतेची खात्री असते. ती बँक एल.सी.चे पुष्टीकरण करते आणि त्यासाठी काही कमिशनची आकारणी करते.
६. एल.सी. ॲडव्हायजिंग बँक : खरेदीदाराची बँक जेव्हा विक्रेत्याच्या नावे एल.सी. उघडते, त्यावेळी विक्रेत्याला एखाद्या बँकेतर्फे अशी एल.सी. उघडल्याची माहिती देते, त्या बँकेला 'एल.सी. ॲडव्हायजिंग बँक' असे म्हणतात. बहुतेक विक्रेत्याची बँकच हे काम करते. पण इतर बँकांच्या माध्यमातूनसुद्धा विक्रेत्याला एल.सी. उघडल्याची माहिती देता येते.

एल.सी. सुविधेचे स्वरूप

ही कर्जाचीच एक सुविधा आहे. फक्त यात बँकेचे पैसे कर्ज स्वरूपात दिले जात नाहीत. पण 'डी.ए. एल.सी.' या प्रकारात (जिथे खरेदी केलेल्या मालाची कागदपत्रे पैसे भरण्यापूर्वीच खरेदीदाराला मिळतात आणि खरेदीदार व्यवहाराची रक्कम पुढे देय तारखेला बँकेत जमा करतो) खरेदीदाराने देय तारखेला पैसे भरले नाहीत, तर एल.सी. उघडणाऱ्या बँकेला तिने विक्रेत्याला जी हमी दिलेली असते, त्यानुसार स्वतःचे पैसे देऊन ती रक्कम कर्जदाराकडून नंतर वसूल करावी लागते. हे ध्यानात घेता, अशी सुविधा खरेदीदाराला मंजूर करण्यापूर्वी इतर कर्जांप्रमाणेच योग्य प्रक्रियेद्वारे ही सुविधा मंजूर करावी लागते. तसेच त्यासाठी योग्य ते दस्त घेणे, सुविधेसाठी तारण घेणे या गोष्टी

करणे बंधनकारक आहेत. एल.सी. सुविधा देताना बँका बहुतेक खात्यांमध्ये काही टक्के रोख रक्कम मार्जिन म्हणून कर्जदाराकडून घेतात. हे मार्जिन किती असावे, हे बँक कर्जदाराच्या पतप्रमाणे ठरवते. ते साधारणत: ५ ते २५ टक्के या मर्यादेत असते. जर खरेदीदार बँकेचा कर्जदार नसेल, तर १०० टक्के रक्कम बँक आधी घेऊन मग या प्रकारची सुविधा खातेदाराला देऊ शकते.

लेटर ऑफ क्रेडिटचे निरनिराळे प्रकार आहेत. या प्रकारांसाठी प्रचलित असणारे इंग्रजी शब्दच इथे सोयीसाठी घेतले आहेत. कारण प्रत्यक्ष व्यवहारात तेच वापरले जातात.

१. रेव्होकेबल क्रेडिट

रेव्होकेबल क्रेडिट (Revocable Credit) या प्रकारात एल.सी. खरेदीदार अथवा खरेदीदाराची बँक कोणतीही पूर्वसूचना संबंधित पक्षकारांना न देता रद्द करू शकते वा तिच्या अटींमध्ये बदल करू शकते. हा प्रकार जवळजवळ बंद झाला असून, आंतरराष्ट्रीय नियमनात आता अशा प्रकारच्या एल.सीं.चा समावेश नाही.

२. इरिव्होकेबल क्रेडिट

इरिव्होकेबल क्रेडिट (Irrevocable Credit) या प्रकारात सर्व पक्षकारांच्या यात (खरेदीदार, खरेदीदाराची बँक, विक्रेता, विक्रेत्याची बँक, एल.सी. कन्फर्मिंग बँक यांचा मुख्यत्वे समावेश होतो.) पूर्वपरवानगीशिवाय एल.सी. रद्द करता येत नाही अथवा तिच्या अटींमध्ये सुधारणाही करता येत नाही. व्यवहारात अशीच एल.सी. वापरली जाते.

३. कन्फर्म्ड आणि अनकन्फर्म्ड क्रेडिट

'एल.सी. कन्फर्मेशन बँक' ही संकल्पना आपण याआधी समजून घेतली आहेच. एखादी छोटी अथवा मध्यम आकाराची बँक एल.सी. उघडते आणि विक्रेत्याला मान्य असणारी मोठी वा आंतरराष्ट्रीय बँक स्वत:चे पुष्टीकरण तिच्यात समाविष्ट करून ती एल.सी. अधिक विश्वासार्ह करते, तिला 'कन्फर्म्ड एल. सी.' (Confirmed LC) असे म्हणतात. जिथे असे एल.सी.ला दुसऱ्या बँकेचे पुष्टीकरण नसते, तिला 'अनकन्फर्म्ड एल.सी.' (Unconfirmed LC) असे म्हणतात.

४. ट्रान्स्फरेबल क्रेडिट

जेव्हा विक्रेता हा स्वत: मध्यस्थ असतो, त्या वेळी विकलेल्या मालाचे पैसे त्याला मालाच्या पुरवठादाराकडे वळते (Transferable Credit) करायचे असतात. अशा वेळी ती एल.सी. विक्रेता मूळ पुरवठादाराच्या नावे बदली (Transfer) करू शकतो. एल. सी.मध्ये मात्र तशी तरतूद असणे आवश्यक असते.

५. साइट एल.सी. आणि युजन्स एल.सी.

लेटर ऑफ क्रेडिट याआधी आपण 'डॉक्युमेंट्स अगेन्स्ट पेमेंट' (म्हणजे पैसे मिळाल्यावरच कागदपत्रे खरेदीदाराला देणे.) हा प्रकार समजून घेतला आहे त्यालाच 'साइट (Sight) एल.सी.' असे म्हणतात. तसेच दुसऱ्या प्रकारात खरेदीदाराला त्याने ती मान्य केल्यावर बँक कागदपत्रे देते आणि नंतर देय तारखेला खरेदीदार बँकेत पैसे भरतो, जे विक्रेत्याला पाठवले जातात. यालाच 'युजन्स (Usance) एल.सी.' असे म्हणतात.

९. बॅक टू बॅक लेटर ऑफ क्रेडिट

या प्रकारात विक्रेत्याला खरेदीदाराच्या बँकेकडून एल.सी. मिळते, ती एल.सी. विक्रेता त्याच्या पुरवठादाराच्या हस्तांतरित करून देऊ शकतो, ज्याला 'निगोशिएशन' असे म्हणतात. आणि पुरवठादार एल.सी. उघडणाऱ्या बँकेकडून देय तारखेला एल.सी.मध्ये नमूद केलेल्या अटींच्या अधीन राहून पैसे मागू शकतो.

सारांश

'लेटर ऑफ क्रेडिट' ही देशांतर्गत आणि आंतरराष्ट्रीय व्यापारात नेहमीच वापरली जाणारी सुविधा आहे. ही सुविधा मालाचा विक्रेता आणि खरेदीदार दोघांनाही अतिशय सोयीची आहे. खरेदीदार आणि विक्रेता यांच्यात असणारी एकमेकांबद्दलच्या विश्वासार्हतेची कमतरता ही उणीव या सुविधेद्वारे भरून काढली जाते. एल.सी.प्रमाणे विक्रेत्याने खरेदीदाराला मालाचा पैसा देण्यासाठी काही अवधी दिला असला, तरी एल.सी. अंतर्गत कागदपत्रांच्या आधारे विक्रेता बँकेकडून लगेच पैसे मिळवू शकतो त्याला 'एल.सी निगोशिएशन' असे म्हणतात.

बँकेच्या दृष्टीने या सुविधेत स्वतःचे पैसे गुंतवावे लागत नाहीत कारण हे पैसे खरेदीदाराला कर्ज स्वरूपात दिलेले असतात. पण भविष्यात खरेदीदाराने मालाचे पैसे भरण्यास नकार दिला, तर मात्र बँकेला दिलेल्या हमीप्रमाणे पैसे विक्रेत्याला द्यावे लागतात. बँक ही रक्कम खरेदीदाराकडून (जो आता कर्जदार बनतो.) कायदेशीररीत्या वसूल करू शकते, हे लक्षात घेता ही सुविधा देताना बँक इतर कर्जप्रकारांप्रमाणेच सर्व प्रक्रिया पार पाडते. त्यात दस्त आणि तारण यांचाही समावेश असतो.

बँकेच्या ताळेबंदाच्या दृष्टीने हा ताळेबंदाबाहेरील प्रकार असून, ताळेबंदाच्या खाली या सुविधेखालील रक्कम 'अकस्मात उत्तरदायित्व' (कॉन्टिंजेंट लायबिलिटी - Contingent Liability) म्हणून दाखवली जाते. या संकल्पनेचा अर्थ असा की, असे उत्तरदायित्व, ज्याची जबाबदारी घ्यावी लागेल की नाही, हे व्यवहार करताना माहीत नसते, कारण पुढे घडणाऱ्या काही घटनांवर ते अवलंबून असते.

१०. बँक गॅरंटी

बँक गॅरंटी (Bank Guarantee) हे एक हमीपत्र असून, ते बँक तिच्या खातेदार अथवा कर्जदारासाठी तिसऱ्या व्यक्तीस देत असते. त्या व्यक्तीला 'लाभधारक' (beneficiary) म्हणून संबोधले जाते. या हमीपत्राद्वारे (गॅरंटी) बँक अशी हमी लाभधारकाला देते की, ज्या व्यक्ती अथवा संस्थेसाठी हमीपत्र दिले आहे, त्या व्यक्ती अथवा संस्थेने करारात दिलेल्या अटींचे पालन केले नाही, तर बँक हमीपत्रात दिलेल्या अटींच्या अधीन राहून हमीपत्रात म्हणजे बँक गॅरंटीत लिहिलेली रक्कम लाभधारकाला देईल. बँक गॅरंटीची रक्कम, काळ, तसेच लाभधारक आणि खातेदार यांच्यातील कराराचे स्वरूप या साऱ्या गोष्टी लिखित स्वरूपात असतात. (इथून पुढे ज्याच्या वतीने बँक गॅरंटी देते, त्याचा उल्लेख 'खातेदार' असा केला आहे.)

साधारणतः लाभधारक बँक गॅरंटीचा नमुना देत असतो. बँक गॅरंटी सही करून देण्यापूर्वी बँकेने हा नमुना नीट तपासून बँकेला तो मान्य आहे का किंवा तिच्या धोरणाप्रमाणे तो आहे का, याची पूर्वतपासणी करणे आवश्यक आहे. तसेच बँक गॅरंटीची रक्कम आणि तिच्या वैधतेचा काळ निश्चित स्वरूपात नमूद असणे बंधनकारक आहे.

लेटर ऑफ क्रेडिटप्रमाणेच बँक गॅरंटीमध्ये बँकेचे उत्तरदायित्व 'कॉन्टिंजेंट लायबिलिटी' या स्वरूपाचे असते. म्हणजे खातेदाराने लाभधारकाला ज्या वचनपूर्ततेच्या हमीसाठी बँक गॅरंटी दिली आहे ते पाळले नाही, तरच या प्रकारात बँकेचे उत्तरदायित्व येते. पण जर असे उत्तरदायित्व बँकेवर आले आणि बँक गॅरंटीमध्ये लिहिलेली रक्कम लाभधारकाला द्यावी लागली, तर ती रक्कम खातेदाराला दिलेले कर्ज या स्वरूपात रूपांतरित होते आणि ही रक्कम बँक कर्जदाराकडून वसूल करू शकते. याआधी नमूद केल्याप्रमाणे या प्रकारात जोखीम असते. त्यामुळे बँक कर्ज देतानाची जी प्रक्रिया असते, तीच बँक गॅरंटी देताना पूर्ण करत असते.

यामध्ये योग्य ती हमीपत्रे, दस्त आणि तारण यांचाही समावेश असतो. या महत्त्वपूर्ण सेवेसाठी बँक खातेदाराकडून कमिशन घेते.

बँक गॅरंटीचे प्रामुख्याने दोन प्रकार असतात. फायनान्शियल (Financial) गॅरंटी आणि परफॉर्मन्स (Performance) गॅरंटी हे ते प्रकार आहेत.

१. फायनान्शियल गॅरंटी

खातेदाराला काही कंत्राट मिळते, त्या वेळी कंत्राट देणारी संस्था खातेदारास निरनिराळ्या कारणांसाठी काही रक्कम अनामत म्हणून ठेवण्यास सांगते. यात खातेदाराचे पैसे अडकून त्याला रोख तरलतेचा प्रश्न भेडसावतो. यावर उपाय म्हणून रोख अनामत रकमेऐवजी त्या रकमेची बँक गॅरंटी कंत्राट देणारी संस्था स्वीकृत करते. अशा प्रकारच्या बँक गॅरंटीज्ना आर्थिक बँक हमी (फायनान्शियल गॅरंटी) म्हणतात. यामध्ये काही उपप्रकार असतात.

१अ. बिड बाँड गॅरंटी

ज्या वेळी कोणताही प्रकल्प कंत्राटदारांकडून पूर्ण करून घ्यायचा असेल, त्या वेळी कोणतीही सरकारी, निमसरकारी अथवा खासगी संस्था टेंडर प्रक्रिया राबवते. अशा वेळी असे काम करणारे इच्छुक व्यावसायिक आणि कंत्राटदार आपले कामाचे टेंडर, म्हणजे किती रकमेत ते काम करणार, कामाचा तपशील वगैरे गोष्टी टेंडर काढणाऱ्या संस्थेला पाठवतात.

यांपैकी एका किंवा अनेक व्यक्तींचे टेंडर मंजूर करून ती संस्था कंत्राटदारास कामाची ऑर्डर देते. अशी ऑर्डर मिळाल्यावर कंत्राटदाराने काम घेण्याची आणि ते पूर्ण करण्याची असमर्थता दाखवली, तर टेंडर काढणाऱ्या संस्थेने केलेली पूर्ण प्रक्रिया वाया जाते. त्यांचा खर्च होतो आणि यात काळाचाही अपव्यय होतो. हे टाळण्यासाठी टेंडर भरतानाच ठरावीक रकमेची बँक गॅरंटी देण्याची अट टेंडर काढणारी संस्था घालते. जर कंत्राट मिळूनही कंत्राटदाराने काम करण्यास असमर्थता दाखवली, तर कंत्राट देणारी संस्था बँक गॅरंटीचे पैसे बँकेकडून वसूल करते. यालाच बँक गॅरंटीचे 'इनव्होकेशन' (Invocation) म्हणतात. अशा मार्गाने खरोखरच काम करू शकणारे लोक टेंडर भरतील, हे पाहिले जाते. यालाच 'बिड बाँड' अथवा 'अर्नेस्ट मनी गॅरंटी' (Earnest Money Guarantee) असे म्हणतात.

१ ब. ॲडव्हान्स पेमेंट गॅरंटी

व्यावसायिकाला एखाद्या कामाचे कंत्राट मिळाले, तर ते पूर्ण करण्यासाठी त्याला खेळत्या भांडवलाची गरज भासते. ही गरज लक्षात घेऊन कंत्राट देणारी संस्था कंत्राटदाराला त्याच्या गरजेप्रमाणे काही रक्कम उचल किंवा ॲडव्हान्स म्हणून देते. असा ॲडव्हान्स मिळण्यासाठी कंत्राटदाराला त्या रकमेची बँक गॅरंटी द्यावी लागते. ॲडव्हान्स घेऊन कंत्राटदार पळून गेला किंवा त्याने काम केले नाही, तर कंत्राट देणारी संस्था बँक गॅरंटीचे पैसे बँकेकडे मागते आणि स्वत:चे आर्थिक नुकसान टाळते.

१ क. शिपिंग गॅरंटी

कधी कधी असे घडते की, जहाजाने पाठवलेला माल खरेदीदाराच्या गावातील बंदरात पोहोचलेला असतो; पण माल सोडवून घेण्याची कागदपत्रे विक्रेत्याच्या बँकेकडून खरेदीदाराच्या बँकेकडे पोहोचलेली नसतात. अशा वेळी जहाज वाहतूक कंपनी खरेदीदाराच्या बँकेकडून 'शिपिंग बँक गॅरंटी' घेऊन मालाचा ताबा खरेदीदाराला देते.

१ ड. रिटेंन्शन मनी गॅरंटी

काम पूर्ण झाल्यावर काम देणारी संस्था काम करणाऱ्याला संपूर्ण रक्कम न देता काही पैसे 'रिटेंन्शन मनी' म्हणून ठेवते. याचे कारण म्हणजे काम पूर्ण झाल्यावर नंतर काही काळ ते काम कसे झाले आहे, हे समजण्यासाठी जातो. अशा वेळी खातेदारासाठी बँक काम देणाऱ्या संस्थेला रिटेन्शन मनी इतक्या रकमेची बँक गॅरंटी देऊन कंत्राटदाराची काम देणाऱ्याकडे अडकलेली रक्कम मोकळी करण्यास मदत करते. यामुळे व्यावसायिकाचे खेळते भांडवल अडकून न राहता, ती रक्कम त्याला नवीन कामासाठी वापरता येते.

२. परफॉर्मन्स गॅरंटी

कंत्राट देणारी संस्था जसजसे काम पूर्ण होईल, तसतसे कामाचे पैसे काम करणाऱ्याला देत जाते. पण हे काम योग्य दर्जाचे होणे अपेक्षित असते. कामाचा दर्जा योग्य राखला जावा, यासाठी काम देणारी संस्था काम करणाऱ्याकडून परफॉरमन्स गॅरंटी घेते. काम अपेक्षित दर्जाचे न झाल्यास काम देणारा अशा परफॉर्मन्स गॅरंटीचे पैसे बँकेकडे मागतो. रस्ते, इमारती अशा कामात परफॉर्मन्स गॅरंटी (performance guarantee) नक्की मागितली जाते. अशी गॅरंटी देताना खातेदाराचा अनुभव, त्याची कुवत हे सगळे लक्षात घेऊन, तसेच तारण घेऊन त्यानंतरच बँकेने अशी गॅरंटी देणे अपेक्षित असते.

३. डिफर्ड पेमेंट गॅरंटी

व्यावसायिकाला एखादी मोठी मशिनरी घ्यायची असते, त्या वेळी तो बँकेकडून मुदत कर्ज (टर्म लोन) घेऊन ते पैसे विक्रेत्याला देऊन मशिनरी खरेदी करतो. या सुविधेला दुसरा एक पर्याय म्हणजे, विक्रेता व्यावसायिकाला बँक गॅरंटीच्या हमीवर दीर्घकाळाच्या हप्त्याने मशिनरीचे पैसे देण्याची सुविधा खरेदीदाराला देतो. त्याप्रमाणे विक्रेता खरेदीदाराच्या नावे निरनिराळ्या तारखांना देय असणाऱ्या हुंड्या किंवा बिल ऑफ एक्स्चेंजेस काढतो. या हुंड्यांना खरेदीदार किंवा बँक अनुक्रमे मान्यता आणि सहमान्यता (Acceptance and co-acceptance) देतात. याद्वारे खरेदीदार व्यावसायिकाची बँक या बिलांचे पैसे देय तारखेला विक्रेत्याला मिळतील याची हमी (डिफर्ड पेमेंट गॅरंटी) देते. एकूण निरनिराळ्या तारखांना देय असणाऱ्या हुंड्यांमधून विक्रेता मशिनरीची किंमत, तसेच उधारीच्या काळाचे ठरलेल्या दराने व्याज वसूल करतो.

खरेदीदार आणि बँकेने अनुक्रमे अशी मान्यता आणि सहमान्यता दिलेल्या हुंड्या विक्रेता त्याच्या बँकेकडून डिस्काउंट सुविधेसाठी देऊन त्यावरील पैसे मिळवून आपली रोकड सुलभता साधू शकतो. या सुविधेसाठी बँक खरेदीदार कर्जदाराकडून कमिशन घेते. बँकेने दिलेल्या गॅरंटीमुळे हा व्यवहार सुरळीतपणे पार पडतो. देय तारखेला खरेदीदाराने हुंडीचे पैसे विक्रेत्याला दिले नाहीत, तर मात्र त्याचे उत्तरदायित्व बँकेवर येते आणि ते पैसे बँकेस भरावे लागतात. त्यामुळे ही सुविधा देताना बँक मुदत कर्ज देतेवेळी जी प्रक्रिया पार पाडते, तीच प्रक्रिया अशी बँक गॅरंटी देताना पार पाडते. तसेच योग्य कागदपत्रे, दस्त आणि तारण या गोष्टीही कर्जदाराकडून घेते.

सारांश

अशा प्रकारे 'बँक गॅरंटी' या सुविधेच्या विविध प्रकारांद्वारे बँक व्यावसायिकांच्या निरनिराळ्या प्रकारच्या गरजा भागवते. यात महत्त्वाचा भाग म्हणजे, जर खातेदाराने आपले उत्तरदायित्व पार पाडले नाही, तर त्याची जबाबदारी बँकेवर येते. त्यामुळे बँकेला ही सुविधा पुरवताना योग्य ती काळजी घ्यावी लागते. विशेषतः बँक गॅरंटी देताना त्यात रक्कम आणि मुदत यासंबंधी सुस्पष्ट सूचना देणे अत्यावश्यक असते.

११. निर्यात कर्ज

निर्यातदार हे भारतीय अर्थव्यवस्थेचे अतिशय महत्त्वाचे घटक असून, देशाला ते परकीय चलन उपलब्ध करून देतात. भारतात अनेक गोष्टींची आयात होते. विशेषतः आपली इंधनाची जवळजवळ ८० टक्के गरज ही परदेशातून इंधन आयात करून भागवली जाते. याशिवाय उच्च तंत्रज्ञान असणारी मशिनरी, संगणक, संरक्षण सामग्री यांचीही मोठ्या प्रमाणात आयात होते आणि त्यांतील बहुतेक गोष्टींच्या आयातीसाठी परकीय चलनात त्यांची किंमत द्यावी लागते. त्यामुळे सरकार आणि रिझर्व्ह बँक निर्यातप्रधान उद्योगांना अनेक सवलती देऊ करते. आपल्या निर्यातदारांसमोर जगभरातील अनेक देशातील उत्पादनांच्या विक्रीसाठी स्पर्धा असते. या स्पर्धेत आपले उद्योग टिकून राहतील याची खबरदारी सर्वच संबंधित संस्थांना घ्यावी लागते. अशा संस्थांमध्ये बँक हा निर्यातदारांना निरनिराळ्या सेवा देणारा एक मुख्य घटक आहे. पुढे वर्णन केलेल्या सुविधा 'निर्यात कर्ज' या प्रकारामध्ये येतात.

निर्यातदारांना खेळत्या भांडवलाचा पुरवठा

कोणत्याही उत्पादनासाठी खेळत्या भांडवलाचे नियोजन करताना त्याचे दोन विभाग केले जातात. पहिला विभाग म्हणजे, विक्रीपर्यंतच्या प्रक्रियेसाठी लागणारे खेळते भांडवल. दुसरा विभाग म्हणजे, विक्रीपश्चात लागणारे खेळते भांडवल. यालाच अनुक्रमे 'प्री-सेल क्रेडिट' (Pre-Sale Credit) आणि 'पोस्ट-सेल क्रेडिट' (Post-Sale Credit) असे म्हणतात.

निर्यात कर्जामध्ये वरील विभागांना दुसरे नाव आहे. विक्रीपर्यंत लागणाऱ्या खेळत्या भांडवलाला 'प्री-शिपमेंट क्रेडिट' म्हणजे, विक्रीयोग्य माल तयार करून तो खरेदीदाराला पोहोचवण्यासाठी जहाज कंपनीकडे देईपर्यंतची प्रक्रिया पूर्ण करण्यासाठी लागणारे खेळते भांडवल. यात कच्चा माल खरेदी करणे, त्यावर प्रक्रिया करून त्यापासून विक्रीयोग्य पक्का माल तयार करणे, त्या मालाचे योग्य प्रकारे पॅकिंग करणे, नंतर तो माल जहाज वाहतूक कंपनींकडे पाठवणे, या सर्व कामांसाठी लागणाऱ्या सर्व स्तरांवरील कर्मचाऱ्यांचा पगार देणे, लाइट, पाणी, ऑफिस व्यवस्था या सर्व गोष्टींसाठी लागणारे खेळते भांडवल हे 'प्री-शिपमेंट कर्ज' प्रकारात येते. यालाच 'पॅकिंग क्रेडिट' असेही म्हणतात.

एकदा पक्का माल योग्य पद्धतीने पॅकिंग करून जहाज कंपनीकडे खरेदीदाराला पाठवण्यासाठी दिला की, त्या वेळेपासून विक्रीचे पैसे वसूल होईपर्यंतच्या काळासाठी जे खेळते भांडवल लागते, त्याला 'पोस्ट-शिपमेंट क्रेडिट' असे म्हणतात.

डिमांड लोन, कॅश क्रेडिट, बिल डिस्काउंटिंग, लेटर ऑफ क्रेडिट यांतील एक किंवा अनेक सुविधांचा वापर करून निर्यातदारांची खेळत्या भांडवलाची गरज भागवली जाते.

उदाहरणार्थ, निर्यातदार उत्पादक कंपनी असून, तिला आपले उत्पादन तयार करण्यासाठी कच्च्या मालाची गरज असते. यासाठी उत्पादक कर्जदार बँकेकडून डिमांड लोन अथवा कॅश क्रेडिट सुविधा घेऊन कच्च्या मालाचे पैसे देऊ शकतो. तसेच कच्चा माल ज्याच्याकडून घ्यायचा, त्याच्या नावे आपल्या बँकेतून लेटर ऑफ क्रेडिट देऊन आवश्यक तितक्या दिवसांच्या उधारीवर माल घेऊ शकतो. तसेच कच्च्या मालाच्या विक्रेत्याने काढलेले बिल ऑफ एक्स्चेंज मान्य करून गरज असेल, तर आपल्या बँकेकडून अशा बिलावर 'सहमान्यता' (Co-acceptance) या सुविधेचा वापर करून कच्चा माल उधारीवर खरेदी करू शकतो. कर्मचाऱ्यांचे पगार आणि इतर संबंधित खर्चांसाठी कॅश क्रेडिट सुविधेचा वापर करून आपले काम पुढे नेऊ शकतो.

तसेच विक्रीपश्चात लागणारे खेळते भांडवल तो खरेदीदाराकडून येणे असणाऱ्या रकमेवर (बुक डेट्स) 'कॅश क्रेडिट' सुविधा घेऊन अथवा परदेशातील आयातदाराला आपल्या नावे लेटर ऑफ क्रेडिट उघडण्यास सांगून, खरेदीदारावर बिल ऑफ एकस्चेंज काढून त्यांच्या डिस्काउंटिंगद्वारे पैसे उभे करू शकतो. निर्यातदाराची बँक लेटर ऑफ क्रेडिट निगोशिएट करून निर्यातदाराला विक्रीचे पैसे लगेच उपलब्ध करून देऊ शकते.

निर्यातदाराला बँक रुपये, तसेच परदेशी चलनातसुद्धा कर्ज देऊ शकते. परदेशी चलनातील कर्जावर व्याजदर कमी असतो. पण विनिमयदरात होणारा बदल ही जोखीमसुद्धा असते. ही जोखीम नियंत्रित करण्याचे निरनिराळे प्रकार आहेत. त्यात फॉरवर्ड्स कॉंट्रॅक्ट हा एक महत्त्वाचा प्रकार आहे. या प्रकाराने निर्यातदार भविष्यातील तारखेला खरेदी अथवा विक्री करायच्या परदेशी चलनाचा दर आणि रक्कम आजच्या तारखेला ठरवून विनिमयदरातील बदलाचा धोका किंवा जोखीम नियंत्रित करतो. याचे प्रत्यक्ष उदाहरण पाहू.

एखाद्या व्यावसायिकाने काही माल परदेशातून आयात केला आणि त्याची किंमत एक लाख अमेरिकन डॉलर्स असून, हे पैसे आणखी सहा महिन्यांनंतरच्या ठरलेल्या तारखेला द्यावयाचे आहेत. अमेरिकन डॉलर आणि भारतीय रुपया यांच्या दरात, इतर कोणत्याही चलनाप्रमाणे चढ-उतार होत असतात.

आजच्या व्यवहाराच्या दिवशी डॉलर रुपया विनिमयदर ७५ रुपये असा आहे, तर आजच्या तारखेला आयातदाराचे देणे रुपयात ७५ लाख रुपये आहे. पण हाच विनिमयदर सहा महिन्यांनंतर देय असणाऱ्या तारखेला एक डॉलरला ७६ रुपये झाला, तर आयातदाराला त्या दिवशी ७६ लाख रुपये द्यावे लागतील, म्हणजे मशिनरीची किंमत एक लाख रुपयांनी जास्त पडेल. हा धोका टाळण्यासाठी खरेदीदार एक लाख डॉलर्स आजच पुढील सहा महिन्यांनंतरच्या देय रकमेसाठी फॉरवर्ड कॉन्ट्रॅक्टद्वारे योग्य तो प्रीमियम देऊन खरेदी करेल.

हीच गोष्ट निर्यातदाराची. आज एक लाख डॉलर्सची निर्यात करून त्याचे पैसे सहा महिन्यांनंतरच्या तारखेला मिळणार असतील आणि त्या वेळी डॉलरच्या तुलनेत रुपया वधारून विनिमयदर एक डॉलरला ७४ रुपये झाला, तर त्याला ७५ लाखांऐवजी ७४ लाखच मिळतील व त्याचे एक लाख रुपये इतके नुकसान होईल. ही अनिश्चितता व जोखीम टाळण्यासाठी तो आजच पुढील रक्कम येणाऱ्या तारखेची विक्री फॉरवर्ड सेल कॉन्ट्रॅक्टद्वारे करून विनिमयदर निश्चित करेल. त्यासाठी त्याला बँकेला काही रक्कम प्रीमियम म्हणून द्यावी लागेल. अशा प्रकारे निर्यातदार आपली विनिमयदरातून होऊ शकणाऱ्या बदलाची जोखीम नियंत्रित करू शकेल.

ईसीजीसीतर्फे निर्यात कर्जांवर विमा सुविधा

सर्व प्रकारच्या निर्यात कर्जांवर एक्स्पोर्ट क्रेडिट गॅरंटी कॉर्पोरेशन ऑफ इंडियातर्फे (ECGC) ही सरकारी कंपनी बँकांची थकबाकीची जोखीम कमी व्हावी, या उद्देशाने विमाकवच देते. त्यामुळे निर्यात कर्जे देण्यासाठी बँकांना मोठेच प्रोत्साहन मिळते. अर्थात, या संबंधातील अटींची पूर्तता कर्ज देणाऱ्या बँकेने करणे आवश्यक आहे. यातील महत्त्वाची अट म्हणजे, हे कर्ज निर्यात आणि त्यासंबंधीच्या व्यवहारासाठीच दिलेले असणे आवश्यक आहे.

सारांश

निर्यात कर्जे ही भारतीय बँकिंग व्यवस्थेतील अत्यंत महत्त्वाचा भाग असून, बँकांनी अशा कर्जांना प्रोत्साहन देणे अपेक्षित आहे. यासंबंधीच्या विस्तृत सूचना रिझर्व्ह बँकेने (परिपत्रक क्रमांक RBL/२०१५-१६/४७ दिनांक ०१.०७.२०१५) दिल्या असून, 'निर्यात कर्जे' हा विभाग सांभाळणाऱ्या बँक कर्मचाऱ्यांनी त्या जरूर समजून घ्याव्यात. या सूचनांमध्ये वेळोवेळी बदल होत असल्याने त्याची अद्ययावत माहिती रिझर्व्ह बँकेच्या वेबसाइटवर सहज उपलब्ध होते.

ooo

प्रकरण २

खेळते भांडवल

'खेळते भांडवल' म्हणजे, व्यवसाय चालवण्यासाठी लागणारी रक्कम. ही संकल्पना समजण्यासाठी प्रथम या विषयाची व्याप्ती समजावून घेणे आवश्यक आहे. कोणत्याही प्रकारच्या व्यवसायाचा मुख्य हेतू असतो, त्यातून उत्पन्न मिळवणे. सर्व प्रकारच्या व्यवसायांचे वर्गीकरण पुढील तीन प्रकारांत करता येईल.

१. उत्पादन : कारखानदारी
२. व्यापार : ठोक व्यापार (Wholesale) आणि किरकोळ व्यापार (Retail Sale)
३. सेवा क्षेत्र : सर्व प्रकारच्या सेवा, अगदी सॉफ्टवेअर तयार करण्यापासून ते सलून चालवण्यापर्यंत

तसेच कोणत्याही प्रकारचा व्यवसाय सुरू करायचा असेल, तर त्यासाठी लागणाऱ्या गुंतवणुकीचे वर्गीकरण दोन प्रकारांत होते. मग ही गुंतवणूक स्वत:चे भांडवल असेल किंवा कर्जाऊ रक्कम असेल.

१. व्यवसायाची सुरुवात किंवा त्याचा विस्तार

यासाठी आपण उत्पादन, व्यापार आणि सेवाक्षेत्र यांतील एक-एक उदाहरण घेऊ.

अ. उत्पादन : कोणतेही उत्पादन जेव्हा मोठ्या प्रमाणात करायचे असते, त्यासाठी कारखान्याची उभारणी करावी लागते. आपण स्वयंचलित दुचाकी वाहने, म्हणजे मोटरसायकल, स्कूटर यांचे उत्पादन करणाऱ्या कारखान्याचे उदाहरण घेऊ.

असा कारखाना उभारायचा असेल, तर त्यासाठी जमीन विकत घेणे, त्यावर उत्पादनाच्या गरजेप्रमाणे इमारत (त्याला 'प्लँट' म्हणतात.) बांधणे, आवश्यक ती मशिनरी खरेदी करून ती बसवणे, ऑफिस फर्निचर, संगणक व्यवस्था (Computer System) उभी करणे यासह इतर अनेक गोष्टींसाठी वित्तपुरवठा (यात भांडवल आणि कर्जाऊ रक्कम या दोन्हींचा समावेश होतो.) गरजेचा असतो. याला 'दीर्घ मुदतीची गुंतवणूक' (Long Term Investment in Fixed assets) असे म्हणतात. अशाच प्रकारची गुंतवणूक व्यापार आणि सेवा या प्रकारांत मोडणाऱ्या व्यवसायांमध्येही करावी लागते. जसे किरकोळ वस्तू विकण्यासाठी दुकान असावे लागते, तसेच सॉफ्टवेअर तयार करण्यासाठीसुद्धा ऑफिस, फर्निचर, संगणक अशा स्थायी गुंतवणुकीची गरज असते. अशा प्रकारे स्थायी गुंतवणुकीसाठी वित्तपुरवठा उभा करावा लागतो.

२. व्यवसायासाठी लागणारे भांडवल

आपण स्थायी गुंतवणूक करून व्यवसाय उभा तर केला; पण त्यातून उत्पन्न मिळवायचे असेल, तर तो व्यवसाय चालवला पाहिजे. तर अशा प्रकारे व्यवसाय चालवण्यासाठी जे भांडवल आणि कर्ज लागते, त्यालाच 'खेळते भांडवल' (Working Capital) म्हणतात.

समजा, आपल्याला स्वयंचलित दुचाकी, म्हणजे मोटरसायकल, स्कूटर्सचे उत्पादन करायचे आहे. त्यासाठी कारखानदाराने स्थायी गुंतवणूक करून कारखाना उभा केला आहे, आवश्यक ती मशिनरी आणून बसवली आहे, संगणकीय प्रणाली, ऑफिस हे सर्व तयार आहे. आता उत्पादन सुरू करायचे, तर त्याला काय करावे लागेल? त्याची यादीच तयार करावी लागते.

१. कच्चा माल आणणे : ॲल्युमिनियम, स्टील, इलेक्ट्रिक सिस्टीमसाठी आवश्यक त्या वेगवेगळ्या प्रकारच्या वायर्स, दिवे इत्यादी. ही यादी खूप मोठी होईल. यांतील काही वस्तू रोखीने खरेदी कराव्या लागतील, तर काही वस्तू उधारीवर मिळतील. उधारीचा कालावधी कारखानदार आणि वस्तू पुरवठादार यांच्यात झालेल्या कराराप्रमाणे आठ दिवसांपासून ते तीन महिन्यांपर्यंत असू शकतो.

काही कच्चा माल उत्पादनात खंड पडू नये यासाठी साठवून ठेवावा लागेल. काही कच्च्या मालावर प्रक्रिया सुरू असेल. त्याची विभागणी कच्चा माल अथवा पक्का, विक्रीयोग्य माल या दोहोंत न होता, 'प्रक्रियेअंतर्गतचा माल' (Work in process) यामध्ये केली जाते. प्रक्रिया पूर्ण झाली की, तो माल, तयार माल (Finished Goods) असा वर्गीकृत केला जातो.

आपल्या उदाहरणामध्ये ॲल्युमिनियम, स्टील, इलेक्ट्रिक सामान हा कच्चा माल, उत्पादन प्रक्रियेमध्ये असणारा माल म्हणजे 'प्रक्रियेअंतर्गत असणारा माल' (Work in process / progress) आणि तयार झालेल्या मोटरसायकल्स म्हणजे 'तयार माल' (Finished Goods) असे वर्गीकरण होईल.

आता या उदाहरणार्थ कारखान्यात जरी मोटरसायकल्स तयार झाल्या, तरी त्याची ताबडतोब विक्री होत नाही. ग्राहकांकडून किंवा वितरकांकडून खरेदी सूचना (Supply Order) मिळेपर्यंत तयार मोटरसायकल्स कंपनीच्या गोदामात राहतात. वितरकांकडून मागणी आली की, तयार मोटरसायकल्स कंपनी गोदामातून वितरकांच्या शोरूम्सकडे वाहतुकीच्या निरनिराळ्या साधनांनी, म्हणजे ट्रक्स अथवा रेल्वे वॅगन्सद्वारे पाठवल्या जातात. वितरकाकडे मोटरसायकल्स आल्यावरही त्याची विक्री होईपर्यंत काही काळ जातो. त्यामुळे वितरक उत्पादक कंपनीस पैसे म्हणजे विक्रीची किंमत देण्यासाठी काही मुदत मागून घेतो.

या उदाहरणातील विवेचनावरून आपल्या लक्षात येईल की, व्यवसाय चालवण्यासाठी उत्पादकाला मुख्य चार गोष्टींसाठी खेळते भांडवल लागते.

१. कच्च्या मालाची खरेदी करणे आणि साठा ठेवणे.
२. उत्पादन प्रक्रियेअंतर्गत लागणारा किंवा त्यात अडकणारा माल.
३. तयार माल (Finished Goods) खरेदीदार/वितरक यांच्याकडून ऑर्डर मिळेपर्यंत कंपनी गोडाउनमध्ये ठेवणे.
४. पक्क्या मालाची विक्री केल्यावर ही खरेदीदार/वितरक यांना विक्री रक्कम देण्यासाठी काही मुदत देणे.

आता उत्पादकाला किती रकमेचे खेळते भांडवल लागेल, हे ठरवण्यासाठी 'खेळत्या भांडवलाचे कालचक्र' (Working Capital Cycle) ही संज्ञा समजावून घ्यावी लागेल.

खेळत्या भांडवलाचे कालचक्र

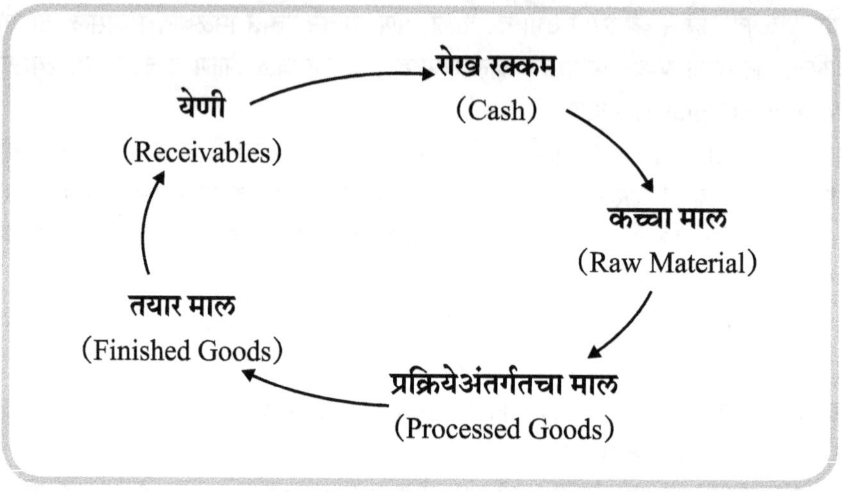

खेळत्या भांडवलाचे कालचक्र (Working Capital Cycle) या आकृतीवरून आपल्याला दिसेल की, व्यवसायामध्ये कच्चा माल खरेदी करण्यापासून ते उत्पादनाची किंमत मिळण्यापर्यंत हे चक्र कसे चालते, हे समजल्यावर खेळते भांडवल किती रकमेचे लागेल, याबाबत अंदाज काढणे शक्य होते. मात्र एक चक्र पूर्ण होण्यासाठी म्हणजे कच्चा माल आणणे, त्यावर प्रक्रिया करून पक्का माल तयार करणे, तो वितरकांमार्फत विकणे आणि विक्रीतून मिळालेल्या मूल्याचे रोख (किंवा बँक खात्यात) रकमेत रूपांतर होणे या प्रक्रियेतून जावे लागते.

मिळालेली रक्कम पुन्हा पुढील उत्पादन चक्रासाठी वापरता येते. जसजसे उत्पादन आणि विक्री वाढते, तसतशी या रकमेच्या गरजेमध्ये वाढ होते. अजून पुढे जाण्यापूर्वी आपण 'ठोक खेळते भांडवल' (Gross Working Capital) आणि 'नक्त खेळते भांडवल' (Net Working Capital) या संज्ञा समजावून घेऊ.

सारांश

१. खेळते भांडवल ही अशी रक्कम आहे की, जी कच्चा माल, प्रक्रियेअंतर्गत असणारा माल, उत्पादकाच्या गोडाऊनमधील पक्का माल, विकलेल्या मालाबद्दल अजून न मिळालेली विक्रीची रक्कम इत्यादीमध्ये गुंतवलेली रक्कम असते. यालाच 'चालू मालमत्ता' (Current Assets) म्हणतात.

२. 'उत्पादनाचे कालचक्र' (Working Capital Cycle) म्हणजे निरनिराळ्या चालू मालमत्तेमध्ये अडकलेली रक्कम रोखीमध्ये (कॅशमध्ये) परावर्तीत होण्यासाठी लागणारा काळ होय.

अ. ठोक खेळते भांडवल

आपले उत्पादन आणि संपूर्ण व्यवसाय चालवण्यासाठी कंपनीला लागणारे किंवा कंपनीजवळ (आपण इथे 'कंपनी' हा शब्द सर्व प्रकारच्या व्यवसायांसाठी म्हणजे, उत्पादन, व्यापार, सेवा ही सर्व क्षेत्रे आणि सर्व प्रकारचे कर्जदार अशा विस्तारित स्वरूपात विषय समजून घेण्यासाठी वापरत आहोत.) असणारी एकूण चालू मालमत्ता (Gross Current Assets) होय. यात कंपनीजवळ असणारी रोख रक्कम बँक खात्यातील शिल्लक, कच्च्या मालाचा साठा, उत्पादन प्रक्रियेअंतर्गत असणारा माल, हत्यारे, साधने, पक्का माल, विक्रीपश्चात यावयाची रक्कम अशा चालू मालमत्तांचा समावेश होतो.

ब. नक्त खेळते भांडवल

कंपनीजवळ जी एकूण चालू मालमत्ता (Current Assets) असते, त्या सगळ्यांचीच किंमत कंपनीने आधीच पूर्णपणे दिलेली आहे अशी परिस्थिती व्यवसायात बहुधा नसते. त्यातील काही माल हा उधारीवरही आणलेला असतो, ज्याचे पैसे ठरावीक काळाने दिले जातात. कच्चा माल हे त्याचे मुख्य उदाहरण आहे. तसेच आपल्या उदाहरणातील जी दुचाकी उत्पादन करणारी कंपनी आहे, ती अनेक सुटे भाग इतर छोट्या व्यावसायिकांकडून तयार करून घेऊन ते उत्पादन प्रक्रियेमध्ये वापरते. महाराष्ट्रातील बजाज या कंपनीचेच उदाहरण घ्यायचे किंवा हीरो मोटर्स, टीव्हीएस मोटर्स अशा दुचाकी उत्पादनातील काही कंपन्या आपण पाहाल, तेव्हा आपल्या लक्षात येईल की, या कंपन्या त्यांना लागणारे सुटे भाग अनेक छोट्या कारखानदारांकडून तयार करून घेतात आणि त्यांचे देणे काही काळानंतर चुकते करतात. शिवाय टायर्स, बॅटरी, इलेक्ट्रिक सामान या गोष्टी दुचाकी उत्पादकांना बाहेरूनच खरेदी करावे लागतात. यातील काही वस्तू उधारीवर असतात, ज्यांना चालू देणी (Current Liabilities) असे म्हणतात. तेव्हा अशी देणी जेव्हा एकूण चालू मालमत्तेतून वजा करतात, त्याला नक्त खेळते भांडवल (Net Working Capital) असे म्हणतात. आपण 'करंट रेशो' (Current Ratio) ही संज्ञा समजावून घेऊ.

करंट रेशो म्हणजे चालू मालमत्ता आणि चालू देणी यांचे प्रमाण. त्याचे सूत्र (फॉर्म्युला)

$$\text{करंट रेशो} = \frac{\text{चालू मालमत्ता}}{\text{चालू देणी}}$$

ज्या वेळी चालू मालमत्ता आणि चालू देणी सारख्याच रकमेची असतात, त्या वेळी करंट रेशो एक असतो. याचा अर्थ व्यावसायिकाने चालू मालमत्तेची असणारी गरज उधारीवर असणाऱ्या किंवा देय असणाऱ्या पैशांतूनच भागवली आहे. ज्या वेळी हा रेशो एकपेक्षा जास्त असतो, त्याचा अर्थ व्यावसायिकाने चालू मालमत्तेसाठी आपली काही रक्कम भांडवलातून अथवा दीर्घ मुदतीच्या कर्जातून उभारली आहे. जर हा रेशो एकपेक्षा कमी असेल, तर व्यावसायिक आपला व्यवसाय उधारीवर मिळणाऱ्या वस्तूंवर चालवत आहे. ही परिस्थिती धोकादायक मानली जाते. कारण उधारीदेखील वेळेवर देणे महत्त्वाचे असते. आणि काही कारणाने उधारीवर मिळणाऱ्या गोष्टींमध्ये खंड पडल्यास उत्पादनात खंड पडणे, देणेकऱ्यांचे तगादे, त्यातून खराब होणारे उत्पादकाचे नाव, असे अनेक प्रश्न उभे

राहतात. साधारणत: १.३३ हा आदर्श करंट रेशो मानला जातो, ज्यामध्ये चालू मालमत्तेचे मूल्य १०० रुपये असेल, आणि चालू देणी जास्तीत जास्त ७५ रुपये असतील तर वरील २५ रुपये व्यावसायिक आपल्या भांडवलातून अथवा दीर्घ मुदतीच्या कर्जातून उभे करेल. या ठिकाणी हेही लक्षात घेतले पाहिजे की, दीर्घ मुदतीच्या कर्जातील एक वर्षाच्या आत जी परतफेडीची रक्कम असते, ती 'चालू देणी' धरली जातात.

या विवेचनावरून असे लक्षात येईल की, करंट रेशो एकपेक्षा जास्त असण्यासाठी व्यावसायिकाला चालू मालमत्तेसाठी स्वत: आणलेले भांडवल आणि दीर्घ मुदतीच्या कर्जातून रक्कम उभी करावी लागते. १.३३ हा आदर्श करंट रेशो हवा असेल, तर १०० रुपये चालू मालमत्तेपैकी २५ रुपये भांडवल अथवा दीर्घ मुदतीच्या कर्जातून उभे करणे आवश्यक असते. बाकी ७५ रुपये चालू देण्यांतून उभे करता येतात. इथे हेही लक्षात घेणे आवश्यक आहे की, प्रत्येक व्यवसायासाठीचा आदर्श करंट रेशो हा वेगवेगळा असू शकतो.

उदाहरणार्थ, एखादा दुकानदार ठोक व्यापाऱ्याकडून माल उधारीवर मिळवू शकतो आणि त्याच वस्तू किरकोळ ग्राहकांना रोखीने विकू शकतो. अशा वेळी करंट रेशो कमी असला, तरी त्याचा व्यवसायावर दुष्परिणाम होईलच असे नव्हे.

खेळत्या भांडवलाचे मूल्यांकन

रिझर्व्ह बँक ऑफ इंडियाच्या मार्गदर्शक तत्त्वानुसार बँक खेळत्या भांडवलासाठी कर्ज देण्याची रक्कम ठरवण्यासाठी तीन पद्धतीपैकी एक पद्धत वापरते.

१. उलाढाल पद्धती (Turnover Method)
२. एमपीबीएफ (मॅक्सिमम परमिसिबल बँक फायनान्स) किंवा पारंपरिक (Traditional) पद्धती
३. अनुमानित (प्रोजेक्टेड) कॅश फ्लो पद्धती

१. उलाढाल पद्धती (Turnover)

ही खेळत्या भांडवलाची रक्कम ठरवण्याची अत्यंत सोपी पद्धत आहे. व्यवसायाची एकूण किती उलाढाल म्हणजेच Turnover किंवा विक्री होईल, यावरून ही रक्कम ठरवली जाते. त्यानुसार होणाऱ्या उलाढालीच्या २५ टक्के अशा सोप्या पद्धतीने खेळत्या भांडवलाची रक्कम ठरवली जाते. यातील ५ टक्के मार्जिन रक्कम कर्जदाराने आणायची, असे अपेक्षित आहे. ही पद्धत समजण्यासाठी एक उदाहरण घेऊ.

एका व्यावसायिकाची पुढील वर्षातील अपेक्षित उलाढाल १०० लाख रुपये आहे. या पद्धतीप्रमाणे त्या व्यावसायिकाची खेळत्या भांडवलाची गरज २५ लाख रुपये असेल आणि त्यातील ५ लाख रुपये त्याने स्वत:चे भांडवल/दीर्घ मुदतीचे कर्ज यातून उभे करायचे असून उर्वरित २० लाख रुपये बँक खेळत्या भांडवलासाठी कर्जरूपाने देईल. ही कर्ज सुविधा लोन, कॅश क्रेडिट, ओव्हरड्राफ्ट, बिल डिस्काउंटिंग यापैकी एक अथवा अधिक या कर्जप्रकारांअंतर्गत देता येईल. तेव्हा हे सूत्र सारांशरूपाने मांडता येईल.

१. अपेक्षित उलाढाल : १०० लाख रुपये
२. खेळत्या भांडवलाची गरज : २५ लाख रुपये (क्र. १च्या रकमेपैकी २५ टक्के)
३. व्यावसायिकाने स्वत: आणायची रक्कम : ५ लाख रुपये (क्र. १च्या रकमेपैकी ५ टक्के)
४. बँकेने खेळत्या भांडवलासाठी : रुपये २० लाख (कर्जाची रक्कम)

या उदाहरणात ५ टक्के रक्कम व्यावसायिकाने आणायची आहे. प्रत्यक्षात त्याची स्वत:ची व्यवसायातील गुंतवणूक जर जास्तच असेल, तर त्या प्रमाणात बँकेची कर्जाऊ रक्कम कमी होईल. वरील उदाहरणात जर व्यावसायिकाचे स्वत:चे दीर्घ मुदतीतील रकमेचे (नक्त खेळते भांडवल - Net Working Capital) योगदान ५ लाखांऐवजी ७ लाख रुपये असेल, तर त्या प्रमाणात कर्जाऊ रक्कम कमी होऊन ती २० लाखांऐवजी १८ लाख रुपये होईल.

व्यावसायिकाची खेळत्या भांडवलाची गरज अधिक असेल तर?

या पद्धतीनुसार 'खेळत्या भांडवलाच्या कालचक्रा'चा (Working Capital Cycle) विचार करतो, तेव्हा आपल्या लक्षात येईल की, या पद्धतीप्रमाणे खेळत्या भांडवलाची रक्कम ठरवताना एक कालचक्र (कच्चा माल आणणे - त्यावर प्रक्रिया करून पक्का माल तयार करणे - तो विकणे - विक्रीची पूर्ण रक्कम वसूल होणे, जी पुन्हा कच्चा माल खरेदीसाठी वापरता येईल.) तीन महिन्यांत पूर्ण होईल आणि एका वर्षात एकूण कमीत कमी चार कालचक्रे पूर्ण होतील.

पण प्रत्यक्षात काही व्यवसायांमध्ये एक कालचक्र पूर्ण होण्यास तीन महिन्यांपेक्षा अधिक कालावधी लागेल. हे उत्पादन क्षेत्रात असण्याची शक्यता जास्त असते. अशा वेळी व्यावसायिकाची खेळत्या भांडवलासाठीच्या कर्जाची गरज या पद्धतीने काढलेल्या कर्जाऊ रकमेपेक्षा जास्त असू शकते. अशा वेळी बँक दुसऱ्या पद्धतीने कर्जाऊ रकमेची गरज मोजू शकते आणि आवश्यकतेप्रमाणे व्यावसायिकास अधिक रक्कम कर्जाऊ देऊ शकते.

या पद्धतीने कर्ज मिळण्यासाठी पात्र व्यावसायिक

रिझर्व्ह बँकेने स्थापित केलेल्या नायक समितीच्या शिफारशीनुसार, खेळत्या भांडवलाची गरज मूल्यांकित करण्याची ही पद्धत अनुसरणात आली आणि त्यासाठीच्या पात्र व्यावसायिकांच्या निकषांत वेळोवेळी बदल होत गेले. सध्याच्या निकषानुसार 'एमएसएमई' अंतर्गत असणाऱ्या व्यावसायिकांची जास्तीत जास्त वार्षिक उलाढाल ५ कोटी रुपयांपर्यंत असावी. 'एमएसएमई' सोडून इतर व्यावसायिकांसाठी ही वार्षिक उलाढाल मर्यादा २ कोटी रुपये आहे. अर्थात, या अर्हतेत रिझर्व्ह बँक वेळोवेळी बदल करत असते. 'एमएसएमई' या संकल्पनेचे विवेचन 'प्राथमिकता प्राप्त कर्जे' याअंतर्गत दहाव्या प्रकरणामध्ये केलेले आहे.

२. मॅक्झिमम परमिसिबल बँक फायनान्स पद्धती

वार्षिक उलाढाल तत्त्वावर अतिशय सोप्या प्रकारे खेळत्या भांडवलाची रक्कम ठरवण्याची पद्धत पाहिली. पण या पद्धतीच्या दोन मर्यादा आहेत.

अ. ज्या व्यावसायिकांची वार्षिक उलाढाल मोठी, म्हणजे सध्याच्या नियमांप्रमाणे ५ कोटी रुपयांपेक्षा जास्त आहे, त्यांच्यासाठी ही पद्धत वापरता येत नाही.

ब. ज्या व्यावसायिकांची खेळत्या भांडवलाची गरज याआधीच्या पद्धतीने भागत नाही, त्याचे मुख्य कारण म्हणजे त्यांचे खेळत्या भांडवलाचे एक चक्र पूर्ण होण्यास तीन महिन्यांपेक्षा अधिक कालावधी लागतो. अशा व्यावसायिकांसाठी ही पद्धत उपयोगी नाही.

अशा व्यावसायिकांच्या खेळत्या भांडवलाची गरज ठरवण्यासाठी 'एमपीबीएफ' (MPBF) पद्धत वापरतात. तिलाच पारंपरिक अथवा कन्झर्वेटिव्ह (Conservative) पद्धत म्हणतात.

खेळते भांडवल ठरवण्याची ही पद्धत समजून घेण्यासाठी खूप खोलात न जाता, खेळत्या भांडवलाची रक्कम ठरवण्यासाठी 'पारंपरिक पद्धत' हा विषय समजून घ्यावा लागेल.

टंडन समिती आणि चोरे समिती

रिझर्व्ह बँकेने १९७४ साली प्रकाश टंडन यांच्या अध्यक्षतेखाली एका अभ्यास समूहाची स्थापना केली. तिचा मुख्य उद्देश मोठ्या कंपन्यांना दिल्या जाणाऱ्या खेळत्या भांडवल कर्जाचे नियमन करणे, त्यात सुसूत्रता आणणे, ही रक्कम निश्चित करण्याची पद्धत ठरवणे, कच्च्या मालाचा साठा किती महिन्यांचा अथवा किती दिवसांचा असावा, विक्री रकमेचे येणे (receivables), यासंबंधात काय मार्गदर्शक तत्त्वे असावीत आणि या रकमेचा दुरुपयोग कंपन्यांनी न करण्यासाठी नियंत्रणे ठेवणे, हा होता. अर्थात, या ठिकाणी हे लक्षात ठेवले पाहिजे की, तो काळ संपूर्ण नियंत्रण, मर्यादित कर्जपुरवठा (रेशनिंग) आणि परवाना प्रणालीराज (License) यांचा होता. बँकांकडे कर्ज पुरवण्यासाठी लागणाऱ्या मोठ्या रकमेचा तुटवडा, कमी बँका, व्यावसायिकांना उपलब्ध असणारे अतिशय मर्यादित मार्ग यांचा होता. मोठा कर्जदार (Large Borrower) म्हणजे ज्याची खेळत्या भांडवलाच्या रकमेची गरज ५० लाख रुपयांपेक्षा अधिक आहे, असा कर्जदार, अशी त्या काळी व्याख्या होती. या परिस्थितीत प्रचंड बदल झाला आहे. बहुतेक नियंत्रणे शिथिल झाली आहेत. बँकांची संख्या अनेक खासगी आणि परदेशी बँकांच्या आगमनामुळे वाढली आहे. बँक ठेवींमधील वाढीमुळे बँकांकडून कर्जरूपात देण्यात येणाऱ्या रकमेतही वाढ झाली आहे. परिणामी, कर्जांच्या मार्केटिंगसाठी बँकांमध्ये स्पर्धा सुरू आहे. त्यामुळे कर्जदारांनाही कर्ज मिळवण्याचे अनेक मार्ग उपलब्ध आहेत.

पण इथे एक नमूद करण्यासारखी गोष्ट म्हणजे, टंडन समितीने सुचवलेली (त्यात पुढे चोरे समितीने आणखी सुधारणा केली.) मोठ्या कर्जदारांसाठीच्या खेळत्या भांडवलाची रक्कम ठरवण्याची पद्धत. याला 'एमपीबीएफ' किंवा पारंपरिक पद्धत म्हणतात. ती अजूनही बऱ्याच प्रमाणात वापरली जाते. ती पद्धत आपण आता पाहू.

कोणत्याही कर्जदाराची खेळत्या भांडवलाची गरज किती आहे, हे ठरवण्यासाठी एका विस्तृत फॉर्ममध्ये नफा-तोटा पत्रक, ताळेबंद (बॅलन्सशीट), चालू मालमत्ता आणि देणी यांच्या आकड्यांतील माहिती ठरावीक पद्धतीने भरली जाते. या फॉर्मला 'सीएमए' (CMA - Credit Monitoring Arrangement) फॉर्म असे म्हणतात.

या फॉर्ममध्ये सात भाग असतात आणि ही माहिती चार कॉलम्समध्ये असते.

पहिल्या दोन कॉलम्समधील माहिती ही गेल्या दोन वर्षांतील ऑडिट पूर्ण झालेल्या आर्थिक वर्षातील नफा-तोटा पत्रक आणि ताळेबंदातील असते. तिसऱ्या कॉलममध्ये चालू वर्षाचा अंदाज केलेला नफा-तोटा आणि ताळेबंदातील आकडे असतात. चौथ्या कॉलममध्ये पुढील वर्षाचे अंदाज (Projections) असतात.

आता उदाहरणच घ्यायचे तर, आपण २०२२-२३ या आर्थिक वर्षात असू, तर आर्थिक वर्ष २०२०-२१ आणि २०२१-२२ या आर्थिक वर्षांतील प्रत्यक्ष नंबर्स, २०२२-२३ या वर्षाचे अंदाज (estimates) आणि आर्थिक वर्ष २०२३-२४ चे नियोजित (Projected) नंबर्स असतात. सीएमए (CMA) फॉर्म हा सात भागांत विभागलेला असतो.

१. **कर्जांचा तपशील**

सद्यस्थितीतील असणाऱ्या आणि पुढील काळासाठी नियोजित सर्व प्रकारच्या कर्जांचा, सर्व बँकांकडून खेळत्या भांडवलासाठी घेतलेल्या कर्जांचा तपशील.

२. **ऑपरेटिंग स्टेटमेंट**

या भागात नफा-तोटा पत्रकातील अनेक महत्त्वाचे नंबर्स किंवा आकडे, म्हणजे एकूण विक्री, वेगवेगळे खर्च, ढोबळ नफा, घसारा (depreciation), निव्वळ नफा यांचे आकडे एका ठरावीक नमुन्यात मांडलेले असतात.

३. **ताळेबंदाचे पृथःकरण**

या विभागात ताळेबंदातील दोन्ही बाजूंतील आकडे (Analysis of Balance Sheet) निरनिराळ्या पोटविभागांतर्गत मांडले जातात. त्यानुसार, भांडवल आणि देणी याअंतर्गत भांडवल, रिझर्व्हस, दीर्घ मुदतीची देणी, चालू मुदतीची देणी असा, तर मालमत्ता विभागाअंतर्गत चालू मालमत्ता, स्थायी मालमत्ता, गुंतवणूक, दिलेली कर्जे आणि इतर येणी. असा तपशील असतो. थोडक्यात, ताळेबंदातील आकडे या भागात ठरावीक पद्धतीने मांडले जातात.

४. **चालू मालमत्ता आणि चालू देणी यांचा तुलनात्मक तपशील**

चार वर्षांतील कच्चा माल, प्रक्रियेअंतर्गत असणारा माल, पक्का माल, विक्रीपश्चातची येणी, चालू देणी यासंबंधीचे आकडे असतात. ते तौलनिकदृष्ट्या आढावा घेण्यासाठी उपयोगाचे असतात.

५. **'एमपीबीएफ'चे खेळते भांडवल**

या अत्यंत महत्त्वाच्या भागात खेळते भांडवल (Calculation) ठरवण्याचे कोष्टक असून, अंतिमतः कर्जदारास किती रक्कम खेळते भांडवल म्हणून कर्जाऊ मिळू शकते, याचे कोष्टक असते.

६. **फंड फ्लो स्टेटमेंट**

या विभागात गेल्या वर्षीच्या तुलनेत ताळेबंदात कसा बदल झाला, याचे पृथःकरण (Fund Flow Statement) येते. उदाहरणार्थ, गेल्या वर्षी असणारी चालू मालमत्ता आणि या वर्षी असणारी चालू मालमत्ता (हे आकडे ताळेबंदाच्या दिवसाचे - आपल्याकडे ३१ मार्चपर्यंतचे) असतात. त्यात पडलेला फरक आणि त्याच्यामुळे इतर मालमत्ता, देणी यांच्यामध्ये झालेला फरक याची तौलनिक माहिती मिळते.

७. **रेशोंचे पृथःकरण**

सीएमए फॉर्मच्या या अंतिम भागात कंपनीच्या आर्थिक आरोग्याचे मापदंड दर्शवणारे निरनिराळे रेशो (Ratio) असतात. त्यावरून कंपनीच्या आर्थिक आरोग्याचा अभ्यास करणाऱ्यास अगदी थोडक्या आकड्यांमधून खूप आणि निर्णय घेण्यायोग्य माहिती मिळू शकते.

आता बँका सीएमए हा फॉर्म 'एक्सेल'मध्ये (संगणकामध्ये) ठेवतात. त्यात एकदा फॉर्म्युला योग्य रकान्यात टाकले की, काम एकदम सोपे होते. यापुढील 'रेशोंचे पृथःकरण' (Ratio Analysis) या प्रकरणात याआधी निर्देश केलेल्या काही विभागांची अधिक माहिती मिळेलच. आता आपण सीएमए फॉर्म विभाग ५ द्वारे या पद्धतीने खेळते भांडवल कसे काढले जाते, ते समजून घेऊ.

सीएमए फॉर्म विभाग ५ – खेळत्या भांडवलाची मूल्यांकन पद्धत

खेळत्या भांडवलाची गरज (Assessment of Working Capital) लक्षात घेऊन सीएमए फॉर्म विभाग ५च्या आधारे त्याचे मूल्यांकन केले जाते. प्रत्यक्ष मूल्यांकनाकडे वळण्यापूर्वी आपल्याला अजून एक गोष्ट समजून घ्यावी लागेल. रिझर्व्ह बँकेद्वारे स्थापित केलेल्या टंडन समितीने खेळते भांडवल काढण्याच्या तीन पद्धती सुचवल्या होत्या.

पहिली पद्धत

या पद्धतीप्रमाणे आधी चालू मालमत्ता आणि चालू देणी ही रक्कम ठरवणे. (ही रक्कम ताळेबंदाच्या दिवशी जी परिस्थिती असेल, त्याच संख्या घेतल्या जातील. हे आकडे चार वर्षांसाठीचे असतील. त्यातील गेल्या दोन वर्षांचे आकडे ऑडिटेड ताळेबंदातील असतील. तिसऱ्या रकान्यात चालू वर्षअखेरचे अंदाजित आकडे (estimated), तर चौथ्या रकान्यात पुढील वर्षातील नियोजित (Projected) आकडे असतील. यामध्ये जो फरक येईल, त्याच्या २५ टक्के रक्कम कर्जदाराने स्वत:च्या भांडवलातून वा दीर्घ मुदतीच्या कर्जाद्वारे उभी करणे आवश्यक आहे. हे कोष्टकाच्या आधारे समजून घेऊ.

क्र.	तपशील	वास्तविक वर्षे		अंदाज वर्षे	
		२०-२१	२१-२२	२२-२३	२३-२४
		मूल्य रुपयांत	मूल्य रुपयांत	मूल्य रुपयांत	मूल्य रुपयांत
१.	चालू मालमत्ता (Current Assets)	७००	७५०	८००	८२०
२.	चालू देणी (Current Liabilities) (यातून खेळत्या भांडवलासाठी असलेले बँक कर्ज वगळायचे आहे.)	२५०	२००	२३०	२७०
३.	खेळत्या भांडवलातील अंतर (Working Capital Gap) (क्र. १-२)	४५०	५५०	५७०	५५०
४.	कमीत कमी आणायची रक्कम (कर्जदाराने) (Minimum Stipulated Margin) - क्रमांक ३च्या दिलेल्या रकमेच्या २५ टक्के	११३	१३८	१४३	१३८
५.	व्यवसायातील प्रत्यक्ष असणारे किंवा अंदाज केलेले नक्त खेळते भांडवल (एकूण चालू मालमत्ता वजा खेळते भांडवलासाठी घेतलेले कर्ज धरून - चालू देणी)	११६	१४५	१५०	१४२
६.	क्र. ४ व ५ यांतील मोठी रक्कम	११६	१४५	१५०	१४२
७.	खेळत्या भांडवलासाठी बँकांनी द्यायचे कर्ज (क्र.३ - ६)	३३४	४०५	४२०	४०८

या कोष्टकानुसार, खेळत्या भांडवलाची रक्कम काढली जाते तिला 'एमपीबीएफ' पद्धतीतील पहिली पद्धत म्हणतात. या पद्धतीप्रमाणे, चालू मालमत्ता आणि चालू देणी (यातून खेळत्या भांडवलासाठी बँकांकडून घेतलेले कर्ज वजा करतात. याचे कारण म्हणजे शेवटी आपल्याला बँकेकडून किती कर्ज मिळेल, ही रक्कम काढायची असते.) यातील जो फरक येईल, त्याच्या कमीत कमी २५ टक्के रक्कम भांडवल आणि दीर्घ मुदतीच्या कर्जातून उभी करणे बंधनकारक आहे.

दुसरी पद्धत

टंडन समितीने जी दुसरी पद्धत सांगितली आहे, त्यामागे असा विचार आहे की, कंपन्यांनी आपल्याला लागणारी खेळत्या भांडवलाची अधिक मोठी गरज आपल्या दीर्घ मुदतीच्या साधनांद्वारे, म्हणजे भांडवल आणि दीर्घ मुदतीचे कर्ज यातून उभी करावी. यामागील उद्देश असा की, अशी दीर्घ मुदतीची रक्कम खेळत्या भांडवलात असल्याने तरल रकमेचा तुटवडा (Liquidity Crunch) हा प्रश्न कंपनीस न भेडसावता तिचे उत्पादनाचे चक्र अव्याहत चालावे. रोख तरलतेअभावी त्यात खंड पडू नये. यासाठी टंडन समितीने असे सांगितले आहे की, कंपनीने आपल्या चालू मालमत्तेच्या २५ टक्के रक्कम दीर्घ मुदतीच्या साधनांमधून आणावी.

आता या पद्धतीने, खेळत्या भांडवलाची रक्कम कशी ठरवायची, हे आपण कोष्टकाद्वारे पाहू या. पहिल्या पद्धतीने खेळते भांडवल काढण्यासाठी जे आकडे आपण घेतले होते, तेच आकडे याही पद्धतीमध्ये घेऊ. त्यावरून दोन्ही पद्धतींत नक्की काय फरक आहे, ते आपल्याला समजेल.

क्र.	तपशील	वास्तविक वर्षे		अंदाज वर्षे	
		२०-२१	२१-२२	२२-२३	२३-२४
		मूल्य रुपयांत	मूल्य रुपयांत	मूल्य रुपयांत	मूल्य रुपयांत
१.	चालू मालमत्ता (Current Assets)	७००	७५०	८००	८२०
२.	चालू देणी (Current Liabilities) (खेळत्या भांडवलासाठीचे कर्ज सोडून)	२५०	२००	२३०	२७०
३.	चालू मालमत्ता आणि चालू देणी यांतील फरक (क्र.१-२)	४५०	५५०	५७०	५५०
४.	कर्जदाराने आणायची कमीत कमी रक्कम (Minimum Stipulated Margin - क्रमांक १च्या रकमेच्या २५ टक्के) चालू मालमत्ता-निर्यात येणे याच्या २५ टक्के	१७५	१८८	२००	२०५
५.	प्रत्यक्षात असणारे नक्त खेळते भांडवल	११६	१४५	१५०	१४२
६.	क्र. ४ व ५ यांतील मोठी रक्कम	१७५	१८८	२००	२०५
७.	खेळत्या भांडवलासाठी बँकांनी द्यायचे कर्ज (क्र. ३ - ६)	२७५	३६२	३७०	३४५

थोडक्यात खेळत्या भांडवलाची गरज ठरवणाऱ्या पहिल्या अणि दुसऱ्या पद्धतीत एकच फरक आहे. तो म्हणजे, कर्जदाराने दीर्घ मुदतीच्या साधनांमधून (भांडवल व दीर्घ मुदतीचे कर्ज) आणायची रक्कम. पहिल्या पद्धतीप्रमाणे चालू मालमत्ता आणि चालू देणी यांतील फरकाची जी रक्कम आहे, त्याच्या २५ टक्के रक्कम कर्जदाराने आणायची आहे, तर दुसऱ्या पद्धतीप्रमाणे चालू मालमत्तेच्याच २५ टक्के रक्कम त्याने आणायची आहे. म्हणजे दुसऱ्या पद्धतीत अधिक रक्कम कर्जदाराने दीर्घ मुदतीच्या साधनांतून उभी करणे अपेक्षित आहे.

तिसरी पद्धत :

या पद्धतीमध्ये आणि दुसऱ्या पद्धतीत एकच फरक आहे, तो म्हणजे कर्जदाराने चालू मालमत्तांपैकी कोअर म्हणजे नेहमी लागणाऱ्या आणि महत्त्वाच्या चालू मालमत्ता आपल्या दीर्घ मुदतीच्या साधनांतून उभ्या कराव्यात. त्यासाठी खेळत्या भांडवलावर ताण देऊ नये. आपल्या मोटरसायकल उत्पादन करणाऱ्या कंपनीचेच उदाहरण घ्यायचे झाले, तर उत्पादनासाठी लागणारे निरनिराळे छाप (डाईज) किंवा बेल्ट्स, धातू अशा गोष्टी दीर्घ मुदतीच्या साधनांतून उभ्या कराव्यात. ही पद्धत जवळजवळ वापरात नसल्याने या विषयावरील विवेचन इथेच थांबवणे सयुक्तिक ठरेल.

एमपीबीएफ पद्धतीने खेळत्या भांडवलाची रक्कम काढण्याची पद्धत असणारे कोष्टक आपण आधी पाहिले. त्यात भरावयाचा तपशील आता आणखी सविस्तरपणे पाहू.

१. चालू मालमत्ता

चालू मालमत्ता (Current Assets) यामध्ये कच्चा माल, पक्का माल, चालू मालमत्ता यांचा समावेश होतो.

१. कच्चा माल
   - देशांतर्गत खरेदी केलेला कच्चा माल
   - परदेशातून आयात केलेला कच्चा माल

२. स्टोअर्स आणि स्पेअर्स : मशिनरी सोडून उत्पादनासाठी लागणारी साधने (उदाहरणार्थ, डाईज, ब्लॉक्स, हत्यारे इत्यादी.)

३. उत्पादन प्रक्रियेअंतर्गत असणारा कच्चा माल : ज्याचे अजून तयार मालामध्ये रूपांतर व्हायचे आहे.

४. पक्का माल : जो तयार आहे, पण अजून त्याची विक्री व्हायची आहे आणि जो उत्पादकाच्या गोडाऊनमध्ये आहे.

५. येणी : याची विभागणी दोन भागांत होते.
   - देशांतर्गत झालेल्या विक्रीतून यावयाचे पैसे
   - परदेशातून निर्यात केलेल्या वस्तूंवरील येणे

६. इतर चालू मालमत्ता : ज्याची याआधीच्या गोष्टींत वर्गवारी होत नाही. उदाहरणार्थ, एखाद्या वस्तूसाठी दिलेला ॲडव्हान्स (वरील क्र.१ ते ६) ची बेरीज म्हणजे व्यवसायाला लागणारी चालू मालमत्ता.

चालू देणी

यात उधारीवर आणलेला कच्चा माल व इतर देणी या गोष्टींचा समावेश होतो.

- ज्याची किंमत काही काळाने देय आहे, असा उधारीवर आणलेला कच्चा माल.
- इतर देणी : यात वेगवेगळ्या करांअंतर्गतची देणी, विक्रीपूर्वीच मिळालेली ॲडव्हास रक्कम यांचा समावेश होतो. इथे बँकेकडून खेळत्या भांडवलासाठी घेतलेली रक्कम समाविष्ट करत नाहीत. याचे कारण म्हणजे ती रक्कम ठरवणे यासाठीच हे कोष्टक आहे. तसेच दीर्घ मुदतीची देणी, उदाहरणार्थ, मशिनरीसाठी घेतलेले दीर्घ मुदतीचे कर्ज किंवा परतफेड करण्याचा अवधी तीन वर्षांपेक्षा जास्त असलेली इतर कर्जे यांचाही समावेश इथे होत नाही. कारण ती चालू देणी नसतात. पण या वर्षात देय असणारा कर्ज परतफेडीचा हप्ता मात्र 'चालू देणी' या सदराअंतर्गत येतो.

प्रत्यक्षात असणारे नक्त खेळते भांडवल

ही रक्कम म्हणजे दीर्घ मुदतीच्या साधनांतून उभी केलेली खेळत्या भांडवलाची रक्कम हे आपण यापूर्वी विस्ताराने पाहिले आहेच. ही रक्कम काढण्याचा फॉर्म्युला म्हणजे चालू मालमत्ता वजा चालू देणी. (यामध्ये बँकेकडून घेतलेल्या खेळत्या भांडवलाचाही समावेश होतो.)

याशिवाय असणारे कोष्टकातील इतर कॉलम्स (क्र. ३, ४, ६, ७) यांतील सर्व रकमा या तीन कॉलम्सच्या बेरीज, वजाबाकी अथवा टक्केवारी (Percentage) असतात.

अशा प्रकारे एमपीबीएफ पद्धतीद्वारे खेळते भांडवल कसे ठरवतात, याचा सविस्तर आढावा आपण घेतला. हे समजल्यावर कोणत्याही मोठ्या कंपनीच्या खेळत्या भांडवलाची किती गरज आहे, हे आपण ठरवू शकाल. पहिली आहे उलाढाल पद्धत, तर दुसरी आहे एमपीबीएफ, तिसरी पद्धत म्हणजे कॅश फ्लो बजेटिंग (प्रत्यक्ष व्यवसायासाठी किती रोख रक्कम लागेल, हे ठरवणारी पद्धत)

३. कॅश फ्लो बजेटिंग पद्धत

कॅश फ्लो बजेटिंग या पद्धतीने प्रत्यक्षात किती रोख रक्कम व्यवसाय चालवण्यासाठी लागेल ते अजमावले जाते. हे समजण्यासाठी कॅश फ्लो म्हणजे रोख रकमेचा प्रवास कसा चालतो, हे समजावून घ्यावे लागेल.

१. एखाद्या व्यवसायात एका ठरावीक काळात (इथे हा काळ म्हणजे एक वर्ष धरू) किती रोख रक्कम येते आणि किती रोख रक्कम जाते, याचा तपशील होय.
२. या तपशिलानुसार प्रत्यक्ष रोखीने येणारी रक्कम आणि रोखीने खर्च होणारी रक्कम निरनिराळ्या विभागांत (त्याला heads म्हणतात) मांडली जाते.
३. या पद्धतीनुसार नफा हा रोखीचे साधन न मानता, रोख रकमेची शिल्लक अथवा तोटा या स्वरूपात मानला जातो.

कॅश फ्लो हा तीन प्रकारांत विभागला जातो.

अ. चलत उपक्रम (Operating Activities)
ब. गुंतवणूक उपक्रम (Investment Activities)
क. वित्तीय उपक्रम (Financing Activities)

अ. चलत उपक्रमातून रोखीचा प्रवाह

व्यवसाय सुरू केल्यानंतर एखाद्या वर्षात रोख रकमेत वाढ झाली की जवळील रोख रक्कम कमी झाली, हे चलत उपक्रमामधून रोखीचा प्रवाह (Cash flow from Operating Activities) कसा झाला यावरून ठरवता येते. यासाठी काही पद्धती निश्चित केल्या आहेत.

टॅक्स भरल्यानंतर शिल्लक नफा

(+) व्याजावर खर्च झालेली रक्कम (यात सर्व प्रकारच्या कर्जावरील व्याज घेतले जाते.)
(+) घसारा (Depreciation) आणि बुडीत म्हणून तरतूद केलेली रक्कम
(-) व्याज खात्यावर मिळालेली रक्कम (Interest Income)
(-) लाभांश म्हणून मिळालेली रक्कम
(+) चालू आणि दीर्घ मुदतीच्या देण्यांमध्ये (Demand and term Liabilities) झालेली वाढ
(-) चालू आणि दीर्घ मुदतीच्या कर्जात झालेली घट (कर्जाची परतफेड - यामुळे रोख रक्कम कमी होते.)
(+) चालू आणि दीर्घ मुदतीच्या मालमत्तेत झालेली घट (या मालमत्तांच्या विक्रीमुळे रोख रक्कम वाढते.)
(-) चालू आणि दीर्घ मुदतीच्या मालमत्तेत झालेली वाढ (या खरेदीमुळे रोख रक्कम कमी होते.)

या गोष्टी निव्वळ नफ्यात सांगितल्याप्रमाणे अधिक किंवा वजा केल्या की, जी रक्कम येते, तिला 'खेळत्या भांडवलातील बदलाआधीचा ऑपरेटिंग नफा' (Operating Profit before working Capital Changes), असे म्हणतात.

यात पुढील गोष्टी अधिक किंवा वजा करतात.
(+) उधारीवर विक्री केलेल्या रकमेची वसुली (Decrease in Sundry Debtors)
(+) कच्च्या मालाच्या साठ्यात झालेली घट (Decrease in Inventory)
(+) उधारीवर घेतलेल्या मालासाठीच्या देण्यांत वाढ (Increase in Sundry Creditors)
(+) इतर चालू मालमत्तेत झालेली घट (Decrease in other Current Assets)
(+) इतर चालू देण्यांमध्ये झालेली वाढ (Increase in other Current Liabilities)
(-) उधारीवरील विक्रीत झालेली वाढ (Increase in Sundry Debtors)
(-) कच्च्या मालाच्या साठ्यात झालेली वाढ (Increase in Inventories)
(-) उधारीवर घेतलेल्या मालात झालेली घट (Decrease in Sundry Creditors)
(-) इतर चालू मालमत्तेत झालेली वाढ (Increase in other Current Assets)
(-) इतर चालू देण्यांमध्ये झालेली घट (Decrease in other Current Liabilities)

या प्रकारे राहिलेल्या रकमेला 'ऑपरेटिंग ॲक्टिव्हिटीजमधून मिळालेली रोख.' (Net Cash from Operating Activities), असे म्हणतात.

ब. गुंतवणूक उपक्रमातून रोखीचा प्रवाह

गुंतवणूक उपक्रमातून रोखीचा प्रवाह (Cash flow from Investing Activities) ठरवण्यामध्ये काही गोष्टींचा समावेश होतो. त्याचप्रमाणे व्याज म्हणून मिळालेल्या रकमेत काही घटक अधिक किंवा वजा होतात.

(+) मिळालेला लाभांश

(+) इतर उत्पन्न

(+) गुंतवणूक आणि स्थावर मालमत्ता यांच्या विक्रीतून आलेली रक्कम

(-) दीर्घ मुदतीसाठी केलेली गुंतवणूक

(-) खरेदी केलेल्या स्थावर मालमत्तेची रक्कम

(=) यातून शिल्लक राहणारी रोख रक्कम म्हणजेच गुंतवणूक उपक्रमातून आलेली किंवा उरलेली रोख रक्कम.

क. वित्तीय पुरवठ्यातून आलेला रोखीचा प्रवाह

वित्तपुरवठ्यातून आलेला रोखीचा प्रवाह (Cash Flow from Financing Activities) ठरवण्यासाठी इक्विटी समभाग विक्रीतून मिळालेली आणि त्यासाठीचा खर्च वजा जाऊन उरलेली रक्कम पडताळून पाहावी लागते.

(+) दीर्घ मुदतीच्या कर्जातून उभी केलेली रक्कम.

(+) कमी/लघु मुदतीच्या कर्जातून उभी केलेली रक्कम.

(+) विनातारण आणि इतर प्रकारे घेतलेली कर्जे.

(-) दीर्घ मुदतीच्या कर्जांची केलेली परतफेड.

(-) वितरित केलेला लाभांश

(-) दिलेले व्याज

यातून जी रक्कम राहील, ती वित्तपुरवठ्यातून आलेली रोख रक्कम होय.

कॅश बजेटिंग पद्धत

काही व्यवसायांची खेळत्या भांडवलाची गरज हंगामी स्वरूपाची असते. उदाहरणार्थ, साखर कारखाने, चहाचे मळे, बांधकाम, चित्रपटनिर्मिती उद्योग किंवा मिळालेल्या ऑर्डरप्रमाणे काम करणारे. अगदी आपल्या माहितीचे उदाहरण म्हणजे, गौरी आणि गणपती तयार करणारे व्यावसायिक. अशा व्यावसायिकांना खेळते भांडवल ठरवण्याच्या पहिल्या दोन पद्धती उपयोगी येत नाहीत. त्यांच्यासाठी खेळते भांडवल म्हणून किती रक्कम लागेल, हे ठरवण्यासाठी 'कॅश बजेटिंग' या पद्धतीचा वापर करतात.

हे नियोजन किंवा बजेटिंग मासिक अथवा त्रैमासिक किती रोख येईल आणि जाईल यांचा अंदाज घेऊन ज्या काळात जास्तीत जास्त रोखीचा तुटवडा (Cash Deficit) आहे, ती रक्कम खेळत्या भांडवलासाठीचे कर्ज म्हणून ठरवतात, हे प्रत्यक्षात कसे करतात, हे उदाहरणासह आपण पाहू. समजण्यासाठी आपण त्रैमासिक कॅशची आवक आणि जावक धरली आहे.

आर्थिक वर्ष २०२२-२३

क्र.	तपशील	पहिली तिमाही	दुसरी तिमाही	तिसरी तिमाही	चौथी तिमाही
		३०/०६/२२	३०/०९/२२	३१/१२/२२	३१/३/२३
		मूल्य रुपयांत	मूल्य रुपयांत	मूल्य रुपयांत	मूल्य रुपयांत
१	सुरुवातीला हाती असणारी रोख रक्कम	५,०००	४,०००	२,०००	२,०००
	१. रोख विक्री	१५,०००	१७,०००	२०,०००	१८,०००
	२. उधार विक्री वसुली	७,५००	६,०००	८,०००	७,०००
	३. इतर मार्गाने रोकड जमा	७,५००	७,०००	५,०००	६,०००
	(१ + २ + ३)	३५,०००	३४,०००	३५,०००	३३,०००
२	रोखीने केलेला खर्च	–	–	–	–
	रोखीने आणलेला कच्चा माल	१८,०००	१४,०००	१५,०००	१७,०००
	उधारीवर घेतलेल्या मालासाठीची उधारी देणे.	१२,०००	१६,०००	१८,०००	१२,०००
	३. पगार, आस्थापना आणि इतर खर्च	८,०००	९,०००	९,०००	९,०००
	(१ + २ + ३)	३८,०००	३९,०००	४२,०००	३८,०००
३	खर्च झालेली एकूण रक्कम रोख शिल्लक (तूट)	(३,०००)	(५,०००)	(७,०००)	(५,०००)
४	कर्जाद्वारे (खेळत्या भांडवलासाठी) उभी केलेली रक्कम	७,०००	७,०००	१०,०००	११,०००
५	कर्ज, व्याज परतफेड	००	००	१,०००	४,०००
६	हाती असणारी रोख रक्कम (३ - ४)	४,०००	२,०००	२,०००	२,०००

या पद्धतीप्रमाणे वर्षामधील जास्तीत जास्त रोखीची तूट (Cash Deficit) तिसऱ्या तिमाहीत असून, ती रक्कम ७,००० रुपये आहे. हीच या पद्धतीद्वारे खेळत्या भांडवलाची गरज होय.

सारांश

खेळते भांडवल ठरवण्याच्या तीन पद्धती असून, रिझर्व्ह बँकेचे नियम, कर्जदाराच्या व्यवसायाचे स्वरूप आणि व्यवसायाचा आकार याचा विचार करून योग्य अशा एका पद्धतीने आपण कर्जदाराची खेळत्या भांडवलाची गरज ठरवू शकतो.

टर्नओव्हर पद्धत

टर्नओव्हर या पद्धतीने पुढील वर्षी किती विक्री किंवा टर्नओव्हर होईल ही रक्कम ठरवणे, हा या पद्धतीचा पाया आहे. त्यासाठी गेल्या तीन वर्षांत झालेली विक्री, त्यातील वाढ किंवा घट, बाजारामधील परिस्थिती व्यावसायिकाच्या विक्री वाढवण्यासाठीच्या कल्पना या गोष्टींचा विचार करणे आवश्यक आहे.

एमपीबीएफ पद्धत

एमपीबीएफ या पद्धतीचा पाया खेळत्या भांडवलाचे कालचक्र हा असून, किती प्रमाणात कच्चा माल, प्रक्रियेअंतर्गत असणारा माल आणि पक्का माल यांचा साठा ठेवावा लागेल, तसेच किती माल किती काळासाठी उधारीवर मिळेल आणि विक्रीपश्चात विक्रीची रक्कम किती दिवसांनी मिळेल, यावरून खेळत्या भांडवलाची रक्कम ठरवली जाते.

१. कच्चा माल, तयार माल आणि येणी (Inventory and Receivables) याचे मासिक स्टेटमेंट बँकेने कर्जदाराकडून घेणे आवश्यक आहे.
२. कच्चा माल म्हणजे इनव्हेंटरीमधील किती माल उधारीवर आहे, ज्याला Unpaid Stock असे म्हणतात, त्याचाही उल्लेख स्टेटमेंटमध्ये हवा.
३. एकूण मालापैकी, जो कच्चा माल आहे, त्यातील काही माल निरुपयोगी असू शकतो. तो खूप काळ गोडाऊनमध्ये पडून असतो. असा माल काही आहे का, ते पाहावे लागते.
४. तयार मालापैकी काही माल विक्रीयोग्य नसतो किंवा काही माल ग्राहकांकडून 'कमी प्रतीचा' किंवा 'अयोग्य' या कारणाने परत आलेला असतो. तो किती आहे, हे पाहावे लागते.
५. येणी किंवा receivables यातील काही येणी वसूल न होण्याची शक्यता असते, ती एकूण येण्यांतून वजा करणे गरजेचे असते. साधारणत: जी येणी सहा महिन्यांपेक्षा जास्त जुनी असतात, ती 'एकूण येणी' या रकमेतून वजा केली जातात. कर्जदाराने मात्र त्यांच्या वसुलीचे प्रयत्न सुरूच ठेवायचे असतात.
६. एकूण खेळत्या भांडवलाचे कालचक्र (म्हणजे कच्चा माल खरेदी केल्यापासून विक्रीपश्चात विक्रीची रक्कम मिळून ती पुन्हा कच्चा माल खरेदी करणे.) हे किती मोठे आहे, हे पाहावे लागते. यासाठी त्याच व्यवसायात आणि उत्पादनात असणाऱ्या इतर कारखानदारांचे असणारे कालचक्र याचा तौलनिक अभ्यास गरजेचा ठरतो.
७. खूप मोठे कालचक्र असल्यास रोख रकमेची कमतरता भासून त्याचा व्यवसायावर आणि देणी वेळच्या वेळी देण्याच्या क्षमतेवर परिणाम होऊन व्यवसायाची पत घसरू शकते. उदाहरणच द्यायचे झाले, तर तयार माल मोठ्या प्रमाणावर आणि अधिक काळाच्या उधारीवर विकला आहे; पण विक्रीचे पैसे वेळेवर मिळत नाहीत. अशा वेळी नफा-तोटा पत्रकात विक्री आणि त्यावरील नफा दिसतो. पण तो प्रत्यक्षात रोखीद्वारे जमा होऊ शकत नाही.

८. या पद्धतीप्रमाणे पुढील काळात कच्चा माल, उत्पादन प्रक्रियेअंतर्गतचा माल, पक्का माल आणि उधारीवर विकलेल्या मालाची येणी या रकमा आणि त्यांचे कालचक्र यांचा अंदाज बांधून त्याप्रमाणे खेळत्या भांडवलाची रक्कम ठरवून कर्ज मंजूर केले जाते. यालाच 'मंजूर कर्ज रक्कम' (Sanctioned Limit) म्हणतात.

मात्र प्रत्यक्षात पुढील वर्षात कच्चा माल - ते येणी या गोष्टी कमी जास्त असू शकतात. ही कमी असल्यास मंजूर रकमेच्या कर्जाच्या रकमेची गरज पूर्णतः लागत नाही, तर अंशतः कर्ज रकमेवर ती भागू लागते. गरजेपेक्षा अधिक रक्कम कर्जाऊ दिल्यास ती अन्य कारणांसाठी वापरली जाऊ शकते. तसे होऊ नये याची काळजी बँकेला घ्यावी लागते. कर्जदारासही विनाकारण जादा व्याज भरावे लागते.

यासाठी पुढील पद्धत वापरतात कर्जदार मासिक तत्त्वावर आपले स्टॉक्स आणि बुकडेट्स् स्टेटमेंट देतो. यात कच्चा माल, पक्का माल, उत्पादनाअंतर्गत असणारा माल, उधार विक्रीवरील येणी याची माहिती देतो. बँक त्यामधून उधारीवर आणलेला माल, सहा महिन्यांपेक्षा जास्त येणी या गोष्टी वजा करते. नंतर प्रत्येक विभागातून कर्जदाराने आणायचा हिस्सा म्हणजे मार्जिन रक्कम वजा करते. अशा प्रकारे जी रक्कम येते, तिला 'ड्रॉविंग पॉवर' (drawing power) असे म्हणतात. ही रक्कम जर मंजूर रकमेपेक्षा कमी असेल, तर कमी रक्कम कर्जदार खेळते भांडवल म्हणून बँकेकडून घेतो. ही रक्कम मंजूर रकमेपेक्षा जास्त असेल, तर मात्र कर्जदार मंजूर रकमेइतकीच रक्कम कर्ज म्हणून घेऊ शकतो. जास्तीच्या गरजेसाठी तो बँकेकडे जाऊन जादा रकमेसाठी तात्पुरते कर्ज मागू शकतो.

खेळत्या भांडवलाची कर्जाऊ रक्कम बँक कॅश क्रेडिट, लोन, ओव्हरड्राफ्ट, बिल डिस्काउंटिंग, बिल खरेदी यांपैकी एक अथवा अनेक कर्जप्रकारांद्वारे वितरित करू शकते. 'कर्जाचे प्रकार' या पहिल्या प्रकरणामध्ये या आणि कर्जाच्या निरनिराळ्या प्रकारांची माहिती सविस्तर दिली आहे.

मासिक बँक तपशिलाच्या (मंथली स्टेटमेंटच्या) आधारे पैसे काढण्याची मर्यादा (ड्रॉविंग पॉवर) ठरवता येते.

उदाहरणार्थ, बँकेने अबक या कंपनीला १०० लाख रुपये इतकी रक्कम खेळत्या भांडवलासाठी मंजूर केली आहे. ही रक्कम मंजूर करताना काही अटी घातल्या आहेत.

१. कंपनीने आपले स्टॉक्स आणि बुकडेटस् स्टेटमेंट ज्या महिन्यासाठी आहे, त्याच्या पुढील महिन्यात १० तारखेपर्यंत देणे आवश्यक आहे. म्हणजे स्टेटमेंट ३१ मार्च या दिवसाचे असेल, तर ते एप्रिलच्या १० तारखेपर्यंत देणे आवश्यक आहे.
२. कच्चा माल, उत्पादनाअंतर्गत असणारा माल याच्यावर २५ टक्के, तर विक्रीपश्चात येणे (recivables) असलेल्या रकमेवर ३० टक्के मार्जिन असेल. (मार्जिन म्हणजे कर्जदाराने आणायचा हिस्सा)
३. सहा महिन्यांपेक्षा जास्त येणे (recivables) असणारी रक्कम कर्जासाठी ग्राह्य धरली जाणार नाही.
४. उधारीवर आणलेला माल कर्ज रक्कम ठरवण्यासाठी समावेश केला जाणार नाही.

आता अबक कंपनीने ३१ मार्च २०२२ या तारखेचे स्टॉक्स आणि बुक डेट्स स्टेटमेंट ८ एप्रिल, २०२२ रोजी दिलेले असून, त्याचा सारांश असा आहे.

तपशील	(रु. लाखांमध्ये)
एकूण कच्चा माल	६०
उत्पादनाअंतर्गत माल	१०
तयार माल	४०
विक्रीपश्चात विक्रीवर येणे रक्कम (recivables)	५०
सहा महिन्यांपेक्षा जुनी येणी	१०
उधारीवर असलेला कच्चा माल	२०

आता या उदाहरणात खातेदाराकडून काही माहिती, रेकॉर्ड्स मिळाल्यामुळे ड्रॉविंग पॉवर काढता येईल.

क्र.	तपशील	स्टॉक्स बुकडेट्स स्टेटमेंट रक्कम (रु.)	निव्वळ रक्कम (रु.)	मार्जिन (रु.)	कर्जाऊ रक्कम (रु.)
१	एकूण कच्चा माल वजा उधारीवरील माल	६० - २०	– –	– –	– –
	किंमत चुकता केलेला माल		४०	१०	३०.००
२	उत्पादनाअंतर्गत माल	१०	१०	२.५	७.५०
३	तयार माल	४०	४०	१०	३०.००
४	एकूण येणी वजा सहा महिन्यांपेक्षा जास्त जुनी देणी	५० -१०	४०	१२	२८.००
	एकूण ड्रॉविंग पॉवर				९५.५०

अशा प्रकारे अबक कंपनीला दिलेले खेळत्या भांडवलासाठीचे कर्ज जरी १०० लाख रुपये असेल, तरी एप्रिल, २०२२ या महिन्यात ती कंपनी खेळत्या भांडवलासाठी बँकेकडून जास्तीत जास्त ९५.५० लाख रुपये कर्जाऊ घेऊ शकेल. पुढील महिन्यात जरी स्टॉक्स आणि येणी काढून ड्रॉविंग पॉवर १०२ लाख रुपये झाली, तरी अबक कंपनी मंजूर कर्ज रकमेएवढीच रक्कम, म्हणजेच १०० लाख रुपये कर्जाऊ घेऊ शकेल.

वर्किंग कॅपिटल टर्म लोन

काही व्यावसायिकांबाबत असे घडते की, कॅश क्रेडिट खात्यातून पूर्वी उपलब्ध असणाऱ्या ड्रॉविंग लिमिटमुळे मंजूर रकमेएवढी रक्कम उचललेली असते. पण काही कारणाने त्यांचे खेळत्या भांडवलाचे कालचक्र बिघडते. उदाहरणार्थ, तयार मालाची विक्री होत नाही किंवा उधारीवर केलेली विक्री वेळेत वसूल होत नाही. त्यामुळे व्यावसायिकाला चालू व्यवसायात खेळत्या भांडवलाची कमतरता भासते आणि रोख तरलतेअभावी व्यवसायास धोका उत्पन्न होतो. अशा वेळी व्यावसायिकाचे प्रश्न जर वाजवी असतील, तर बँक कॅश क्रेडिट खात्यातील काही

रक्कम दीर्घ मुदतीच्या कर्जात रूपांतरित करून त्यावर मासिक/त्रैमासिक किंवा कर्जदाराच्या सोयीनुसार परतफेड ठरवून देते. यामुळे व्यावसायिकाचा रोख तरलतेचा प्रश्न सुटून तो आपला व्यवसाय वाढवू शकतो.

अशा मुदत कर्जात रूपांतरित केलेले खेळते भांडवल म्हणजे 'वर्किंग कॅपिटल टर्म लोन' म्हणतात. अर्थात, एक प्रकारे ही कर्जाची पुनर्रचना असते आणि त्याबाबत लागू असणारे रिझर्व्ह बँकेच्या त्या वेळच्या नियमाअंतर्गतच अशी कर्जाची पुनर्रचना करता येते.

कॅश बजेट पद्धत

या पद्धतीप्रमाणे खेळत्या भांडवलाची रक्कम घेताना काय खबरदारी घ्यावी लागते, ते आपण पाहू.

१. या पद्धतीप्रमाणे मासिक/त्रैमासिक कॅश फ्लो तयार करणे आवश्यक असते. यासाठी कर्जदाराकडे अतिशय उत्तम 'विदा ठेवण्याची पद्धत' (Data Management Systems) असणे आवश्यक असते. तसेच खर्च आणि उत्पन्नांचे काटेकोर नियोजन करावे लागते.

२. व्यवसायात अनेक चढ उतार होत असतात. त्यांतील बरेचसे व्यावसायिकाच्या नियंत्रणापलीकडे असतात. अगदी ताजे उदाहरण म्हणजे, कोविड-१९ या साथीचे. या 'अस्मानी' संकटामुळे बहुतेक सर्वच व्यावसायिकांचे आर्थिक नियोजन कोलमडून पडले आहे. आपले साधे गौरी गणपती बनवण्याच्या सीझनल व्यवसायाचेच पाहा. हा व्यवसाय करणाऱ्यांना मोठाच फटका बसला आहे. कॅश बजेट पद्धत ही सीजनल व्यवसायासाठी वापरली जाते आणि कोरोना साथीत या व्यवसायांना सर्वांत जास्त आर्थिक फटका बसला आहे.

खेळत्या भांडवलाचे नियोजन करताना ते कसे करावे, हे आपण पाहिले. या प्रकाराला 'निधीआधारित सुविधा' (Fund Based Facilities) असे म्हणतात. या सुविधांमध्ये कर्जाची रक्कम प्रत्यक्ष वितरित केली जाते. पण याशिवाय खेळत्या भांडवलासाठी व्यावसायिकाला काही विनानिधीआधारित सुविधांची (Non Funded Facilities) गरज भासते. त्याचे विवेचन याप्रमाणे :

विनानिधीआधारित सुविधा

विनानिधीआधारित सुविधा (Non Funded Facilities) म्हणजे अशा सुविधा की, ज्यामध्ये बँक प्रत्यक्ष कर्ज वितरित न करता आपल्या हमीद्वारे खेळत्या भांडवलाच्या किंवा सुलभ उत्पादन चालवण्यासाठी लागणाऱ्या सुविधा उपलब्ध करून देते. यामध्ये लेटर ऑफ क्रेडिट आणि बँक गॅरंटीज् या सुविधा दिल्या जातात.

१. लेटर ऑफ क्रेडिट

'कर्जाचे विविध प्रकार' या प्रकरणामध्ये आपण या संज्ञेची माहिती करून घेतली आहेच. आता 'खेळते भांडवल' याअंतर्गत ही सुविधा कशी उपयोगी ठरते, हे आपण पाहू.

खेळत्या भांडवलाच्या कालचक्रात उत्पादनासाठी जो कच्चा माल लागतो, तो उत्पादक रोखीने अथवा उधारीने खरेदी करतो, हे आपण पाहिले आहे. या दोन्ही प्रकारांत मुख्य प्रश्न दुसऱ्या पार्टीवरील विश्वासाचा असतो. म्हणजे खरेदीदाराने पैसे पाठवले, पण विक्रेत्यानी माल पाठवलाच नाही किंवा जो पाठवला आहे तो अयोग्य प्रतीचा किंवा ऑर्डरपेक्षा वेगळाच आहे. हाच प्रश्न निराळ्या पद्धतीने विक्रेत्यालाही पडू शकतो. म्हणजे, विक्रेत्याने खरेदीदाराला उधारीने माल पाठवला, पण विक्रेत्याला माल विक्रीचे पैसेच मिळाले नाहीत. अशा परिस्थितीत बँक मध्यस्थ म्हणून कसे काम करते, ते आपण पाहू.

खरेदीदार आणि विक्रेता यांच्यात व्यवहाराच्या अटी म्हणजे मालाचा प्रकार, प्रत, किंमत, एकूण संख्या इत्यादी. ठरतात. त्याप्रमाणे विक्रेता मालाची शिपमेंट करतो, म्हणजे माल बोट अथवा रस्ता वाहतूकीद्वारे पाठवतो. पण यासंबंधीची सर्व कागदपत्रे म्हणजे बिल ऑफ लॅडिंग, (जेव्हा माल बोटीने पाठवला जातो) वाहतूकदाराची पावती (जेव्हा माल रस्ते वाहतुकीने पाठवला जातो), किंवा रेल्वे रिसीट, एअरवेबिल (जेव्हा माल अनुक्रमे रेल्वे अथवा विमानाने पाठवला जातो.) आणि इतर कागदपत्रे, जी दाखवून खरेदीदार माल वाहतूकदाराकडून ताब्यात घेऊ शकतो, खरेदीदाराच्या बँकेकडे पाठवतो. बँक खरेदीदाराला(कर्जदार ग्राहक) अशी कागदपत्रे विक्रेत्याकडून बँकेकडे आल्याची माहिती देते. त्यानंतर खरेदीदार ठरल्याप्रमाणे मालाची किंमत बँकेत भरून कागदपत्रे सोडवून घेतो. ती कागदपत्रे वाहतूकदार कंपनीस दाखवून आपला माल सोडवून घेतो. बँक खरेदीदाराने पाठवलेले पैसे विक्रेत्याला पाठवते, अशा प्रकारे हा व्यवहार बँकेच्या मध्यस्थीने पूर्ण होतो. विशेषतः सर्व प्रकारच्या मालाच्या आयात-निर्यात व्यवहारांमध्ये हीच पद्धत वापरली जाते.

या पद्धतीच्या लेटर ऑफ क्रेडिट व्यवहाराला – प्रत्यक्ष किंमत अदा झाल्यावर कागदपत्रे खरेदीदाराला देणे – Documents Against Payment (DP) असे म्हणतात. लेटर ऑफ क्रेडिटचा दुसरा प्रकार आहे, त्याला – देणे स्वीकारल्यावर (मान्य केल्यावर) कागदपत्रे खरेदीदाराला देणे – Documents Against Acceptance (DA) असे म्हणतात. या प्रकारात खरेदीदार कागदपत्रे, विशेषतः हुंडी (बिल ऑफ एक्सेंज) स्वीकारून ठरलेल्या मुदतीनंतर विक्रेत्याला पैसे देणे मान्य करतो व मालाची कागदपत्रे ताब्यात घेतो. या व्यवहारात विक्रेता बँक एल.सी.वर अवलंबून खरेदीदारास विक्रीचे पैसे देण्यास काही मुदत देतो. त्या मुदतीनंतर खरेदीदार ज्या दिवशी विक्रीचे पैसे भरायचे, त्याची बँकेत तरतूद करतो. खरेदीदाराने यात 'डिफॉल्ट' केला म्हणजे आपली वचनबद्धता पाळली नाही, तर बँकेस ते पैसे विक्रीदारास पाठवावे लागतात. त्यामुळे Letter of Credit – DA ही एक प्रकारची बँकेने विक्रेत्याला खरेदीदाराच्या वतीने दिलेली हमी (Gaurantee) आहे. व तो कर्जाचाच एक भाग असल्याने त्याचे योग्य मूल्यमापन आवश्यक ठरते.

पुढील सूत्राद्वारे लेटर ऑफ क्रेडिटसाठी किती रक्कम मंजूर करावी लागेल, याचे गणित मांडले जाते.

क्र.	तपशील	रु. लाखांमध्ये
अ	वर्षाला एकूण लागणारा कच्चा माल (अ)	१०० लाख
ब	लेटर ऑफ क्रेडिट द्वारे घेतला जाणारा माल (ब)	६० लाख
क	एलसी उघडल्यापासून प्रत्यक्ष कच्चा माल कंपनीत पोहचण्यासाठी लागणारा काळ (महिन्यांमध्ये) (क)	२ महिने
ड	डीए (DA) एलसीवर मिळणारा उधारीचा काळ (Credit Period) (महिन्यांमध्ये) (ड)	२ महिने
इ	उधारीचा काळ + माल मिळण्यास लागणारा काळ (३+४)	४ महिने

एलसी सुविधेअंतर्गत लागणारी रक्कम काढण्याचे सूत्र

$$\frac{\text{ब}}{\text{१२}} \times \text{इ} \qquad \frac{\text{६०}}{\text{१२}} \times \text{४} = \text{२०}$$

अशा प्रकारे कंपनीस लागणारी व बँकेने मंजूर करायची एलसी सुविधा : २० लाख रुपये.

२. बँक गॅरंटी

कर्जाचे विविध प्रकार या प्रकरणात बँक गॅरंटी या विषयाची सविस्तर माहिती घेतली आहेच. कोणत्याही व्यावसायिकाला दोन प्रकारच्या बँक गॅरंटी लागतात.

१. परफॉर्मन्स गॅरंटी २. फायनान्शियल गॅरंटी

कर्जदाराच्या व्यवसायाचे स्वरूप आणि गरज लक्षात घेऊन ही सुविधा मंजूर करावी लागते. यात लक्षात ठेवण्याचा महत्त्वाचा भाग म्हणजे बँक गॅरंटी. विशेषत: ज्या सरकारी खात्यांना बँक गॅरंटी दिलेल्या असतात, त्या मुदत संपल्यानंतर बँक किंवा व्यावसायिकाकडे परत घेण्यात काही काळ लागतो. त्या काळात बँक गॅरंटीचा काळ जरी संपला असला, तरी बँक खात्यात ती 'चालू' अशीच दिसते. व्यावसायिकाला असणाऱ्या या मर्यादेचा विचार बँकेला ही सुविधा मंजूर करताना करावा लागतोच. पण व्यावसायिक आणि बँक या दोघांनाही अशा मुदत संपलेल्या, पण परत न आलेल्या बँक गॅरंटीचा वेळोवेळी आढावा घेणे गरजेचे आहे. तसेच काही बँक गॅरंटीमध्ये 'काल मर्यादा' कलम जर नसेल, तर तिची विशेष छाननी करून बँकेच्या 'कायदा' विभागाकडून सल्ला घेऊन कार्यवाही करणे आवश्यक आहे.

सारांश

कर्जदारांसाठी : बँक खेळत्या भांडवलाची रक्कम कशी ठरवते, त्याच्या विविध पद्धती यांची माहिती उपयोगी पडेल. तसेच यातून खेळत्या भांडवलाचे व्यवस्थापन कसे करावे, याचेही त्यांना ज्ञान मिळेल.

ooo

प्रकरण ३

मुदत कर्जे

कोणताही व्यवसाय हा दीर्घकाळाचा विचार करूनच उभा केला जातो. त्यावर स्थावर स्वरूपाची गुंतवणूक करावी लागते. यासाठी लागणाऱ्या कर्जांना मुदत कर्जे (Term Loans) असे म्हणतात.

मुदत कर्जाची व्याख्या

व्यावसायिकाला (इथून पुढे कंपनी म्हणू. 'व्यावसायिक' या व्याख्येत छोटे आणि मध्यम व्यापारी, लघुउद्योजक ते मोठ्या कंपन्या यांचा समावेश होतो आणि मुदत कर्जाची मूळ तत्त्वे या सर्व प्रकारच्या व्यावसायिकांनी घेतलेल्या मुदत कर्जांना लागू होतात.) आपला व्यवसाय चालवण्यासाठी खेळत्या भांडवलाशिवाय अजून काही स्थावर मालमत्तांची गरज असते. जशी जमीन, इमारत, प्लांट (उत्पादन प्रक्रिया लक्षात घेऊन उत्पादकास एक विशिष्ट पद्धतीने इमारत उभी करावी लागते. त्याला प्लांट म्हणतात. आपण जेव्हा एखाद्या कारखान्याची रचना पाहतो, त्यावरून प्लांट ही संकल्पना आपल्या लक्षात येईल) मशिनरी, ऑफिस, फर्निचर, वाहने तर कधीकधी आहे त्या प्लांटमध्ये सुधारणा करणे, तो वाढवणे, जुनी मशिनरी बदलणे अशा कारणांसाठी कर्जाची गरज भासते. या गोष्टींच्या साहाय्याने कंपनी आपला व्यवसाय चालवते आणि नफा मिळवते.

ही कर्जे साधारणतः तीन वर्षे ते आठ वर्षे या कालावधीत मासिक / त्रैमासिक / अर्धवार्षिक हप्त्याने परत करायची असतात. व्याज मात्र त्रैमासिक किंवा मासिक भरावे लागते. कधीकधी प्रकल्प पूर्ण झाल्यावर पहिल्यापासूनचे व्याज हप्त्याने भरण्याची मुभा बँक देते. पण प्रकल्प पूर्ण होऊन उत्पादन सुरू झाल्यावर मात्र मासिक/त्रैमासिक व्याज भरावे लागते. तेव्हा मुदत कर्जाची व्याख्या अशी होईल की, जी कर्जे स्थावर मालमत्तांच्या खरेदीसाठी दिली जातात आणि त्यांना तीन वर्षे किंवा अधिक कालावधी परतफेडीसाठी बँकेकडून दिला जातो, ती मुदत कर्जे होत. आता मुदत कर्ज आणि खेळत्या भांडवलासाठी कर्ज यांतील फरक थोडक्यात समजून घेऊ.

मुदत कर्ज व खेळते भांडवल यासाठीच्या कर्जांमधील फरक लक्षात घ्यावा लागतो :

१. मुदत कर्ज हे व्यवसाय चालवण्यासाठी लागणाऱ्या स्थावर मालमत्ता खरेदीसाठी दिले जाते, तर खेळत्या भांडवलासाठीचे कर्ज स्थावर मालमत्ता वापरून व्यवसाय करण्यासाठी ज्या चालू मालमत्ता लागतात.
   उदाहरणार्थ, कच्चा माल, पक्क्या मालाचा साठा, विक्रीपश्चात द्यावयाची उधारी, तसेच इतर खर्च म्हणजे कर्मचारी पगार, आस्थापना खर्च यांसाठी दिले जाते.
२. मुदत कर्जाची परतफेड ते ज्या विशिष्ट स्थावर मालमत्तेसाठी दिले, त्यातून मिळणाऱ्या परताव्यावर ठरवली जाते. साधारणतः ही मुदत तीन वर्षे किंवा अधिक असते. पण खेळते भांडवल हे जास्तीत जास्त एका वर्षासाठी

असते. कॅश क्रेडिट स्वरूपात असणाऱ्या खेळत्या भांडवल कर्जाचे वार्षिक नूतनीकरण केले जाते आणि व्यवसायाच्या गरजेनुसार त्यात वाढही केली जाते, हे या ठिकाणी नमूद करणे आवश्यक आहे. त्यामुळे कॅश क्रेडिट स्वरूपातील खेळते भांडवल कर्जास (Longest of short terrm finance) 'दीर्घ काळ चालणारे अल्प मुदतीचे कर्ज' असेही गमतीने म्हणतात.

३. मुदत कर्जासाठी स्थावर मालमत्ता ही तारण म्हणून घेतली जाते व हे तारण 'मॉर्गेज' या प्रकाराने घेतले जाते. तर खेळत्या भांडवलासाठी चालू मालमत्ता हे मुख्य तारण असते आणि ते हायपोथिकेशन (Hypothecation) या तारण प्रकाराने घेतले जाते. कधीकधी खेळत्या भांडवलासाठी अजूनही काही सिक्युरिटीज तारण म्हणून घेतल्या जातात. पण ते कर्जमंजुरीच्या अटींवर अवलंबून असते.

मुदत कर्जांचे मूल्यमापन

१. अर्जदाराची मूळ अर्हता आणि पार्श्वभूमी

कोणत्याही कर्जप्रकरणाची छाननी करण्यापूर्वी अर्जदाराचा प्रामाणिकपणा (Genuineness), त्याची विश्वासार्हता, बाजारातील त्याची पत, आत्तापर्यंतच्या व्यवहारांबद्दल अर्ज छाननी करणाऱ्या बँकेला आलेला अनुभव, नवीन कर्जदार असल्यास सध्या तो ज्या बँकेबरोबर व्यवहार करत आला आहे, त्या बँकेचा अनुभव याबद्दल बँकेने माहिती मिळवणे आवश्यक आहे. तसेच तो ज्या व्यवसायात आहे किंवा जो व्यवसाय चालू करणार आहे, त्याबद्दलचे त्याचे तांत्रिक ज्ञान, व्यवसायांची सखोल जाण आणि अनुभव हेही विचारात घेणे गरजेचे आहे. ही माहिती घेताना काही कागदपत्रे महत्त्वाची असतात.

१. अर्जदाराची केवायसी (Know Your Customer) छाननी - यासाठी अर्जदाराची पॅनकार्ड, आधार कार्ड, पासपोर्ट (असल्यास), वाहन चालवण्याचा परवाना ही कागदपत्रे तपासणे आणि ती रेकॉर्डवर ठेवणे गरजेचे आहे. या कागदपत्रांची सत्यप्रत घेताना मूळ कागदपत्रांची मागणी अवश्य करावी; अन्यथा बँक धोक्यात येऊ शकते. खोटी कागदपत्रे देऊन बँकेत खाते उघडणे, कर्ज घेणे, असे असंख्य प्रकार बँकांमधून घडले आहेत आणि घडत असतात. तेव्हा ही प्राथमिक स्वरूपाची काळजी घेणे फार आवश्यक आहे.

२. अर्जदाराचा प्रकार सेल्फ प्रोप्रायटर, भागीदारी, लिमिटेड लायबिलिटी भागीदारी, प्रायव्हेट लि. कंपनी, पब्लिक लिमिटेड कंपनी यांपैकी एक असू शकतो. त्या दृष्टीने त्या त्या अर्जदाराशी संबंधित 'शॉप अ‍ॅक्ट'खालील परवाना, पार्टनरशिप डीड, कंपनी असल्यास तिचे रजिस्ट्रेशन सर्टिफिकेट अशा कागदपत्रांची तपासणी आवश्यक आहे. डॉक्टर, चार्टर्ड अकाउंटंट अशा व्यावसायिकांची त्या त्या व्यवसायाची सत्यता तपासणी म्हणजे तो व्यवसाय करण्याची पात्रता दाखवणारी कागदपत्रे पाहणे आवश्यक आहे.

३. अर्जदाराचे हे रिपोर्ट्स पाहणे आवश्यक आहे.
   - सिबिल रिपोर्ट आणि त्यातील गुण.
   - इतर बँकेचा कर्जदार असल्यास त्या बँकेचा क्रेडिट अहवाल.
   - रिझर्व्ह बँक, एक्स्पोर्ट क्रेडिट गॅरंटी कमिशन (ECGC) यांची थकबाकीदारांची यादी तपासून अर्जदार कुठे थकबाकीदार नाही ना, हे पाहणे.
   - अर्जदाराने घेतलेल्या सर्व प्रकारच्या कर्जांची माहिती (यात बिगर बँकिंग वित्तीय संस्थांकडून घेतलेल्या कर्जांचा समावेश होतो.)

- अर्जदार जर कंपनी असेल, तर तिने घेतलेल्या सर्व कर्जांची माहिती 'रजिस्ट्रार ऑफ कंपनीज' या कंपनी कायद्याअंतर्गत आस्थापनेला कळवणे आवश्यक असते. बँक या आस्थापनेकडून कंपनीने घेतलेली कर्जे, फेडलेली कर्जे यांचा अद्ययावत अहवाल मागवू शकते.

कोणत्याही प्रकारचे कर्जप्रकरण करण्यापूर्वी बँकेने हे योग्य व्यासंग (Due Diligence) करणे आवश्यक आहे. अर्थात, छोट्या कर्जदारासाठी कर्जप्रकरण हाताळताना 'तर-तमभाव' बाळगून या सर्वच गोष्टी त्यांना लागू नसतात, हेही लक्षात ठेवणे गरजेचे आहे. इथे आपण 'मुदत कर्जे' हा विषय अभ्यासताना छोटे कर्जदार ते खूप मोठे कॉर्पोरेट कर्जदार अशा सर्व श्रेणी नजरेसमोर ठेवल्या आहेत, जेणेकरून वाचकाला छोट्यापासून ते मोठ्या रकमेची कर्जप्रकरणे हाताळणे व ती तयार करणे शक्य होईल.

२. बँक, रिझर्व्ह बँक यांची धोरणे आणि बंधने

प्रत्येक बँक आपले वार्षिक कर्ज धोरण ठरवत असते. त्याप्रमाणे कोणत्या उद्योगासाठी किती कर्जमर्यादा आहे, हे पाहणे तसेच काही उद्योगांना कर्ज न देणे, बँकेची मालमत्ता आणि देणी यांतील काळाचा समभाव (Asset-Liability Management) या सर्व गोष्टी मुदत कर्जे, विशेषतः मोठी मुदत कर्जे देताना पाहणे आवश्यक आहे. तसेच रिझर्व्ह बँकेने एखाद्या कंपनीला अथवा समूहाला जास्तीत जास्त किती कर्ज देता येईल, यासंबंधी नियम घालून दिले आहेत. त्याला 'एक्स्पोजर नॉर्म्स' (Exposure Norms) असे म्हणतात. या विषयावर दहाव्या प्रकरणामध्ये सविस्तर विवेचन केले आहे. या गोष्टी कटाक्षाने पाळणे आणि कर्जप्रकरणात त्याची नोंद करणे आवश्यक आहे.

३. तांत्रिक व्यवहार्यता

एखादा अर्जदार काही कल्पना डोळ्यांपुढे ठेवून काही व्यवसाय करण्याचा किंवा व्यवसायाचा विस्तार मनात ठेवून मुदत कर्जासाठी अर्ज करतो, त्या वेळी तो व्यवसाय करणे त्याला तांत्रिकदृष्ट्या (Technical Feasibility) व्यवहार्य आहे का, हे पाहणे गरजेचे आहे. उदाहरणार्थ, अर्जदाराच्या मनात एखादे मशीन परदेशातून आयात करून त्याच्या वापरातून उत्पन्न मिळवावे, अशी इच्छा आहे; पण ते मशीन कसे चालवायचे, त्याची देखभाल-दुरुस्ती याची माहितीच नाही. त्यामुळे प्रत्यक्ष त्या मशीनवर काम करण्याचा अनुभव अर्जदारास असणे आवश्यक आहे. तसेच एखाद्याजवळ जमिनीचा मोठा तुकडा आहे. त्याला असे वाटले की, यावर बिल्डिंग बांधून त्यातील फ्लॅट्स विकून आपण पैसे कमवू, या हेतूने तो बँकेकडे कर्ज मागेल. पण असे बांधकाम करण्याचे कौशल्य अर्जदाराकडे आहे का? त्याचा या क्षेत्रात काही कामाचा अनुभव आहे का? हे बँकेने तपासणे गरजेचे आहे.

एखादी कंपनी दूरदेशीच्या समुद्रात तेल उत्खनन करून त्यातून नफा मिळेल, या विचाराने बँकेकडे कर्ज प्रस्ताव देते. पण या कामाचा अनुभव जर कंपनीला नसेल, तर प्रत्यक्षात असा प्रकल्प कार्यान्वित करताना कंपनीला ज्या अडचणी येतात, त्याचा अनुभव नसल्याने यात कर्जदार आणि बँकेची फसगत होऊन कर्ज थकीत होऊ शकते. याआधी नमूद केलेल्या सर्व कारणांसाठी अननुभवी आणि अकुशल कर्जदारांनी कर्जे घेऊन स्वतःस आणि बँकेलाही अडचणीत आणल्याची असंख्य उदाहरणे आहेत. या दृष्टीने तांत्रिक व्यवहार्यतेचा विचार बँकेने करणे आवश्यक आहे. त्या दृष्टीने पुढील गोष्टी समजून घेणे गरजेचे आहे.

१. संपूर्ण उत्पादन प्रक्रियेसाठी ज्या ज्या गोष्टी आवश्यक आहेत, त्यांचे मूल्यांकन करणे.
२. या गोष्टींची उपलब्धता, किंमत, दर्जा यांचा अभ्यास, तसेच पुरवठादारांचा तौलनिक अभ्यास करणे.
३. कारखान्याचे स्थान म्हणजे लोकेशन आणि महत्त्वाच्या साधनांचा सहज आणि अखंडित पुरवठा उदाहरणार्थ, मोटरसायकलचा कारखाना उभारायचा, तर सुट्टे भाग पुरवणारे छोटे आणि मध्यम व्यावसायिक, कुशल मनुष्यबळाची उपलब्धता, वीज, पाणी यांचा पुरवठा, वाहतुकीची साधने या गोष्टी उपलब्ध असणे गरजेचे आहे. यालाच 'Supply Chain' ही संज्ञा वापरली जाते.
४. कोणत्या प्रकारची तांत्रिकता (Technology) वापरणार, आतापर्यंतच्या वापरकर्त्यांचे अनुभव, भविष्यात या तंत्रज्ञानात होणारी संभाव्य प्रगती आणि बदल.
५. अर्जदारास उपलब्ध असणारे उत्पादन प्रक्रियेतील कौशल्य, अनुभव आणि प्रकल्प पूर्णत्वास नेण्याची व पुढे किफायतशीर पद्धतीने चालवण्याची त्याची क्षमता.

या गोष्टी तांत्रिक व्यवहार्यता तपासताना विचारात घ्याव्या लागतील.

४. आर्थिक व्यवहार्यता

आर्थिक व्यवहार्यता (Economic Feasibility) म्हणजे घेतलेला प्रकल्प आर्थिकदृष्ट्या व्यवहार्य आहे का ते पाहणे. शेवटी प्रत्येक व्यवसायाचा हेतू नफा मिळवणे आणि मिळालेल्या नफ्यातून कर्जे व देणी परत करणे, हा असतो. यासाठी काही गोष्टी तपासल्या जातात.

१. बाजाराचे सर्वेक्षण (Market Survey) करून कंपनी ज्या उत्पादनाचा विचार करत आहे, त्या उत्पादनाला बाजारात किती मागणी आहे, इतर स्पर्धक उत्पादक कोण आहेत आणि त्यांचा अनुभव काय आहे, ग्राहकांच्या काय अपेक्षा आहेत, या उत्पादनात नफ्याचे प्रमाण, गुंतवणूक, जोखीम काय आहे, याचा सविस्तर अहवाल बनवणे.
२. या उत्पादनाला भविष्यात किती मागणी असेल, याचा बाजारातील विक्रीचा हिस्सा वाढेल की कमी होईल, हे पाहणे.
३. उत्पादन प्रकल्प सुरू करण्याचा एकूण खर्च आणि त्यासाठी निधीची (Cost and Means of Finance) उभारणी कशी करणार हे पाहिले जाते.

प्रकल्प चालवण्यासाठी येणारा खर्च

१. जमीन खरेदी करून ती कारखाना बांधण्यास योग्य (Land Development) करणे.
२. जमिनीवर उत्पादनास आवश्यक अशी इमारत (ज्याला प्लांट म्हणतात) बांधणे.
३. आवश्यक त्या मशिनरीची अत्यंत काळजीपूर्वक निवड करणे. तसेच अजूनही काही स्थावर मालमत्ता, जसे ऑफिस फर्निचर, संगणक, पक्क्या आणि कच्च्या मालासाठी गोदाम, उत्पादनास लागणारी आयुधे यांची निवड करणे.
४. तांत्रिक ज्ञान आयात केले असेल, तर त्याची, तसेच जे लोक सर्व व्यवस्था उभी करून प्रत्यक्ष उत्पादन सुरू करून देतात, त्यांची फी देणे.
५. वीज, पाणी यांची जोडणी.

६. उत्पादन सुरू होण्यापूर्वीच्या खर्चाचा हिशेब करणे.
७. अनेक वेळा प्रकल्पाचा खर्च अचानक (contingencies) वाढू शकतो. त्याची तजवीज करणे.
८. खेळत्या भांडवलासाठी (Margin on working capital) व्यावसायिकाने आणायचा हिस्सा.

प्रकल्पखर्चात (Cost of Project) समाविष्ट बाबी

आता प्रकल्पखर्चासाठी पैसे कुठून उभे केले जातात, हे 'प्रकल्प निधीची साधने' (Means of Finance) पाहिल्यानंतर समजते. इथे प्रकल्प हा शब्द सर्व प्रकारच्या स्थावर मालमत्ता खरेदी यासाठी उपयोजिला आहे. त्यानुसार अगदी फर्निचर, मशिनरी घेणे ते मोठा प्रकल्प उभारणे यादरम्यानच्या सर्व गोष्टी अनुस्यूत आहेत. याचे कारण 'मुदत कर्ज' या संकल्पनेची व्याप्ती खूपच मोठी आहे आणि अगदी लहान मुदत कर्जांपासून ते मोठ्या प्रकल्प कर्जांपर्यंतची प्रकरणे तयार करता यावीत, यासाठी हे विश्लेषण उपयोगी आहे. या प्रकल्पासाठी निधी उभा करण्याची साधने (Means of Finance) आपण समजावून घेऊ.

१. **व्यावसायिकाचे स्वतःचे भांडवल :** या भांडवलाचा स्रोत काय हे पाहणे गरजेचे आहे. कारण हीच रक्कम जर कर्जाऊ असेल, तर कंपनीला ती परत करावी लागेल. त्याचा कंपनीवर सतत ताण असेल. तसेच जोखीम व्यवस्थापनाच्या दृष्टीतून कंपनीचा स्वतःचा काही हिस्सा एकूण गुंतवणुकीत असणे आवश्यक आहे. त्यामुळे या भांडवलाचा स्रोत काय आहे, हे बँकेने तपासले पाहिजे.
२. **प्रेफरन्स भांडवल :** तरल (इक्विटी) भांडवल आणि प्राधान्य (प्रेफरन्स) भांडवल यांतील फरकलक्षात घेतला पाहिजे. प्रेफरन्स भांडवलाच्या माध्यमातून ही कंपनी आपल्या प्रकल्पासाठी पैसे उभे करू शकते.
३. **डिबेंचर्स :** डिबेंचर्स हे एक प्रकारचे दीर्घ मुदतीचे रोखे असतात. ते विकून कंपनी आपल्या प्रकल्पासाठी पैसे उभारू शकते. या पैशांचा उपयोग कंपनी दीर्घ मुदतीच्या गुंतवणुकीतून स्थावर मालमत्ता खरेदी करण्यासाठी करते. साधारणतः डिबेंचररूपी रोख्यात गुंतवणूक करणाऱ्या गुंतवणूकदारांना आकर्षक व्याज मिळते. तसेच कंपनीची काही मालमत्ता तारण म्हणून मिळते. डिबेंचररूपी रोखे विकण्यापूर्वी कंपनी आपले पतमानांकन करून घेते. त्यामुळे गुंतवणूकदारांना कंपनीच्या आर्थिक स्थैर्य आणि इतर गोष्टींची अधिकृत माहिती होते. त्यामुळे त्यांना गुंतवणुकीचा निर्णय घेणे सोपे जाते.
४. **बँक आणि दीर्घ मुदतीने कर्ज देणाऱ्या संस्थांचे मुदत कर्ज :** आपल्या प्रकल्पाची आर्थिक गरज भागवण्यासाठी कंपनी बँकेकडे मुदत कर्ज मागू शकते. तसेच दीर्घ मुदतीने कर्ज देणाऱ्या संस्थांकडूनही कर्ज मागू शकते. एकेकाळी भारतात अशी व्यवस्था होती की, खेळत्या भांडवलासाठी कर्ज व्यापारी बँकांकडून घ्यायचे, तर दीर्घ मुदतीचे कर्ज मुदत कर्जे देणाऱ्या आयडीबीआय, आयसीआयसीआय, आयएफसीआय अशा संस्थांकडून घ्यायचे. पण आता १९९१नंतरच्या जागतिकीकरण मुक्त अर्थव्यवस्थेच्या युगात हे सारे संपुष्टात आले आहे. आता कंपन्यांना दीर्घ मुदतीचे कर्ज उभारण्याचे अनेक मार्ग उपलब्ध आहेत. आता कंपन्या परदेशी गुंतवणूक संस्थांकडूनही कर्ज घेऊ शकतात. अर्थात, ही कर्जे रिझर्व्ह बँकेच्या नियमाअंतर्गतच घेणे बंधनकारक आहे.
५. **सरकारी अनुदान :** काही छोट्या उद्योगांना स्वतःचे मार्जिन गुंतवणूक म्हणून सरकार काही योजनांच्या अंतर्गत कधी कधी काही अनुदान देते किंवा अविकसित भागात उद्योग उभारणी करणाऱ्या कंपनीस काही प्रोत्साहनपर (Incentive) मदत करते. कंपनीस अशा योजनांची माहिती असणे आवश्यक आहे.

अशा प्रकारे प्रकल्पासाठी येणारा एकूण खर्च आणि त्यासाठी रक्कम उभी करणे हे कसे होईल, याचे नियोजन खूप महत्त्वाचे ठरते.

६. **प्रकल्प कार्यान्वित करण्याच्या वेळेचे बंधन :** कोणताही प्रकल्प नियोजित वेळात पूर्ण होण्याला अनन्यसाधारण महत्त्व आहे. त्यासाठीचे वेळापत्रक तयार करणे जरुरीचे आहे. प्रकल्प वेळेत पूर्ण न झाल्यास प्रकल्प खर्चात वाढ होते, हे आपण नेहमी पाहतोच. यामुळे प्रकल्पाची आर्थिक व्यवहार्यता धोक्यात येऊ शकते. म्हणून प्रकल्प नियोजनबद्ध पद्धतीने ठरावीक वेळेत पूर्ण होण्यासाठी कंपनीने काय काळजी घेतली आहे, हे बँकेने पाहणे आवश्यक आहे.

आर्थिक व्यवहार्यता तपासण्यासाठी खालील गोष्टी पाहाव्यात.

अ) आर्थिक अंदाजपत्रके : कमीत कमी दहा वर्षांमध्ये संबंधित प्रकल्प राबविल्याने कंपनीची मालमत्ता, कर्जे, नफा यांच्यामध्ये कसा बदल होत जाईल आणि कंपनी कर्ज आणि त्यावरील व्याजाची परतफेड कशी करणार? तसेच कंपनीची एकंदरीत प्रगती कशी होईल? हे दर्शवणारी वार्षिक अंदाजपत्रके (Financial Projections) कंपनीने बनवणे आणि बँकेने ती तपासणे महत्त्वाचे आहे. यावरून कंपनीची पुढील वाटचाल कशी होईल, याचा अंदाज आधी कंपनीला येणे आणि बँकेस तो योग्य वाटणे अतिशय महत्त्वाचे आहे.

इथे एक गोष्ट लक्षात ठेवणे गरजेचे आहे, प्रस्तावित कर्जदार अशी सर्व कागदपत्रे, अहवाल, भविष्याचे नियोजन हे सारे प्रकल्प अहवाल तयार करून देणाऱ्या व्यावसायिकाकडून करून घेतात आणि बँकेस देतात. तसेच बँक अधिकाऱ्यांशी चर्चा करण्यासाठी हेच व्यावसायिक कर्जदाराचे प्रतिनिधित्व करतात. अशा प्रकारामुळे प्रत्यक्ष कर्जदाराची आपल्या प्रकल्पाविषयीची जाण किती सखोल आहे, याची नीट कल्पना बँकेला येत नाही. यासाठी प्रस्तावित कर्जदाराला आपल्या नियोजित प्रकल्पाची किती माहिती आहे, त्यात भविष्यात काय अडचणी येऊ शकतात आणि त्या सोडवण्यासाठी कर्जदाराच्या काय योजना आहेत, हे बँकेने कर्जदाराकडूनच चर्चेद्वारे समजावून घ्यावे.

एक वेळ प्रकल्प अहवाल खूप आकर्षक नसेल तरी चालेल; पण कर्जदाराची प्रकल्पाविषयीची सखोल जाण आणि तो चालवण्याची त्याची क्षमता आणि कटिबद्धता बँकेने तपासणे खूप महत्त्वाचे असते.

१. अंदाजपत्रकानुसार काढलेले रेशो

१. डीएससीआर (Debt Service Coverage Ratio)

कंपनीची कर्जावरील हप्ते, व्याज, इतर दीर्घ मुदतीची देणी व त्यावरील व्याज परत करण्याची क्षमता कंपनीच्या नफ्यामध्ये असते. म्हणजे कंपनीला वार्षिक नफा योग्य प्रमाणात झाला, तर ती देणी व्यवस्थित आणि वेळेवर देऊ शकते. अशी देणी आणि नक्त रूपाने हातात राहिलेला नफा यांचे गुणोत्तर म्हणजे डेट सर्व्हिस कव्हरेज रेशो - 'डीएससीआर' (DSCR) होय. हा काढण्यासाठी सूत्राचा वापर करतात.

$$\text{डीएससीआर} = \frac{\text{नक्त नफा + घसारा + मुदत कर्जावरील व्याज}}{\text{मुदत कर्ज आणि दीर्घ मुदत कर्ज यांचा हप्ता + मुदत कर्जावरील व्याज}}$$

या सूत्रामध्ये भाज्य रकमेत, म्हणजेच वर असणाऱ्या संख्येत घसाऱ्याचा (Depreciation) समावेश करण्याचे कारण म्हणजे घसारा रक्कम जरी नफ्यातून वजा केलेली असली, तरी ती एक तरतूद असून, ती रक्कम व्यवसायांतच राहते. तसेच भाज्य रकमेत मुदत कर्जावरील व्याज पुन्हा मिळवले जाते. याचे कारण नक्त नफा रक्कम काढण्यापूर्वी ही रक्कम नफ्यातून वजा केलेली असते. अशा प्रकारे भाज्य रक्कम मुदत कर्जाचे हप्ते आणि व्याज देण्यासाठी किती रक्कम उपलब्ध आहे, हे दर्शवते. तर भाजक (Denominator) रक्कम कर्जावरील हप्ते आणि व्याज या रूपाने त्या वर्षात प्रत्यक्ष किती रकमेची गरज आहे, हे दाखवते. हे गुणोत्तर एकापेक्षा जितके जास्त, तितक्या सहजपणे कंपनी ही देणी भागवू शकते. पण हेच गुणोत्तर एकपेक्षा कमी असेल, तर याचा अर्थ कंपनीकडे त्या वर्षी मुदत कर्जाचा हप्ता आणि त्यावरील व्याज, तसेच त्या वर्षी देय असणारी इतर दीर्घ मुदतीची देणी देण्याएवढी रक्कम नाही आणि कंपनी ही देणी त्या वर्षी देण्यास असमर्थ आहे, असा होतो.

आदर्श डीएससीआर : हा रेशो साधारणतः १.५पेक्षा जास्त असणे आवश्यक आहे. कारण अशी देणी दिल्यानंतर इतर काही कारणांसाठी, विशेषतः भागधारकांना लाभांश देणे, पुढील वर्षासाठी काही नफ्यातील रक्कम व्यवसायातच ठेवणे यासाठी थोडी जादा भाज्य रक्कम असणे आवश्यक आहे. बँक हा रेशो पाहताना कर्ज परतफेडीचा संपूर्ण काळ नजरेसमोर ठेवून तितक्या वर्षांचा सरासरी डीएससीआर काढतो. त्याद्वारे कंपनीच्या नफा क्षमतेची सातत्यता आणि पुढील वर्षांची देणी देण्याची क्षमता दिसून येते. त्या दृष्टीने मुदत कर्जाच्या प्रकरणाची छाननी करताना भावी डीएससीआर काय असेल, हे पाहणे खूप महत्त्वाचे आहे.

२. ना नफा ना तोटा समबिंदू (Break Even Point)

एखादा प्रकल्प उभा केला जातो, त्या वेळी त्याची वार्षिक उत्पादनक्षमता काय असावी, याचा विचार करून त्याप्रमाणे एक ठरावीक उत्पादनक्षमता असणारा प्रकल्प उभारला जातो.

आपण 'अबक' या स्वयंचलित दुचाकी, मोटरसायकल्स तयार करणाऱ्या कंपनीचे उदाहरण घेतले आहे. हा कारखाना उभारताना एका वर्षात किती मोटरसायकल्सचे उत्पादन होईल, हा विचार डोळ्यांपुढे ठेवूनच या मोटरसायकल्स तयार करणाऱ्या कारखान्याची उभारणी केली जाते. याच्यामागे गुंतवणूक, उत्पादन आणि विक्री या तीन एकमेकांशी जोडलेल्या घटकांचा संबंध आहे.

नफा कमावण्यासाठी गुंतवणुकीच्या प्रमाणात उत्पादन आणि विक्री होणे आवश्यक आहे. कारखान्याच्या वार्षिक उत्पादनक्षमतेलाच 'Installed capacity' असे म्हणतात.

समजा, अबक कंपनीची वार्षिक उत्पादनक्षमता १०,००० मोटारसायकल्स आहे, तर कंपनीने तितक्या म्हणजे दहा हजार मोटारसायकल्सचे उत्पादन त्या एका वर्षात केले, तर कंपनी शंभर टक्के उत्पादनक्षमतेने काम करत आहे आणि अपेक्षित उत्पन्न आणि नफा मिळवीत आहे, असे आपण म्हणू.

पण केलेल्या नियोजनाप्रमाणे प्रत्यक्ष उत्पादन त्या वर्षी होईलच असे नाही. याचे कारण कच्च्या मालाचा तुटवडा किंवा पुरवठा साखळीत (Supply Chain) वाहतुकीतील अडथळ्यांमुळे, वाहतूकदारांची संप, विद्युतपुरवठ्यातील अडथळा किंवा मागणीच कमी असणे या कारणांमुळे उत्पादनक्षमतेपेक्षा कमी होऊ शकते. त्यामुळे नफा घटू शकतो. त्यामुळे कंपनीला तोटा होणार नाही, असे किती उत्पादन कंपनीने करणे आवश्यक आहे, हे आता समजणे महत्त्वाचे असेल. उत्पादनक्षमता वापरण्याचा असा जो बिंदू आहे की, त्या बिंदूपर्यंत उत्पादन केल्यास 'ना नफा, ना तोटा' ही परिस्थिती राहील, त्यालाच 'ना नफा, ना तोटा बिंदू' (Break Even Point) असे म्हणतात.

हा बिंदू उत्पादनक्षमतेच्या टक्केवारीमध्ये मोजतात. (उदाहरणार्थ, उत्पादनक्षमतेच्या ७० टक्के, ८० टक्के इ. प्रत्यक्ष उत्पादन.) हा बिंदू ठरवण्याचे सूत्र याप्रमाणे :

$$\text{ब्रेक इव्हन पॉइंट} = \frac{\text{स्थायी खर्च}}{\text{प्रत्येक युनिटची विक्री किंमत} - \text{प्रत्येक युनिटचा चल खर्च}}$$

हे सूत्र इंग्लिशमध्ये असे सांगता येईल.

$$\text{Break Even Point} = \frac{\text{Fixed Cost}}{\text{Unit Sale Price} - \text{Unit Variable Cost}}$$

भाजक (Denominator) म्हणून जी संख्या येईल, त्यालाच Contribution असेही म्हणतात.

या सूत्रात तीन गोष्टींचा समावेश होतो.

अ. स्थायी खर्च (Fixed Cost)

ब. प्रत्येक युनिटची विक्री किंमत (Sale price per unit)

क. चल खर्च (Variable Cost)

यातील प्रत्येक युनिटची विक्री किंमत कंपनी ठरवते. स्थायी खर्च व चल खर्च या दोन संज्ञा आपण इथे समजून घेऊ.

अ. स्थायी खर्च : यात लोकांचे पगार, जागांचे भाडे, आस्थापना खर्च, बँकेच्या कर्जावरील व्याज, घसारा, कर या गोष्टींचा समावेश होतो. हा खर्च उत्पादन प्रक्रियेसंबंधातील असला, तरी या प्रक्रियेशी थेट संबंधित नसतो. उदाहरणार्थ, कामगारांचे पगार, बँकेचे व्याज यात थेट उत्पादन जरी कमी झाले, तरी त्यात फरक पडत नाही. एखादी जागा भाडेतत्त्वावर घेतली असेल, तर एखादा महिना त्या जागेचा वापर केला नाही, तरी त्या जागेचे भाडे हे भरावे लागतेच. तर स्थायी खर्चात असे खर्च येतात की, ते करावेच लागतात. भले तुमचे उत्पादन कमी अथवा जास्त होवो.

क. चल खर्च : यामध्ये अशा खर्चाचा समावेश होतो की, ज्याचा प्रत्यक्ष उत्पादनाशी थेट संबंध आहे. यामध्ये कच्चा माल, पॅकिंगचे सामान, इंधन अशा उत्पादनाशी थेट निगडित असणाऱ्या खर्चांचा समावेश होतो.

अशा प्रकारे प्रत्येक युनिटच्या विक्रीच्या किमतीतून चल खर्च वजा केला की, त्या प्रत्येक युनिटचे नफ्यातील योगदान (Contribution) आणि हे योगदान स्थायी खर्चाशी भागले की, किती उत्पादनक्षमतेला 'ना नफा, ना तोटा' ही परिस्थिती येते हे समजते. हे प्रत्यक्ष उदाहरणावरून समजून घेऊ. त्यासाठी खालील माहिती दिली आहे.

प्रत्येक युनिटची विक्री किंमत	रु. २०
प्रत्येक युनिटचा उत्पादनाचा चल खर्च (Variable Cost)	रु. १५
एकूण स्थायी खर्च (Fixed Cost)	रु. ७,६०,०००

या माहितीवरून ब्रेक इव्हन पॉइंट पुढीलप्रमाणे काढता येईल.

$$\text{ब्रेक इव्हन पॉइंट} = \frac{\text{स्थायी खर्च}}{\text{प्रत्येक युनिटची विक्री किंमत - प्रत्येक युनिटचा चल खर्च}}$$

$$= \frac{७,६०,०००}{२०-१५} = \frac{७,६०,०००}{५} = १,५२,००० \text{ रु.}$$

या माहितीच्या आधारे 'ना नफा, ना तोटा' ही अवस्था येण्यासाठी कंपनीला वर्षाला १,५२,००० युनिट्सचे कमीत कमी उत्पादन करणे आवश्यक आहे. यापुढे वाढणारे उत्पादन (अर्थात ते सर्व विकले जाते हे गृहीतक आहे.) कंपनीला नफा मिळवून देण्यास सुरुवात करेल.

३. संवेदनशीलता विश्लेषण (Sensitivity Analysis)

आर्थिक नियोजनाद्वारे कंपनी पुढील काही वर्षांत होणारा व्यवसाय, विक्री, नफा या गोष्टींचा अंदाज बांधत असताना काही गृहीतके वापरत असते. उदाहरणार्थ, कच्च्या मालाचे दर, एकूण विक्री इत्यादी. पण प्रत्यक्षात काही कारणाने अशी परिस्थिती उद्भवते की, जी कंपनीच्या नियंत्रणाबाहेर आहे. कदाचित कच्च्या मालाचे भाव अपेक्षेपेक्षा जास्त वाढू शकतात; पण त्या प्रमाणात विक्रीची किंमत बाजारातील स्पर्धेमुळे वाढवणे शक्य होत नाही. तसेच अचानक उद्भवलेल्या परिस्थितीमुळे विक्रीचे अपेक्षित उद्दिष्ट गाठता येत नाही. संवेदनशीलता विश्लेषण म्हणजे, असे बसणारे धक्के किंवा विपरित व्यावसायिक वातावरण या बाबीतून कंपनी तरून पुढे जाईल का, याचे विश्लेषण होय. हा विषय आपण प्रत्यक्ष उदाहरणाद्वारे समजावून घेऊ.

समजा, एका कंपनीने मुदत कर्ज घेतले असून, त्याची परतफेड चार वर्षांत करायची आहे. या चार वर्षांसाठी सरासरी अपेक्षित डीएससीआर २.०५ आहे. आता आपण खालील शक्यतांचा विचार करू.

१. विक्रीमध्ये १० टक्के घट होऊ शकते.
२. आस्थापना आणि इतर खर्चांत ५ टक्के वाढ शक्य आहे.
३. निव्वळ नफ्यामध्ये १० टक्के घट होऊ शकते.

अर्थात, पुढील काळाचे नियोजन करताना कंपनीने पूर्ण विचार करूनच नियोजन केले आहे; पण परिस्थितीत होणारे बदल, जे कंपनीच्या नियंत्रणात नाहीत, त्यांना अपेक्षित धरून वर सांगितल्याप्रमाणे विक्री आस्थापना खर्च किंवा नफा यात आधी सांगितलेल्या टक्केवारीत विपरित परिणाम झाला, तर कंपनीच्या कर्जफेड, तसेच व्याज भरण्याच्या परिस्थितीत काय फरक होईल, म्हणजे बदललेला डीएससीआर काय असेल, हे आपण पुढील तक्त्याप्रमाणे पाहू.

	तपशील	कमीत कमी DSCR	सरासरी	वर्ष १	वर्ष २	वर्ष ३	वर्ष ४
	आत्ताच्या नियोजनाप्रमाणे	१.६६	२.०५	१.६६	१.६८	२.२२	२.८२
अ.	विक्री १० टक्के कमी झाली	१.४७	१.८४	१.४७	१.५१	१.९९	२.५३
ब.	आस्थापना खर्च ५ टक्के वाढला	१.३३	१.६९	१.३३	१.३८	१.८०	२.२६
क.	निव्वळ नफा १० टक्के कमी झाला	१.५२	१.९१	१.५२	१.५७	२.०३	२.५३
ड.	वरील सगळ्यांचा एकत्रित परिणाम झाला तर	१.३३	१.५८	१.३३	१.३५	१.६६	१.९९

या कोष्टकातील आकडे अंदाजासाठी घेतले आहेत. वाचकांनी ते स्वत: काढावेत. तक्त्यावरून आपल्या लक्षात येईल की, अनपेक्षित कारणांमुळे नियोजित गृहीतकात काही फरक पडला, तरी अंतिमत: कंपनीची कर्ज आणि व्याज फेडण्याची क्षमता फारशी खालावत नाही. अशा प्रकारे संवेदनशीलता विश्लेषण केले जाते.

४. अंतर्गत परताव्याचा दर

गुंतवणूकदार कोणतीही गुंतवणूक करताना त्या गुंतवणुकीवर आपल्याला काय परतावा मिळेल, हा निकष लावून ती गुंतवणूक करतात. तर अशा गुंतवणुकीवर भविष्यात काय परतावा मिळेल, हे ठरवण्यासाठी एक कोष्टक वापरले जाते. मात्र, ही संज्ञा समजून घेण्यासाठी आपल्याला 'निव्वळ वर्तमान मूल्य' (Net Present Value) ही संज्ञा समजून घेणे आवश्यक आहे.

वर्तमान मूल्य या संज्ञेत भविष्यात येणाऱ्या पैशांचे आजचे मूल्य काय, हे विचारात घेतले जाते.

हे समजण्यासाठी एक उदाहरण पुढीलप्रमाणे :

आज आपण १००० रुपये बँकेत ठेवले आणि व्याजदर १० टक्के आहे (हा व्याजदर समजुतीसाठी घेतला आहे. या दराने कोणतीच चांगली बँक सद्य:स्थितीत ठेवी घेत नाही.), तर एक वर्षानंतर व्याजासह ती रक्कम १,१०० रुपये होईल, तर तीच रक्कम दोन वर्षांनंतर १,२१० रुपये होईल. हेच अशा पद्धतीने मांडता येईल की, अनुक्रमे १,००० रुपये आणि १,२१० रुपये एक आणि दोन वर्षांमध्ये होतील, त्याची आजची किंमत १,००० रुपये आहे. तेव्हा निव्वळ वर्तमान मूल्य म्हणजे भविष्यात येणाऱ्या कॅश/रोखीचे व्याजदर लक्षात घेता, आज असणारे मूल्य. हाच व्याजदर, ज्याला इथे डिस्काउंट रेट म्हणतात, तो ध्यानात येता, पुढील पाच वर्षांत येणाऱ्या आजच्या १०,००० रुपये गुंतवणुकीचे आजचे वर्तमान मूल्य खालील तक्त्यात दिले आहे.

निव्वळ वर्तमान मूल्य कोष्टक : गृहीतक डिस्काउंट दर - १० टक्के

	वर्ष	१	२	३	४	५
		मूल्य रुपयांत	मूल्य रुपयांत	मूल्य रुपयांत	मूल्य रुपयांत	मूल्य रुपयांत
१	डिस्काउंट फॅक्टर (सूट घटक)	०.९१	०.८३	०.७५	०.६८	०.६२
२	अपेक्षित रोख प्रवाह (Expeccted Cash Flow)	१०,०००	१०,०००	१०,०००	१०,०००	१०,०००
३	निव्वळ वर्तमान मूल्य	९,०९१	८,३००	७,५००	६,८००	६,२००
४	एकूण निव्वळ वर्तमान मूल्य (वर्ष १+२+३+४+५)	३७,८९१	-	-	-	-

अशा प्रकारे गुंतवणूकदाराला पुढील पाच वर्षांत मिळणाऱ्या ५०,००० रुपयांचे आजचे वर्तमान मूल्य ३७,८९१ रुपये आहे. हाच विचार आपण महागाई दराबद्दलसुद्धा करू शकतो. महागाई दरवर्षी १० टक्के दराने वाढणार असेल, तर या प्रकारे पुढील पाच वर्षांत मिळणाऱ्या एकूण ५०,००० रुपयांचे आजचे वर्तमान मूल्य ३७,८९१ रुपये आहे.

आता निव्वळ वर्तमान मूल्य ही संज्ञा समजली की, अंतर्गत परताव्याचा दर (Internal Rate of Return - IRR) ही संकल्पना समजणे सोपे आहे. IRR सोपी व्याख्या म्हणजे, मूळ गुंतवणूक आणि भविष्यात येणाऱ्या उत्पन्नाचे निव्वळ वर्तमान मूल्य ज्या दराने एक होते, तो दर म्हणजे निव्वळ वर्तमान मूल्याचा दर होय.

प्रत्यक्षात हा दर काढणे थोडे गुंतागुंतीचे आहे. पण 'एक्सेल' (Excel) या संगणकावर उपलब्ध असणाऱ्या आकडेमोडीचे काम एकदम सुलभ करणाऱ्या सॉफ्टवेअरमध्ये 'आयआरआर' काढणे सोपे आहे. त्यासाठी 'Function' या खिडकीमध्ये आयआरआर काढण्याची सोय आहे.

देय हमी :

मुदत कर्जाचे मूल्यमापन करण्याच्या पद्धतीप्रमाणे कर्ज मंजूर केल्यास प्रत्यक्ष रक्कम बँक वितरित करते. याला 'निधी आधारित सुविधा' (Fund Based Facility) असे म्हणतात. देय हमी (Deferred Payment Guarantee) ही विनानिधी आधारित सुविधा (Non Fund Based Facility) असून, त्याचे वितरण पुढीलप्रमाणे चालते.

व्यावसायिकाला एखादी मशिनरी देशांतर्गत खरेदी करायची असते किंवा परदेशातून आयात करायची असते. त्याप्रमाणे खरेदीदार आणि विक्रेता यांच्यात व्यवहार ठरतो. खरेदीदार बँकेला या व्यवहाराबद्दल अवगत करतो. अशा खरेदीसाठी विक्रेता जर राजी असेल, तर बँक विक्रेत्याला खरेदीदाराच्या वतीने त्या मशिनरीची ठरलेली रक्कम जर खरेदीदाराने दिली नाही, तरी बँकेतर्फे देण्याची हमी देते. या हमीवर विसंबून विक्रेता खरेदीदाराला मशिनरी उधारीवर विकतो. जसे ठरले असेल त्याप्रमाणे खरेदीदार हप्त्याने पैसे विक्रेत्याला बँकेमार्फत अदा करतो. यात खरेदीदाराने वेळीच हप्ता भरला नाही, तर विक्रेता बँकेकडे पैसे मागतो आणि दिलेल्या हमीप्रमाणे बँक विक्रेत्यास पैसे देते.

या प्रकारच्या व्यवहारात सर्वांचाच कसा फायदा होतो, ते आपण समजून घेऊ. विक्रेत्याच्या मशिनरीची विक्री होते आणि खरेदीदाराच्या बँकेकडून हमी मिळाली असल्याने पैसे मिळण्याविषयी विक्रेता निश्चिंत असतो. काही केसेसमध्ये विक्रेता खरेदीदारावर 'बिल ऑफ एक्स्चेंज' काढतो आणि त्यावर खरेदीदाराची बँक सहमान्यता (Co-acceptance) म्हणून खरेदीदाराबरोबरच मान्यतेची सही करते. इथे विक्रेता म्हणजे 'बिल ऑफ एक्स्चेंज' तयार करणारा (Drawer of the Bill of Exchange) खरेदीदार बिल मान्य करणारा (Drawee of the Bill of Exchange) आणि बँक या व्यवहाराला हमी देणारी (Co-acceptance) असा निगोशिएबल इन्स्ट्रुमेंट ॲक्टअंतर्गत व्यवहार होतो, जो कायदेशीर असणारे बिल ऑफ एक्स्चेंज विक्रेता त्याच्या बँकेकडे नेऊन ते डिस्काउंट करून विक्रीचे पैसे अदा करून घेतो. त्यायोगे त्याची रोख तरलता चांगली राहते. खरेदीदारालाही मुदत कर्जावरील व्याज भरावे लागत नाही, तर फक्त बँकेचे हमी कमिशन द्यावे लागते. बँकेलाही कोणतेही कर्ज न देता दिलेल्या हमीसाठी कमिशन मिळते.

जोखीम व्यवस्थापन

इथे बँकेच्या दृष्टीने जोखीम म्हणजे खरेदीदाराने विक्रीदाराचा हप्ता ठरल्याप्रमाणे वेळच्यावेळी भरला नाही, तर ती रक्कम बँकेला अदा करावी लागते. त्यामुळे बँकेला इतर प्रकारच्या कर्जप्रकरणांचे जसे मूल्यमापन करावे लागते, तसेच अशी हमी देतानाही करावे लागते. त्यासाठी याआधी पाहिलेली मुदत कर्ज देताना करावयाच्या मूल्यमापनाचा, म्हणजे कर्जदाराची विश्वासार्हता, तांत्रिक आणि आर्थिक व्यवहार्यता यांचा लेखाजोखा घ्यावाच लागतो. तसेच कायदेशीर करार (खरेदीदाराबरोबर), तारण घेणे, कर्जदाराच्या व्यवसायावर लक्ष ठेवणे ही सर्व कामे करावीच लागतात.

सारांश

खालील चार भागांत मुदत कर्जप्रकरण तयार करणे आवश्यक आहे.

- अर्जदाराची मूळ अर्हता व पार्श्वभूमी
- बँक व रिझर्व्ह बँकेची धोरणे आणि बंधने
- तांत्रिक व्यवहार्यता
- आर्थिक व्यवहार्यता

हे विवेचन कितीही मोठ्या रकमेचे मुदत कर्जप्रकरण तयार करता यावे, या हेतूने केलेले आहे. छोट्या, लघु व मध्यम उद्योजक, व्यापारी, सेवा पुरवठादार या प्रकारच्या कर्जदारांसाठी इतके सविस्तर विश्लेषण आवश्यक नसते. तर यातील आवश्यक असणारा भाग वापरून कर्जप्रकरण तयार करता येऊ शकते.

ooo

प्रकरण ४

किरकोळ कर्जे

कर्जाची गरज ही निरनिराळ्या कारणांसाठी असते. ही गरज कधी व्यवसाय चालवण्यासाठी असते, तर कधी व्यक्तीच्या वैयक्तिक गरजा भागवण्यासाठी जसे की, घर अथवा वाहन खरेदी, मुलांच्या शिक्षणाचा खर्च, वैद्यकीय खर्च, लग्न आणि तत्सम खर्च या कारणासाठी कर्जाची गरज भासते. अशा वैयक्तिक स्वरूपाच्या गरजा भागवण्यासाठी जी कर्जे दिली जातात, त्यांना 'किरकोळ कर्जे' (Retail Loan) असे म्हणतात. या कर्जांचे ठळक वैशिष्ट्य म्हणजे, अशा कर्जांतून कोणतेही उत्पन्न तयार होत नाही आणि त्यामुळे त्यांची परतफेड कर्जदाराला त्याच्या उत्पन्नातून करावी लागते. उदाहरणार्थ, पगार, व्यवसायातून, तसेच शेतीतून, व्यापारातून मिळणारे उत्पन्न इत्यादी.

किरकोळ कर्जे हा अतिशय महत्त्वाचा कर्जप्रकार आहे. साधारणतः २००० सालापर्यंत छोट्या आणि मध्यम आकाराच्या बँका व नागरी सहकारी बँकांमध्ये किरकोळ कर्जे ही जवळजवळ त्यांची मक्तेदारी होती. तोपर्यंत सरकारी बँका, नव्याने स्थापन झालेल्या खासगी बँका यांचा मुख्य ओढा कॉर्पोरेट क्षेत्राकडे होता. कर्जपुरवठाही मर्यादित असल्याने तो जास्तीत जास्त व्यावसायिक क्षेत्रे, शेती, कारखाने यांना देऊन त्यातून उत्पादकता वाढावी, या हेतूने किरकोळ कर्जे फारच कमी दिली जात असत.

पण २००० सालानंतर परिस्थिती बदलली आहे. उदारीकरण, जागतिकीकरण, खासगीकरणाचे वारे देशात १९९०नंतरच वाहू लागले होते. पण साल २०००नंतर त्याने विलक्षण गती घेतली. अर्थव्यवस्था वाढीस लागली. बँकांच्या ठेवींत प्रचंड वाढ होऊ लागली. स्पर्धात्मकता वाढली, खासगी बँकांमुळे, तसेच नॉन बँकिंग फायनान्स कंपनीज् (गैरबँकिंग वित्तसंस्था) यांच्यामुळे बँकिंग क्षेत्र आमूलाग्र बदलू लागले. आता बँका कर्ज देण्यासाठी चांगले ग्राहक शोधू लागल्या. अधिक व्यवसाय मिळावा म्हणून एकमेकांशी स्पर्धा करू लागल्या. 'मार्केटिंग' ही संकल्पना चांगलीच रुजली.

पण याच दरम्यान बँकांच्या थकीत कर्जांतही वाढ होऊ लागली. त्यात अनेक मोठी कॉर्पोरेट कर्जे निरनिराळ्या कारणांमुळे थकीत होऊ लागली. त्यांच्यावरील थकीत कर्जासाठीची तरतूदही वाढून मोठ्या सरकारी आणि नविन खासगी बँकांच्या नफ्यात आणि नफा क्षमतेत घट होऊ लागली. खासगी बँकांच्या शेअर्सच्या किमतींत होणाऱ्या आकर्षक वाढीवर याचा परिणाम जाणवू लागला.

याच काळात जोखीम व्यवस्थापन (Risk Management) ही संकल्पनाही बँकिंग क्षेत्रात उदयाला येऊ लागली. यामध्ये महत्त्वाची संकल्पना म्हणजे जोखीम कमी करणे (Risk Mitigation).

ही संकल्पना 'जोखीम एकाग्रता' (Risk Concentration) याच्याविरुद्ध आहे. कर्ज विभागातील कर्जे थकीत होऊन ती बुडणे ही जोखीम (Default Risk) जर कमी करायची असेल, तर कमी किंवा मर्यादित कॉर्पोरेट्सना

मोठमोठी कर्जे देण्यापेक्षा छोटी ते मध्यम कर्जे यांचे प्रमाण वाढवून कर्जदारांची संख्या वाढवणे ही एक महत्त्वाची विचारसरणी मोठ्या व विशेषत: नवीन खासगी बँकांमध्ये मूळ धरू लागली.

अशा वेळी या बँकांचे किरकोळ कर्जदारांकडे वळणे सुरू झाले आणि या बँकांनी आपला 'रिटेल लोन' हा विभाग सक्षम करण्याचे, त्यात तंत्रज्ञान आणून कर्ज निर्णयप्रक्रिया व्यवस्थेवर आधारित (System based) वेगवान आणि परिणामकारक करण्याचे धोरण आखले. या बँकांनी 'रिटेल लोन सेंटर्स' स्थापून या कर्जांचे आक्रमकपणे मार्केटिंग सुरू केले. याचा परिणाम म्हणून या बँकांतील किरकोळ कर्जांचे प्रमाण खूप वेगाने वाढले. सुरुवातीला या बँकांतील किरकोळ कर्जांचे एकूण कर्जांशी असणारे प्रमाण अगदी नगण्य होते. ते वेगाने वाढत आता ४० टक्क्यांच्याही पुढे गेले आहे. खरे तर या बँकांनी छोट्या, मध्यम आकाराच्या नागरी सहकारी बँकांचा मूळ कर्जदाराचा विस्तृत असा किरकोळ कर्जांचा जो वर्ग होता, तो आपल्याकडे ओढला आहे.

या पार्श्वभूमीवर किरकोळ कर्जे हा कर्जप्रकार बँकांसाठी आता खूप महत्त्वाचा ठरला आहे. या क्षेत्रात बँका आता ग्राहकाच्या गरजा ओळखून नवनवीन योजना (products) अतिशय कल्पकतेने आणून या क्षेत्राचा विस्तार करत आहेत. यामध्ये यशस्वीपणे पुढे जाणे म्हणजे कर्जदारांचा पाया (base) विस्तृत करणे आणि त्याच वेळी या कर्जांची गुणवत्ता राखणे हे होय.

यासाठी रेटिंग आधारित मूल्यांकन पद्धत, योग्य पद्धतीने कर्जवितरण, सुलभ माहिती यंत्रणा (Database) थकीत कर्जांचा योग्य पद्धतीने पाठपुरावा, कर्जदारांशी संपर्क, कर्जाची परतफेड योग्य पद्धतीने होत आहे का, याचा नियमित आढावा, तसेच या खात्यांची नफाक्षमता वाढवण्यासाठी खातेदारांचा सर्व प्रकारचा बँकिंग संबंध, म्हणजे ठेवी, चालू आणि बचत खाते, रिकरिंग खाते, डिमॅट खाते, विमा, म्युच्युअल फंडातील गुंतवणूक, बँकेच्या सर्व प्रकारच्या सुविधांचा वापर या आपल्याच बँकेतर्फे होईल (याला Cross Sales अशी संज्ञा आहे) यासाठी कर्जदाराशी संपर्कात राहणे या गोष्टी खूप महत्त्वाच्या आहेत. यासाठी आपण किरकोळ कर्जांचे प्रकार काय आहेत, हे समजून घेऊ.

१. घरासाठी कर्ज

घरासाठी कर्ज (Home Loan) 'किरकोळ कर्जे' या प्रकारातील हा सर्वांत महत्त्वाचा कर्जप्रकार आहे. आपले स्वत:चे, आपल्याला परवडेल आणि सोयीचे असे घर असावे, ही प्रत्येक व्यक्तीची इच्छा असते. भारतात घरांसाठीच्या बांधकाम व्यवसायात, यात स्वत:चे घर, मोठ्या गृहसंकुलामधील फ्लॅट अथवा अपार्टमेंट, सरकारतर्फे बांधली जाणारी गरिबांना परवडतील अशी घरे, महाराष्ट्रात गृहनिर्माण व क्षेत्रविकास प्राधिकरणाद्वारे (म्हाडा) बांधून वितरित केलेली घरे या सर्वांचा समावेश होतो. गृहकर्ज या योजनेखाली द्यावयाच्या किरकोळ कर्जांसाठीचे निकष प्रत्येक बँक आपापल्या धोरणाप्रमाणे ठरवते. प्रथम आपण रिझर्व्ह बँकेची यासंबंधातील मार्गदर्शक तत्त्वे (Policy Guidelines) काय आहेत ते पाहू. (संदर्भ : रिझर्व्ह बँक मास्टर सर्क्युलर नं आरबीआय/२०१५-१६/४६ दि. १ जुलै, २०१५ व त्यात वेळोवेळी सुधारणा झाल्या आहेत.)

१. बँकांना स्वत:चे 'घरकर्ज धोरण' ठरवण्याचे अधिकार असून, प्रत्येक बँकेला असे धोरण आपल्या संचालक मंडळाच्या मंजुरीने ठरवावे लागेल.
२. हे धोरण ठरवताना बँक कर्जाचा उपयोग घरांचे बांधकाम, त्यांची उभारणी यासाठी होईल, त्याचा गैरवापर होणार नाही, याची काळजी घेईल.

३. जमीन खरेदीसाठी कर्ज देताना घराचे त्या जमिनीवरील बांधकाम ठरावीक मुदतीत सुरू करून ते पूर्ण करण्याचे बंधन कर्जदारांवर घालावे लागेल.
४. बँक गृहकर्ज नवीन किंवा जुन्या घराची खरेदी, तसेच जुन्या घराची दुरुस्ती या दोन्ही कारणांसाठी देऊ शकेल.
५. 'झोपडपट्टी सुधारणा' याअंतर्गत बँक त्यासाठी स्थापन केलेल्या सार्वजनिक कंपनीला कर्ज देऊ शकेल.
६. अनधिकृत बांधकामासाठी बँक कर्ज देऊ शकणार नाही. या बांधकामास योग्य त्या अधिकाऱ्याची, त्यासंबंधित संस्थांची, उदाहरणार्थ, महापालिका, नगरपालिका, ग्रामपंचायत यांची मान्यताप्राप्त असणे आवश्यक आहे.
७. घरकर्ज देताना 'कर्जाचे मूल्याशी प्रमाण' (Loan to Value Ratio - LTV) पुढील मर्यादेत असावे.

वैयक्तिक गृहकर्ज	**कर्जाचे मूल्याशी प्रमाण (%)**
मर्यादा- रु. २० लाखांपर्यंत	९०
मर्यादा- रु. २० लाख ते ७५ लाखांपर्यंत	८०
मर्यादा- रु. ७५ लाख व अधिक	७५

या तक्त्याप्रमाणे कर्जदाराने घराच्या किमतीच्या प्रमाणात कमीत कमी स्वतःचा हिस्सा किती असावा, हे दर्शवले आहे. इथे घराच्या किमतीत कर्ज रक्कम १० लाख रुपयांपेक्षा कमी असेल, तर कर्जाची रक्कम ठरवताना स्टॅम्प ड्युटी, रजिस्ट्रेशन आणि कायदेशीर कागदपत्रे तयार करण्याचा खर्च घराच्या किमतीत समाविष्ट करता येईल.
८. काही बँकांनी कर्जदारांना आकर्षित करण्यासाठी अशा पद्धतीची योजना आखली आहे की, सुरुवातीलाच कर्जाची संपूर्ण रक्कम बिल्डरला द्यायची. खरे तर ज्याप्रमाणे बांधकामात प्रगती होत जाईल, त्या प्रमाणात कामात झालेली प्रगती प्रत्यक्ष पाहून कर्जाची रक्कम वितरित करायची असते. पण या योजनेत सर्व रक्कम आधीच बिल्डरला देऊन बांधकामकाळातील परतफेड हप्ते आणि व्याज हे बिल्डरने भरायचे व त्यासाठी बँक, कर्जदार आणि बिल्डर यांच्यात 'तीन पार्टी' (Tripertite) संमतीपत्रक तयार केले जाते. पण यात बँक आणि कर्जदार दोघेही मोठाच धोका पत्करत असतात. कारण बांधकामाच्या काळात जर कर्जदार आणि बिल्डर यांच्यात काही वाद उत्पन्न झाला किंवा बिल्डरने काम वेळेत पूर्ण केले नाही अथवा ठरल्याप्रमाणे बांधकामकाळातील व्याज व हप्ते भरले नाहीत, तर यातून अनेक प्रश्न उभे राहू शकतात. त्यामुळे बांधकामाच्या प्रगतीप्रमाणे, कर्जदाराचा स्वतःचा हिस्सा लक्षात घेऊन कर्ज वितरित करणे हेच श्रेयस्कर आहे.

गृहकर्ज हे प्राथमिकताप्राप्त क्षेत्र कर्जात समावेश होण्यासाठीची अर्हता :

बँकेने दिलेली गृहकर्जे ही प्राथमिकताप्राप्त क्षेत्रासाठी दिलेल्या कर्जात अंतर्भूत होऊ शकतात. त्यासाठी रिझर्व्ह बँकेने पुढील कर्जमर्यादा ठरवल्या आहेत.

तपशील	कर्जमर्यादा	घराची किंमत मर्यादा (रु.लाखांमध्ये)
अ) नवीन घरे		
१. १० लाखांपेक्षा जास्त लोकसंख्या असणारी महानगरे (यातील वैयक्तिक घर कर्जदार)	३५	४५
२. इतर ठिकाणी (क्र. १ सोडून) (कर्ज आणि घराच्या किमतीमध्ये असणाऱ्या मर्यादा प्रत्येक कुटुंबासाठी आहेत.)	२५	३०
ब) घरदुरुस्ती	-	-
अ -१ अंतर्गत	१०	-
अ -२ अंतर्गत	६	-
क) गृहकर्जे देणाऱ्या संस्थांनी गैरबँकिंग वित्तसंस्थांना (NBFC) दिलेली २० लाख रुपयांपर्यंतची वैयक्तिक गृहकर्जे		
ड) सरकारी संस्थांना 'झोपडपट्टी पुनर्वसन' योजनेअंतर्गत दिलेली कर्जे		

(संदर्भ : RBI/FIDD/20-21/72 dt. 04.09.20)

बँकांच्या गृहकर्ज योजनांचा तपशील

प्रत्येक बँक आपले स्वत:चे गृहकर्जाचे धोरण ठरवते. पण त्यातील काही मानक अटी (Standard Conditions) पुढीलप्रमाणे असू शकतात.

१. अर्हता

गृहकर्ज देताना नोकरदार व व्यावसायिक यांच्यासाठी वयोमर्यादा आणि वार्षिक उत्पन्न अशी अर्हता (Eligibility) ठरवली जाते.

अ. नोकरदार व्यक्ती : वय २३ ते ५८. वार्षिक उत्पन्न ३ लाख रुपयांच्या पुढे. कर्जाची रक्कम १० लाख रुपयांपेक्षा कमी असेल, तर वार्षिक उत्पन्नाची अट थोडी शिथिल करता येते. तसेच पती आणि पत्नी यांचे एकत्रित उत्पन्न अर्हतेसाठी विचारात घेतले जाते.

ब. व्यावसायिक व्यक्ती : वय २३ ते ६०. वार्षिक उत्पन्न ४ लाख रुपयांच्या पुढे. कर्ज प्राथमिकताप्राप्त क्षेत्राअंतर्गत असल्यास बँक या अर्हतेत सवलत देऊ शकते.

२. कर्जाचे घरमूल्याशी प्रमाण

कर्जाचे घरमूल्याशी प्रमाण (Loan to Value Ratio - LTV) म्हणजे घराची किंमत आणि त्यासाठी घेतलेल्या कर्जाचे प्रमाण होय. उदाहरणार्थ, घराची किंमत ४० लाख आहे आणि कर्ज ३० लाख आहे, याचा अर्थ कर्जाचे घरमूल्याशी प्रमाण ७५ टक्के आहे.

३. कर्जाची रक्कम

अ. साधारण ५ लाख ते ७५ लाख रुपये. ही रक्कम प्रत्येक बँक ठरवू शकते. पण त्यासाठी कर्जदाराचे उत्पन्न, त्याची परतफेडक्षमता, वय, कर्जाचे घरमूल्याशी प्रमाण म्हणजेच कर्जदाराचा स्वत:चा एकूण किमतीतील हिस्सा (मार्जिन) बँकेचे स्वत:चे जोखीमविषयक धोरण हे विचारात घेणे आवश्यक आहे. एकूण कर्जाच्या हप्त्यांची आणि व्याजाची रक्कम वार्षिक उत्पन्नाच्या ४० टक्क्यांपेक्षा जास्त नसावी. यात अर्जदाराने घेतलेल्या सर्व कर्जांचा समावेश होतो.

ब. परतफेड

जास्तीत जास्त २० वर्षे किंवा कमाल वयोमर्यादेपर्यंत. याचाच अर्थ जोपर्यंत व्यक्ती नोकरीत अथवा व्यवसायात असून, उत्पन्न मिळवू शकते, त्या कालमर्यादेमध्ये कर्जपरतफेड होणे आवश्यक असते. तसेच हा निर्णय प्रत्येक बँकेने आपल्या तद्अनुषंगिक धोरणाप्रमाणे घ्यायचा आहे.

क. व्याजदर

व्याजदर ठरवण्यास बँकेस मुभा आहे. पण चांगले खातेदार मिळण्यासाठी तो स्पर्धात्मक असणे जरुरीचे आहे. 'जादा व्याजदर, जादा जोखीम' हे तत्त्व सर्वमान्य आहे.

ड. रिस्क मॅनेजमेंट पॉलिसी (Risk Management Policy)

बँकेचा देणी आणि मालमत्ता यांतील कालसापेक्ष ताळमेळ म्हणजे ठेवींचा काळ आणि त्या तुलनेत दिलेल्या एकूण कर्जांचा काळ या गोष्टी विचारात घेणे आवश्यक आहे.

४. कर्जदाराकडून आवश्यक कागदपत्रे

१. केवायसी नियमावलीची पूर्तता. कर्जदाराची मूळ कागदपत्रे तपासणे.

२. त्याच्या पगाराच्या गेल्या चार महिन्यांच्या स्लिप्स, मागील तीन वर्षांचे फॉर्म १६ आणि इन्कम टॅक्स रिटर्न्स.

३. नोकरी नेमणुकीचे अधिकृत पत्र. त्याच्या अधिकृततेची खात्री करून घेणे.

४. ज्या ज्या बँकेत खाती असतील, त्यांची गेल्या सहा महिन्यांची स्टेटमेंट्स.

५. विहित नमुन्यातील घरकर्जासाठीचा अर्ज, कर्जदाराचा फोटो. यात कर्जदाराची सर्व माहिती, त्याने इतर बँकेकडून कर्ज घेतले असल्यास त्यांचा पूर्ण तपशील, त्याच्या मालमत्ता व देणी यांचा तपशील.

६. जामीनदाराची अट असेल तर जामीनदाराची संपूर्ण माहिती, त्याची केवायसी पूर्तता, मालमत्ता व देणी यांचा तपशील.

७. सिबिल रिपोर्ट.

८. योग्य अधिकाऱ्याने संमत केलेला बांधकाम आराखडा, नकाशा.

९. घ्यावयाच्या किंवा बांधायच्या घरासंबंधी सर्व कागदपत्रे. यात पुढील गोष्टींचा समावेश असू शकतो.

अ. जमिनीचे सिटी सर्व्हे वा अशा संबंधित संस्थेने दिलेले अधिकृत उतारे.

ब. जमिनीचा हक्क प्रस्थापित करणारी कागदपत्रे वा शेती दाखला.

क. बँकेच्या अधिकृत वकिलाकडून गेल्या ३० वर्षांचा जमिनीविषयक सर्च रिपोर्ट आणि कर्जदारास या जागेची कायदेशीर मालकी असल्याची वा मिळणार असल्याचा निर्वाळा.

ड. बिल्डर असल्यास त्याच्या विश्वासार्हतेची खात्री करणारी कागदपत्रे, रियल इस्टेट (रेग्युलेशन आणि डेव्हलपमेंट ॲक्ट-२०१६ (रेरा) अंतर्गत प्रकल्पास मंजुरी.

ई. अधिकृत वकिलाने सर्च रिपोर्टमध्ये सांगितलेली सर्व कागदपत्रे

टीप :

१. सर्व कागदपत्रे घेताना ती मूळ प्रतीशी ताडून मगच घ्यावीत.

२. वरील यादी ही दिशादर्शक (Tentative) असून, प्रत्येक केसनुसार आवश्यक कागदपत्रांची यादी बँकेच्या अधिकृत वकिलाकडून घ्यावी.

३. घेणाऱ्या किंवा बांधकाम करायच्या जागेच्या योग्य मालकीविषयी खूप खबरदारी घेणे आवश्यक आहे. अनेक बँकांचे यासंबंधीचे अनुभव वाईट आहेत.

फ. कर्जवितरणानंतर तारण म्हणून घेतलेल्या संबंधित मालमत्तेचे 'सेंट्रल मॉर्गेज रजिस्ट्री' मध्ये (Central Mortgage Registry) निर्धारित वेळेत नोंद करणे कायद्याने बंधनकारक आहे.

५. तारण

१. ज्या मालमत्तेसाठी कर्ज दिले, त्या मालमत्तेचे मॉर्गेज.

२. वैयक्तिक जामीन

३. कर्जाची अट असल्यास दुसऱ्या व्यक्तीचा जामीन.

६. कर्जमंजुरीची प्रक्रिया

कर्ज मूल्यमापनाच्या प्रक्रियेत कर्जप्रकरणात जोखीम (Risk) किती आहे. आणि ती कशी नियंत्रित करता येईल, हे पाहणे महत्त्वाचे आहे. तसेच वेगवान निर्णयप्रक्रिया, कर्जाचे वितरण, तारणविषयक आणि कायदेशीर बाबींची वेळेत पूर्तता या महत्त्वाच्या गोष्टी आहेत. त्या दृष्टीने प्रत्येक बँकेने कर्जात किती जोखीम (Risk Rating) आहे, ती मोजण्यासाठी जोखीममापन व्यवस्था (Risk Measuring Model) तयार करणे गरजेचे आहे. या पद्धतीनुसार कर्जमंजुरीसाठी कर्जदाराला बँकेने ठरवलेले आवश्यक ते गुण मिळाल्यास ते कर्ज मंजूर करून पुढील कार्यवाही करणे सोपे जाते.

यात दिलेली गृहकर्जाची तपासणी आणि मंजुरीसाठीची माहिती प्रत्यक्षपणे या क्षेत्रात काम करणाऱ्या सर्वांना उपयोगी पडावी, ही अपेक्षा आहे.

२. वाहन खरेदी कर्ज

वाहन खरेदी कर्जात (Vehicle Loan) दुचाकी आणि चारचाकी वाहनांसाठी दिल्या जाणाऱ्या कर्जांचा समावेश होतो. या कर्जप्रकारासंबंधी प्रत्येक बँकेचे स्वतःचे धोरण असते. पण काही सर्वमान्य तरतुदी असतात. त्या खालीलप्रमाणे :

अर्हता

अ. नोकरदार व्यक्ती : वय २३ ते ५८. वार्षिक उत्पन्न तीन लाख रुपयांपेक्षा जास्त. कामाचा अनुभव : दोन ते तीन वर्षे. (सतत नोकरी बदलणाऱ्यांना जास्त प्राधान्य नाही.)

ब. व्यावसायिक व्यक्ती : वय २३ ते ६०. वार्षिक उत्पन्न तीन लाख रुपयांपेक्षा जास्त. कामाचा अनुभव : त्याच व्यवसायात कमीत कमी दोन ते तीन वर्षे.

कर्जाचे मूल्याशी प्रमाण : ३५ ते ९० टक्के

परतफेड : २ ते ४ वर्षे

कर्जाची रक्कम : वार्षिक उत्पन्नावर अवलंबून; पण एकूण व्याज आणि कर्जपरतफेड (सर्व कर्जांवर) एकूण उत्पन्नापेक्षा ४० टक्क्यांपेक्षा जास्त नसावी.

व्याजदर : हा ठरवण्याची बँकेस मुभा आहे. पण चांगले कर्जदार मिळवण्यासाठी तो स्पर्धात्मक असणे जरुरीचे आहे.

कर्जमंजुरीसाठी आवश्यक कागदपत्रे

१. केवायसी पूर्तता, अर्जदाराचा फोटो.
२. बँकेने ठरवलेल्या नमुन्यात कर्जासाठी अर्ज.
३. उत्पन्नाचे पुरावे; पगाराच्या गेल्या चार महिन्यांच्या स्लिप्स, गेल्या तीन वर्षांचे आयकर विवरणपत्रक.
४. सर्व बँक खात्यांची गेल्या सहा महिन्यांतील स्टेटमेंट्स.
५. अर्जदाराने घेतलेल्या सर्व कर्जांचा तपशील.
६. इतर बँकेचा खातेदार, कर्जदार असल्यास त्या बँकेचा क्रेडिट रिपोर्ट.
७. सिबिल रिपोर्ट.
८. जे वाहन घ्यायचे त्याचा वाहन डीलरकडून घेतलेला इनव्हॉइस.

कर्जमंजूर प्रक्रिया : बँकेने ठरवलेल्या नमुन्यामध्ये कर्जप्रकरण (Credit Proposal) करणे, तसेच अर्जदाराचे योग्य पद्धतीने जोखीम मूल्यांकन (Risk Rating) करणे.

कर्जमंजुरीनंतर करावयाच्या गोष्टी

अ. बँकेचा वाहनावरील बोजा (Hypothecation) प्रादेशिक वाहतूक अधिकारी (RTO) यांच्या कार्यालयात नोंदवून घेणे. वाहनाच्या आरसी पुस्तकात अथवा कार्डवर त्याची नोंद झाली आहे, हे तपासणे. अशा कागदपत्रांची सत्यप्रत बँकेच्या रेकॉर्डवर ठेवणे.

ब. गाडीचा सर्वसमावेशक विमा (Comprehensive Insurance) घेणे. तसेच विमा पॉलिसीवर बँकेच्या असणाऱ्या बोजाची नोंद करून घेऊन ती तपासणे. त्याची सत्यप्रत बँकेच्या रेकॉर्डवर ठेवणे.

क. सुरक्षा दस्तऐवज (Security Documents) कर्जदाराकडून घेणे.

ड. वाहनाचा रजिस्ट्रेशन नंबरचा फोटो घेणे.

इ. कर्जदाराकडून पुढील तारखांचे धनादेश (Post-dated Cheques) घेणे.

सारांश

अशा प्रकारे वाहन कर्जप्रकरण करावे व कर्जमंजुरीनंतर यात सांगितलेली कागदपत्रे घेऊन बँकेच्या रेकॉर्डवर ठेवावीत. या कर्जप्रकारात आरसी बुक आणि विमा पॉलिसीवर बँकेचा बोजा नोंदवणे, तसेच विमा पॉलिसीचे वार्षिक नूतनीकरण करणे अतिशय महत्त्वाचे आहे.

३. डिमॅट शेअर्सच्या तारणावर कर्ज

यासाठी प्रथम शेअर्सचे (समभागाचे) डिमटेरिअलायझेशन (Dematerialization) म्हणजे काय, हे समजून घेऊ. पूर्वीच्या काळी समभाग हे कागदी स्वरूपात गुंतवणूकदाराला मिळायचे. तसेच त्यांच्या खरेदी आणि विक्रीसाठी हे कागदी समभाग हस्तांतरित करावे लागत. तर असे हे समभाग कागदी स्वरूपात न ठेवता इलेक्ट्रॉनिक स्वरूपात ठेवून त्याच्या खरेदी आणि विक्रीची नोंद ही याच म्हणजे इलेक्ट्रॉनिक स्वरूपात ठेवून त्याचे स्टेटमेंट डिमॅट खातेधारकाला दिले जाते. हे स्टेटमेंटसुद्धा इलेक्ट्रॉनिक फॉर्ममध्ये उपलब्ध असते.

या पद्धतीचा उद्देश समभागांचे रेकॉर्ड इलेक्ट्रॉनिक पद्धतीने ठेवून त्यांची खरेदी, विक्री, ट्रान्स्फर या गोष्टी सुनियोजित, सोप्या, सुटसुटीत, सुरक्षित पद्धतीने करणे आणि त्याचबरोबर यासंबंधीचा खर्च कमी करणे हा होय. या पद्धतीने पेपरकामाची जागा तंत्रज्ञानाने विकसित केलेली इलेक्ट्रॉनिक पद्धत घेते. ही पद्धत कशी काम करते, हे समजून घेऊ. या पद्धतीतील घटक खालीलप्रमाणे :

१. डिपॉझिटरी

२. डिपॉझिटरी सहभागी (Depository Participant - DP)

३. कंपनी अथवा त्यांचे शेअर रजिस्ट्रार्स

४. गुंतवणूकदार

वरील घटकांची कामे पुढीलप्रमाणे :

डिपॉझिटरी

हिचे काम बँकेसारखेच असते. बँक ज्याप्रमाणे खातेदाराचे खाते उघडून त्यात पैसे/चेक्स जमा करून घेते, आहे त्या शिलकीमधून खातेदाराला पैसे काढून देते व खातेदाराला या सर्व व्यवहारांचे स्टेटमेंट देते, तीच कामे डिपॉझिटरी करते. भारतात दोन डिपॉझिटरी कार्यरत आहेत.

१. नॅशनल सिक्युरिटीज् डिपॉझिटरीज लि. (NSDL)

२. सेंट्रल डिपॉझिटरी सर्व्हिसेस लि. (CDSL)

डिपॉझिटरी सहभागी

ज्याप्रमाणे कोणतीही बँक आपल्या शाखांमार्फत खातेदारांशी व्यवहार करते, त्याचप्रमाणे डिपॉझिटरी आपले काम डीपीज्च्या मार्फत करते. इथे फरक इतकाच की, बँक्स, आर्थिक संस्था, सेबीने अधिकृत केलेले शेअर दलाल (Stock brokers) हे 'डीपी' म्हणून काम करतात आणि ते गुंतवणूकदारांची डिमॅट खाती उघडतात. डीपी हा डिपॉझिटरीचा अधिकृत प्रतिनिधी असून, डिपॉझिटरी आणि गुंतवणूकदार (शेअर्समध्ये व्यवहार करणारे लोक असा इथे अर्थ) यांच्यातील दुवा अथवा मध्यस्थाची भूमिका करतात. यासाठी डीपीलाही स्वतःला सेबी कायद्याप्रमाणे (Securities and Exchange Board of India Act) पंजीकृत म्हणजे रजिस्टर करावे लागते. तसेच डीपी होण्यासाठी डिपॉझिटरीची मंजुरी घेणे, त्यांनी घातलेल्या पद्धती आणि नियमांप्रमाणे काम करणे या गोष्टी डीपी ला बंधनकारक आहेत. अशा प्रकारे गुंतवणूकदारासाठी डीपी ही बँकेच्या शाखेप्रमाणे काम करते.

कंपनी आणि शेअर रजिस्ट्रार्स

ज्या वेळी शेअर समभाग हे कागदी स्वरूपात असतात, त्या वेळी त्यांचे डिमटेरिअलायझेशन (Dematerialization) करण्यासाठी असे शेअर्स गुंतवणूकदार ज्याने ज्या डीपी कडे डिमॅट खाते उघडले आहे, त्यांच्यामार्फत ठरावीक नमुन्यातील अर्जासोबत कंपनी अथवा तिने नेमलेल्या शेअर रजिस्ट्रार कंपनीकडे असे समभाग पाठवतात. कंपनी त्यांची वैधता तपासते. ते कागदी समभाग रद्द करून तितके शेअर्स डीपी कडील खात्यात जमा करण्याची आज्ञा देते. अर्थात, डिमॅट खात्यांची संकल्पना येऊन पंचवीस वर्षे झाली आहेत. त्यामुळे डिमॅट खाते असेल, तर अधिकृत स्टॉक ब्रोकर्सच्या माध्यमातून शेअर खरेदी-विक्रीचे व्यवहार इलेक्ट्रॉनिक पद्धतीने थेट डिमॅट खात्यातूनच होतात. ही पद्धत अतिशय सुलभ, पारदर्शक आणि वेळेत पूर्ण होणारी असून, भारतीय समभाग बाजारात स्थिरावली आहे. आपल्या यासंबंधात काम करणाऱ्या सर्व संस्थांच्या एकत्रित प्रयत्नांतून ही व्यवस्था आंतरराष्ट्रीय दर्जाची झाली आहे.

गुंतवणूकदार

समभागात, तसेच म्युच्युअल फंडात गुंतवणूक करणाऱ्या गुंतवणूकदारास आपले डिमॅट खाते डीपीकडे उघडावे लागते. इतर कोणत्याही प्रकारचे बँक खाते उघडण्यासाठी जी कागदपत्रे लागतात, तीच कागदपत्रे डिमॅट खाते उघडण्यासाठी लागतात. त्यासाठी आवश्यक त्या कागदपत्रांची यादी देत आहे.

१. ओळखीचा पुरावा (उदाहरणार्थ, गाडी चालवण्याचा परवाना, आधार कार्ड, पत्त्याचा पुरावा)
२. पॅनकार्ड
३. बँक खात्याचा पुरावा, बँक खात्याचा रद्द केलेला धनादेश
४. उत्पन्नाचा दाखला
५. पासपोर्ट आकाराचा फोटो

आता डिमॅट खात्याची संपूर्ण माहिती समजल्यावर डिमॅट समभागावर कर्ज कसे दिले जाते, ते समजून घेणे सोपे जाईल.

१. या कर्जासाठी डिमॅट खातेधारकाला बँकेकडे विहित नमुन्यात अर्ज करावा लागतो. बँक आणि डीपी हे एकच असतील, तर अर्जदार आणि बँक या दोघांनाही ते सोयीचे जाते. कारण अर्ज केलेल्या बँकेकडे डिमॅट खाते असले तर बँकेला अर्जदार माहीत असतो आणि पुढील कार्यवाही सोपी जाते.
२. बँक डीपी खात्यातील समभागावर आपला हक्क नोंदवते. बँक अर्जदाराकडून जे सुरक्षा दस्तऐवज (Security Documents) घेते, त्यात कर्जदाराने वेळेत व्याज अथवा कर्जाचा हप्ता चुकता न केल्यास समभाग विकण्याचा हक्क देणारा दस्तऐवज सामील असतो.
३. शेअर बाजारात शेअर्सच्या किमतीमध्ये नेहमीच अस्थिरता असते. या अस्थिरतेची जोखीम नियंत्रित करण्यासाठी बँक थोडे जास्त बहुतेक ४० ते ५० टक्के मार्जिन ठेवते. याचाच अर्थ, शेअरची जी बाजारातील किंमत असते, त्याच्या ५० टक्के रकमेइतपतच बँक कर्ज देते. आजकाल बँकेकडे यासंबंधी सॉफ्टवेअर असते. त्यामुळे तारण म्हणून घेतलेल्या शेअरची बाजारातील किंमत आणि कर्जखात्यात बँकेस येणे असणारी रक्कम यांचा रोजचा अहवाल बँकेस प्राप्त होतो.

   यावरून कर्ज मंजूर अटीप्रमाणे ठरवलेल्या मार्जिनची रक्कम कमी झाली, तर बँक कर्जदारास तेवढी रक्कम कर्जखात्यात भरण्यास सांगते आणि कर्जदाराने ते केले नाही, तर बँक शेअर्स विकून त्यांची विक्रीची रक्कम कर्जखात्यात जमा करून योग्य मार्जिन राखते व कर्जखात्यावरील जोखीम कमी करते. या ठिकाणी बँकेस येणारा नेहमीचा अनुभव म्हणजे, ज्या वेळी शेअर्सरूपी तारणाची बाजारातील किंमत कमी होत असते आणि आवश्यक ते मार्जिन राखले जात नाही, त्या वेळी कर्जदाराचा शेअर्स विकण्यास विरोध असतो. कारण त्या वेळी शेअर्सची किंमत उतरलेली असते.

   हे लक्षात घेऊन कर्ज देतानाच कर्जदारास हे स्पष्ट करणे जरुरीचे आहे की, अशा वेळी कर्जदार पैसे भरून निर्धारित मार्जिन राखू शकला नाही, तर बँकेस शेअर विकण्याशिवाय कोणताही पर्याय नसतो आणि शेअर बाजारातील जोखीम ही कर्जदाराने घ्यायची असते, बँकेने नाही.
४. तारण दिलेल्या शेअर्सचा लाभांश हा कर्जदाराच्याच नेहमीच्या खात्यात जमा होत असतो, कर्जखात्यात नाही.

५. सध्या प्रचलित असणाऱ्या रिझर्व्ह बँकेच्या नियमाप्रमाणे एका व्यक्तीला या योजनेअंतर्गत जास्तीत जास्त २० लाख रुपयांपर्यंत कर्ज देता येते. जर शेअर्स कागदी स्वरूपात असतील, तर ही मर्यादा १० लाख रुपये आहे. हे कर्ज गुंतवणूकदाराच्या वैयक्तिक कारणासाठी असून, त्याप्रमाणे त्याचा उपयोग अपेक्षित आहे. कर्जदाराने वरील प्रकारे कर्ज घेऊन ती रक्कम पुन्हा शेअर्समध्ये गुंतवण्याचे ठरवले, तर ते धोक्याचे आहे. कारण कर्जाऊ रक्कम घेऊन ती शेअर्समध्ये गुंतवणे श्रेयस्कर नाही. कर्जदारांचे त्याप्रमाणे प्रबोधन करणे गरजेचे आहे.

४. बँक डिपॉझिट व नॅशनल सेव्हिंग्ज सर्टिफिकेट यांच्या तारणावर कर्ज

बँक डिपॉझिट व नॅशनल सेव्हिंज यांच्या तारणावर कर्ज देताना ते ज्याच्या तारणावर दिले आहे, त्यावर प्रथम बँकेचा तारण बोजा (Lien) चढवणे आवश्यक आहे. त्याचा तपशील खालीलप्रमाणे :

अ. बँक डिपॉझिट रिसिटच्या तारणावर कर्ज देताना संबंधित डिपॉझिट रिसिट बँकेने आपल्या ताब्यात घेऊन त्यावर आपला हक्क अधोरेखित करणे गरजेचे आहे. तसेच इलेक्ट्रॉनिक बँकिंगच्या जमान्यात अशा तारणाची नोंद बँकेच्या सॉफ्टवेअरमध्ये होणे जरुरीचे आहे. अन्यथा मुदत ठेवीचा काळ संपल्यावर सिस्टीम ती रक्कम ठेवीदाराच्या खात्यात जमा करेल आणि बँकेचे कर्ज तसेच राहील. या कर्जावर साधारणतः १० टक्के मार्जिन ठेवले जाते.

ब. राष्ट्रीय बचत प्रमाणपत्रे (NSCs) : यांच्या तारणावर कर्ज देण्यापूर्वी एनएससीवर ज्या पोस्ट ऑफिसमधून ते दिले आहेत, तेथे जाऊन त्यावर बँकेचा तारण हक्क नोंदवून घेणे आवश्यक आहे. तसेच पोस्ट ऑफिसेस पण आता 'ऑनलाइन' झालेली असल्याने त्यांच्या सिस्टीममध्ये तारण नोंद होणे व तसे प्रमाणपत्र पोस्ट खात्याकडून घेणे आवश्यक आहे. एनएससी जर तीन वर्षापेक्षा जास्त जुन्या तारखेची असेल, तर त्यावर जमा झालेले व्याजही कर्जाची रक्कम ठरवण्यासाठी विचारात घेता येते. हे प्रत्येक बँकेच्या धोरणाप्रमाणे ठरते.

५. विमा पॉलिसीच्या तारणावर कर्ज

विमा पॉलिसीच्या तारणावर कर्ज देताना प्रथम त्या पॉलिसीचे समर्पण मूल्य (Surrender Value) इन्शुरन्स कंपनीकडून काढून घ्यावे लागते. समर्पण मूल्य म्हणजे, जर आजच्या तारखेला पॉलिसी इन्शुरन्स कंपनीस रद्द करण्यास सांगितले, तर तिची मिळू शकणारी रक्कम. तसेच ही पॉलिसी बँकेच्या नावे इन्शुरन्स कंपनीकडून असाइन (Assign) करून त्यावर 'बँक कर्जासाठी तारण' अशी नोंद इन्शुरन्स कंपनीच्या रेकॉर्डमध्ये होऊन तसे प्रमाणपत्र इन्शुरन्स कंपनीकडून घेऊन कर्जाच्या कागदपत्रांसोबत ठेवावे लागते. बहुतेक बँका हे कर्ज लाइफ इन्शुरन्स कॉर्पोरेशन ऑफ इंडियाच्या पॉलिसीपुरतेच मर्यादित ठेवतात.

अशा प्रकारच्या कर्जासाठी मार्जिन रक्कम, व्याजदर असे तपशील प्रत्येक बँक आपापल्या धोरणाप्रमाणे ठरवते. साधारणतः अशा कर्जांवर १५ ते २५ टक्के मार्जिन ठेवले जाते.

६. वैयक्तिक कर्ज

वैयक्तिक कर्ज (Personal Loan) या कर्जप्रकाराची वैशिष्ट्ये याप्रमाणे असतात :

१. हे कर्ज विनातारण असते.

२. कर्ज रकमेचा विनियोग कसा करायचा, याचा पूर्ण अधिकार कर्जदाराला असतो. अशा प्रकारचे कर्ज लग्न, आजारपणातील सर्व प्रकारचे उपचार, प्रवास, घरदुरुस्ती (घरदुरुस्तीसाठी घरकर्जही मिळू शकते.), मुलांच्या शाळेची फी भरणे अशा कोणत्याही कारणासाठी घेता येते.

या प्रकारच्या कर्जाचे मूल्यमापन करताना खालील गोष्टी विचारात घेतल्या जातात.

१. कर्जदाराचा सिबिल स्कोअर ७५०च्या पुढे असणे गरजेचे आहे.

२. नियमित उत्पन्न असणारी व चांगली नोकरी असणारी व्यक्ती अशा कर्जासाठी योग्य मानली जाते. तसेच व्यक्ती सतत नोकऱ्या बदलणारी नाही, हे पाहावे लागते.

३. कर्जदाराचे वार्षिक उत्पन्न हा निकषही खूप महत्त्वाचा आहे. त्यावरच कर्जाची रक्कम आणि परतफेड या गोष्टी ठरतात. कर्जाची रक्कम ठरवण्याबाबत प्रत्येक बँकेचे स्वत:चे धोरण असते. तरीही सर्व कर्जांची व्याजासह वार्षिक परतफेड रक्कम ही वार्षिक उत्पन्नाच्या ४० टक्क्यांपेक्षा जास्त नसावी, हा संकेत आहे.

४. कर्जदाराने घेतलेल्या इतर कर्जांचा तपशील आणि त्या खात्यांची नियमितता बँकेने तपासणे गरजेचे आहे.

५. अशा प्रकारची कर्जे विनातारण असतात. तसेच त्याच्या विनियोगावर बँकेचे काही नियंत्रण नसते. त्यामुळे या कर्जात जोखीम जास्त असते. त्यामुळे हे कर्ज बँक आपल्या नेहमीच्या आणि ज्याचा समाधानकारक अनुभव आहे, अशाच अर्जदारांना देते.

६. या कर्जावरील व्याजदर जादा जोखमीमुळे थोडा जास्तच ठेवला जातो.

७. या कर्जखात्यांच्या वसुलीसाठी परिणामकारक पाठपुरावा करणे जरुरीचे भासते.

७. सोने तारण कर्ज

सोन्याचे दागिने गहाण ठेवून कर्ज घेणे म्हणजे सोने तारण कर्ज (Gold Loan) हा कर्जाचा एक सुलभ प्रकार आहे. या योजनेचे वैशिष्ट्य, म्हणजे ते वैयक्तिक कारणासाठी जसे घेता येते, तसेच ते शेतीकर्ज म्हणूनही घेता येते. प्रत्येक बँकेला या कर्ज योजनेसाठी स्वत:चे धोरण आखून ते बँकेच्या संचालक मंडळाने मंजूर करणे आवश्यक आहे. या प्रकारच्या कर्जाची योजना विविध प्रकारची असू शकते. प्रथम वैयक्तिक किरकोळ कर्जाचा तपशील पाहू.

अ. कर्जाचा प्रकार - हे कर्ज मुदत कर्ज अथवा कॅश क्रेडिट या प्रकारात घेता येते.

ब. कर्जाचे कारण - हे किरकोळ वैयक्तिक स्वरूपाचे कर्ज असून, कुटुंबातील लग्न, मुलांचे शिक्षण, प्रवास, वैद्यकीय खर्च अशा विविध कारणांसाठी घेता येते.

क. कर्जाची रक्कम : प्रत्येक बँक ही रक्कम आपापल्या धोरणाप्रमाणे ठरवते. मोठ्या बँका यासाठी किमान मर्यादा ठरवतात; पण लहान आणि मध्यम बँका बहुधा अशी मर्यादा ठेवत नाहीत, किंवा ठेवली तर ती लहानशा रकमेची, अगदी १०,००० रुपये ही मर्यादा असू शकते. फक्त इथे लक्षात ठेवण्याचा मुद्दा म्हणजे, अगदी छोटी कर्जे बँकेला फायदेशीर ठरत नाहीत. कारण त्यावर मिळणाऱ्या व्याजावरील मार्जिनपेक्षा प्रकरण करणे, मंजुरी, कागदपत्रे, गहाण वस्तू ठेवण्याची व्यवस्था, खाते चालवणे याचा खर्च जास्त होतो.

कर्जाची रक्कम ठरवताना दागिन्यात असणाऱ्या सोन्याची शुद्धता हा एक मुख्य भाग असतो. गहाण ठेवायच्या दागिन्यांमध्ये सोने शुद्धता कमीत कमी १८ कॅरेट असावी लागते आणि या शुद्धतेप्रमाणे प्रतिग्रॅम कर्जाची रक्कम त्या त्या वेळच्या सोन्याच्या किमतीवर अवलंबून असते. जेवढी सोन्याची शुद्धता कमी, तितकी कर्जाची अर्हता कमी असते. यासंबंधी प्रत्येक बँकेचे स्वत:चे धोरण असते.

रिझर्व्ह बँकेच्या प्रचलित नियमांप्रमाणे :

१. कर्जाचे मूल्याशी प्रमाण जास्तीत जास्त ९० टक्के असू शकते. (प्रत्येक बँक आपल्या धोरणाप्रमाणे हे प्रमाण ठरवीत असते.)
२. स्त्रीधनावर (उदाहरणार्थ, मंगळसूत्र) सोने तारण कर्ज दिले जात नाही.
३. कर्जाची मुदत १२ महिने ते ३६ महिने.
४. वय १८च्या पुढे ते ६५पर्यंत
५. गहाण ठेवायच्या सोन्याची शुद्धता आणि त्याचे वजन ठरवण्यासाठी बँकेने मंजूर केलेल्या मूल्यतज्ज्ञाने बँकेत येऊन या दागिन्यांचे मूल्यमापन करणे आणि तसे सर्टिफिकेट त्या मूल्यतज्ज्ञांकडून घेणे आवश्यक आहे. यामध्ये फसवाफसवी होऊ नये म्हणून योग्य ती काळजी बँकेने घेणे अत्यावश्यक आहे. यासाठी कर्ज घेणाऱ्या अर्जदाराची विश्वासार्हता तपासणे महत्त्वाचे आहे.
६. सोन्याच्या किमतीत होणाऱ्या चढ उताराप्रमाणे कर्जदाराने योग्य मार्जिन किंवा कर्जाचे मूल्याशी प्रमाण (Loan to Value Ratio) राखण्यासाठी बँकेने योग्य ती व्यवस्था (System) उभारणे गरजेचे आहे.
७. गहाण म्हणून बँकेने घेतलेले सोने योग्य पद्धतीने लॉकर/ व्हॉल्ट यामध्ये ठेवण्याची व्यवस्था उभारणे, तसेच अशा व्हॉल्टच्या चाव्या वेगवेगळ्या दोन अधिकाऱ्यांजवळ असणे आणि ते उघडणे वा बंद करणे हे एकाच वेळी दोघांच्या जवळील चाव्यांनी होणे अत्यावश्यक आहे. यालाच 'ड्युअल कंट्रोल यंत्रणा' (Duel Control System) असे संबोधतात.
८. कागदपत्रांमध्ये महत्त्वाची गोष्ट म्हणजे, गहाण ठेवल्या जाणाऱ्या दागिन्यांची योग्य पद्धतीने यादी करून त्यावर कर्जदाराची सही घेणे. याशिवाय बँकेच्या 'कायदा विभागा'ने सांगितलेली इतर कागदपत्रे घेणे बंधनकारक आहे.
९. हे कर्ज जर शेतकऱ्याने घेतले आणि त्याचा उपयोग शेतीकामासाठी म्हणजे बियाणे खरेदी, पिकांवरील औषधफवारणी, शेतीशी निगडित इतर कोणतेही काम अशा विविध गोष्टींसाठी केला, तर या कर्जाचा प्राथमिकता प्राप्त क्षेत्राला दिलेल्या कर्जात अंतर्भाव होतो. अशा वेळी बँक थोडा कमी व्याजदर आकारते.

८. शिक्षणासाठी कर्ज

आजच्या जमान्यात शिक्षणाचे महत्त्व वेगळे अधोरेखित करण्याची गरज नाही. शिक्षण हा संपूर्ण प्रगतीचा पाया आहे. आज मुले आणि मुली प्रगत शिक्षण घेण्यात अग्रेसर आहेत. आता देशभर आणि जगभर निरनिराळ्या क्षेत्रांतील शिक्षणाच्या अनेक संधी उपलब्ध आहेत.

पण त्याचबरोबर वस्तुस्थिती अशी आहे की, अनेक पालकांना आर्थिक कारणांमुळे आपल्या मुलांना प्रगत शिक्षण देता येत नाही. अशा पालक आणि त्यांच्या मुला-मुलींसाठी शैक्षणिक कर्जाची सुविधा उपलब्ध आहे. बहुतेक सर्व बँका शिक्षणासाठी कर्ज देतात. त्याची माहिती त्या त्या बँकेच्या संकेतस्थळावर उपलब्ध असते.

आपण या प्रकारच्या कर्जप्रकाराची माहिती प्रातिनिधिक स्वरूपात घेऊ या. यासाठी शैक्षणिक कर्जाचे आपण दोन उपप्रकार करू या.

१. परदेशात शिक्षण घेण्यासाठी कर्ज
२. देशांतर्गत शिक्षण घेण्यासाठी कर्ज

परदेशात शिक्षण घेण्यासाठी कर्ज

यासाठीच्या नियमअर्हता साधारणतः अशा असतात :

- **अर्हता :** विद्यार्थी (यात विद्यार्थिनीही अभिप्रेत आहेत. मुले आणि मुली यांसाठी वेगवेगळे नियम नाहीत आणि नसावेत.) हा भारतीय नागरिक असावा. त्याने परदेशी विद्यापीठात सर्व नियमांची पूर्तता करून प्रवेश घेतलेला असावा आणि तसा कागदोपत्री पुरावा त्याला सादर करावा लागतो.
- **कर्जरक्कम :** गरजेप्रमाणे कारणे : प्रवास, शैक्षणिक संस्थेचे प्रवेश, तसेच वार्षिक/अर्धवार्षिक/ त्रैमासिक शुल्क, राहणे, पुस्तक आणि संबंधित खर्च.
- **कर्जमर्यादा :** ८० लाख रुपये (ही रक्कम प्रत्येक बँकेत वेगवेगळी असू शकते आणि त्याचा संबंध कर्जफेडीची क्षमता, तारण, शिक्षणाचा प्रकार, विद्यापीठाची गुणवत्ता अशा अनेक घटकांवर असतो.)
- **कर्जदाराचा हिस्सा (मार्जिन) :** अपेक्षित एकूण शिक्षण खर्चाच्या १० ते २५ टक्के
- **व्याजदर :** ६.७५ ते १२ टक्के
- **प्रोसेसिंग फी – कायदेशीर दस्तऐवज यावरील प्रत्यक्ष खर्च :** कर्जरकमेवर प्रत्येक बँकेच्या नियमानुसार, साधारणतः कर्जरकमेच्या अर्धा ते एक टक्का
- **कर्जाची परतफेड :** शिक्षण संपल्यावर सहा महिने ते एक वर्षानंतर किंवा नोकरी मिळाल्यावर / व्यवसाय सुरू केल्यावर
- **मुदतीपूर्वी परतफेड केल्यास चार्जेस :** नाहीत
- **तारण :** पालकांचे घर, बँक ठेवी, राष्ट्रीय बचत पत्रे, विमा पॉलिसी, इतर मालमत्ता. काही वित्तसंस्था विनातारण कर्ज देतात; अशा कर्जांचा व्याजदर जास्त असतो.
- **जामीनदार :** काही बँका जामीनदार मागतात.

देशांतर्गत शिक्षणासाठी कर्ज

इथे आपण भारत सरकारने चालवलेल्या 'विद्यालक्ष्मी' या शैक्षणिक कर्जविषयक पोर्टलची माहिती करून घेऊ.

'विद्यालक्ष्मी' या पोर्टलवर विद्यार्थ्यांना निरनिराळ्या ३४ बँकांच्या शैक्षणिक कर्ज योजनांची माहिती उपलब्ध आहे. हे पोर्टल भारतीय बँकिंग महासंघ (Indian Bank Association), केंद्र सरकारचा आर्थिक सेवा (Financial Services) विभाग आणि उच्च शिक्षण विभाग यांच्या सामूहिक प्रयत्नांतून उभे राहिले असून, नॅशनल सिक्युरिटी डिपॉझिटरी लिमिटेडच्या (NSDL) तांत्रिक विभागाद्वारे चालवले जाते. याचा अर्थ आपण इंटरनेटच्या माध्यमातून या पोर्टलद्वारे 'विद्यालक्ष्मी' शैक्षणिक कर्ज योजनेची साद्यंत माहिती घेऊ शकतो.

‘डिमटेरिअलाइझ्ड शेअर्सवरील कर्जे’ या विभागात आपण ‘एनएसडीएल’ या संस्थेची माहिती घेतली आहे. या पोर्टलची अधिक माहिती :

१. या पोर्टलवर असणारा शैक्षणिक कर्जासाठीचा अर्जाचा नमुना सर्व बँकांसाठी एकच आहे. विद्यार्थी इथे ‘ऑनलाइन’ अर्ज करताना त्याच्या निवडीच्या तीन बँकांची नावे सांगू शकतो. अशा प्रकारे कर्जासाठी अर्ज करण्याची पद्धत सोपी, त्वरित आणि पारदर्शी झाली आहे.
२. या पोर्टलचा अनेक विद्यार्थी फायदा घेत आहेत. विद्यार्थी शैक्षणिक कर्जासाठी एखाद्या बँकेकडेही थेट अर्ज करू शकतात.
३. ही व्यवस्था अस्तित्वात येण्यापूर्वी विद्यार्थ्यांना कर्जासाठी बँकेत जावे लागत असे. यात खूप ‘कागदोपत्री काम’ असे. पण या पद्धतीमुळे कागदोपत्री काम खूपच कमी झाले आहे. विद्यार्थी आपली यासंबंधात तक्रार असल्यास थेट बँकेशी संपर्क साधू शकतो.
४. याद्वारे विद्यार्थी ‘इंजिनिअरिंग, मेडिकल, व्यवस्थापन, तंत्रशिक्षण अशा निरनिराळ्या क्षेत्रांतील शिक्षणासाठी कर्ज मागू शकतात. याची संपूर्ण माहिती पोर्टलवर उपलब्ध आहे.
५. कर्जांसाठी प्रत्येक बँकेचे व्याजदर त्या त्या योजनेप्रमाणे वेगवेगळे असू शकतात. विद्यार्थ्यांना त्यांच्या सोयीप्रमाणे बँक आणि योजनेची निवड करण्याचे स्वातंत्र्य असते.
६. भारतीय बँकिंग महासंघाच्या मार्गदर्शक सूचनांनुसार, पूर्णपणे भरलेला अर्ज आणि आवश्यक ती कागदपत्रे पोर्टलवर भरल्यावर १५ दिवसांमाध्ये बँकेने कर्जाच्या अर्जावर निर्णय देणे अपेक्षित आहे.
७. या योजनेचा फायदा ग्रामीण भागातील विद्यार्थ्यांना मोठ्या प्रमाणात झाला आहे. त्यांना आता घरबसल्या इंटरनेटच्या माध्यमातून सर्व संबंधित माहिती मिळू शकते आणि ‘ऑनलाइन’ पद्धतीने ते अर्जही करू शकतात. आता ग्रामीण भागामध्येही बँकांचे जाळे चांगल्या प्रकारे पसरले आहे.

सारांश

अशा प्रकारे वेगवेगळ्या प्रकारची वैयक्तिक कर्जे कर्जदाराच्या अनेक प्रकारच्या गरजा भागवण्यासाठी उपयोगी पडतात. तसेच यांच्यामुळे अर्थव्यवस्थेतील घरांचे बांधकाम व वाहनखरेदी, गृहोपयोगी साधने, पर्यटन अशा उद्योगांतील मागणी वाढून अर्थव्यवस्थावाढीचा वेग वाढणे, रोजगारात वाढ अशा अनेक चांगल्या गोष्टी घडतात. पण त्याचबरोबर इतर काही गोष्टीही लक्षात घेणे आवश्यक आहे. त्या याप्रमाणे :

१. आपण प्रत्येक प्रकारच्या किरकोळ कर्जांसाठीचे नियम, अर्हता आणि अटी काय असतात, हे सविस्तरपणे पाहिले. पण कित्येक प्रकरणांत कर्जदार जरी त्या प्रकारचे कर्ज घेण्यास पात्र असला, तरी योजनेप्रमाणे एखादी अट पूर्ण करू शकत नाही.

   उदाहरणार्थ : एखाद्या व्यावसायिकास वाहनकर्ज घेण्यासाठी वयाची मर्यादा २३ ते ६० आहे. पण एखादा २१/२२ वर्षांचा तरुण योजनेप्रमाणे सर्व नियमांत बसतो; पण वयाच्या अटीमध्ये बसत नाही. अशा वेळी कर्ज मंजूर करणारा अधिकारी या अटीत सवलत देऊ शकतो. साधारणत: अट शिथिल करून कर्ज मंजूर करण्याचे अधिकार उच्च श्रेणीतील अधिकाऱ्यांना असतात. या उदाहरणामध्ये जर नियमाप्रमाणे कर्जमंजुरीचे अधिकार

शाखाधिकाऱ्यांना असतील, तर वयाची अट शिथिल करून वाहनकर्जमंजुरीचे अधिकार विभागीय प्रमुखांना दिलेले असतात.

२. 'शेतीकामासाठी दिलेले सोने तारण कर्ज' हा प्रकार वगळला, तर यातील सर्व प्रकारची कर्जे ही अनुत्पादक कर्जे आहेत. म्हणजे अशा प्रकारे दिलेल्या कर्जातून कोणतेही उत्पन्न कर्जदारास मिळत नाही व अशी कर्जे त्याला इतर उत्पन्नातून फेडावी लागतात. त्यामुळे कर्जदाराची विश्वासार्हता, त्याचे नियमित उत्पन्न आणि त्यातून व्याज व कर्ज परतफेडीची क्षमता नीट तपासणे गरजेचे असते.

३. यातील वाहनकर्ज आणि घरखरेदीसाठी दिलेले कर्ज हे दोन प्रकार वगळता, बाकीच्या कर्जप्रकारांत कर्जरकमेचा विनियोग कोणत्या कारणासाठी केला, यावर बँकेचे फार नियंत्रण असत नाही.

४. ही कर्जे छोटी असल्याने त्यावर होणारा आस्थापना खर्च आणि त्यातून मिळणारे व्याज व फीरूपी उत्पन्न यांची तुलना करता, एकेका खात्याची नफाक्षमता कमी असते. यासाठी योग्य त्या व्यवस्था (Systems) उभ्या करून अशा कर्जखात्यांची संख्या वाढवणे, त्यासाठी सुटसुटीत, पण परिणामकारक कर्जमंजुरी (अथवा नामंजुरी) यंत्रणा उभारणे, कर्जवितरण करणे, कर्जखात्यांचा पाठपुरावा करणे, कर्जासाठी घातलेल्या अटींची कर्जदार पूर्तता करेल याची दक्षता घेणे, कर्जासाठी घेतलेल्या तारणाबाबत सर्व कायदेशीर बाबींची पूर्तता करणे आणि या सर्वांसाठी आवश्यक असे प्रशिक्षित मनुष्यबळ आणि संगणकीय प्रणाली (Computerised System) उभी करणे, योजनांचे नियमितपणे पुनर्मूल्यांकन करणे, बाजारातील स्पर्धक बँकांच्या योजनांचा तौलनिक अभ्यास करणे, तारण मालमत्तांच्या किमतींतील चढ-उतारावर लक्ष ठेवून त्याप्रमाणे उपाययोजना करणे, हे सारे अतिशय महत्त्वाचे आहे. त्या दृष्टीने संचालक मंडळाने या कर्ज विभागाच्या कामकाजावर नियंत्रण ठेवण्यासाठी योग्य यंत्रणा उभारणे आवश्यक आहे.

ooo

प्रकरण ५

शेतीक्षेत्राला कर्जे

भारत हा एक कृषिप्रधान देश आहे. एके काळी भारताची ७० टक्के लोकसंख्या ही या क्षेत्रावर रोजीरोटीसाठी अवलंबून होती. साठच्या दशकात भारताची लोकसंख्या सुमारे ४४ कोटी होती, तरीही आपल्याला परदेशातून अन्नधान्य आयात करावे लागत होते. आज आपली लोकसंख्या १३० कोटींच्या आसपास असूनही आपण अन्नधन्याच्या बाबतीत स्वयंपूर्ण आहोत. (खाद्यतेल, डाळी मात्र अद्यापि काही प्रमाणात परदेशातून आयात कराव्या लागतात.) शेतीक्षेत्रावर अवलंबून असणाऱ्यांचे प्रमाणही ५० टक्केच्या आसपास आले आहे. भारताची ५० टक्के लोकसंख्या जरी या क्षेत्रात असली, तरी एकूण स्थूल एतद्देशीय उत्पादनात, म्हणजे 'जीडीपी' मध्ये शेतीक्षेत्राचे योगदान १५ टक्क्यांच्या आसपास आहे. भारताला वेगाने आर्थिक प्रगती करण्यासाठी शेतीची उत्पादकता वाढवणे अतिशय गरजेचे आहे.

भारतीय शेतीपुढे आजमितीला जी अनेक आव्हाने उभी आहेत, त्यांतील महत्त्वाची तीन आव्हाने आहेत.

१. जमीन विखंडन

जमिनीचे विखंडन (Land Fragmentation) म्हणजे एकत्रित जमीन पुढील पिढ्यांमध्ये वाटली जात असल्याने दरडोई शेतकऱ्याची असणारी शेतीची मालकी कमी-कमी होत आहे. १९७६-७७ साली प्रत्येक शेतकऱ्याकडे सरासरी २ हेक्टर जमीन होती, ती २०१५-१६ सालामध्ये १.०८ हेक्टर इतकी झाली आहे. भारतात एक हेक्टर किंवा त्यापेक्षाही कमी शेती असणाऱ्या अतिअल्प भूधारक शेतकऱ्यांचे प्रमाण एकूण शेतकऱ्यांच्या ६६ टक्के आहे. (संदर्भ : या विषयावर निरनिराळ्या संस्थांकडून प्रसिद्ध झालेल्या आकडेवारीच्या आधारे.)

इतक्या कमी जमिनीत मोठे पीक घेणे, मोठी गुंतवणूक करणे आणि नफा वाढवणे हे शक्यही नाही आणि व्यवहार्यही नाही.

२. बदलते हवामान

हवामानात होणाऱ्या बदलांचा सगळ्यांत मोठा फटका शेती व्यवसायाला बसला आहे. कधी पावसाने दिलेल्या ओढीने पिके वाळून जातात, तर कधी अतिवृष्टी, पूर यांमुळे शेतीमधील पिके पाण्याखाली जातात, तर कधी शेतातील माती आणि पाणी बांध फोडून वाहून जाते. अवकाळी पावसाने पिकांवर रोग पडतो आणि हाती आलेले पीक नष्ट होते.

३. मागणी आणि पुरवठा यांतील असंतुलन

कित्येक वेळा एखाद्या पिकाचे (उदाहरणार्थ, टोमॅटो, बटाटे, भाजीपाला, फळे इ.) उत्पादन मोठ्या प्रमाणात होते. पण या पिकांच्या नाशवंत स्वरूपामुळे तसेच गोदामे आणि शीतगृहे यांची मोठी साखळी नसल्याने मागणीपेक्षा पुरवठा वाढून किमती इतक्या कमी होतात की, त्यातून उत्पादनखर्चही वसूल होत नाही.

यापूर्वी शेतकऱ्यांना शेतीसाठी कर्ज मिळवणे जिकिरीचे असे. शेतीत उत्पादन घ्यायचे म्हणजे इतर उत्पादनांप्रमाणे आधी पैशांची, श्रमांची गुंतवणूक करणे हे ओघानेच आले. जमिनीच्या मशागतीपासून पीक कापणी आणि साठवणुकीपर्यंत अनेक कामे असतात, ज्याला खेळते भांडवल लागते. शिवाय अवजारे, जलसिंचन व्यवस्था यांसाठीही गुंतवणुकीची गरज असते.

पण आता शेतीसाठी कर्ज मिळवणे बऱ्यापैकी सुकर झाले आहे. राष्ट्रीयीकृत बँका, सहकारी बँका, ग्रामीण बँका, पतपेढ्या इत्यादींचे जाळे आता ग्रामीण भागात खोलवर पसरले आहे. या संस्थांकडून शेतीकर्जे मिळू लागली आहेत.

शेतकऱ्यास ज्या कारणांसाठी कर्ज लागते, याची विभागणी चार प्रकारांत करू या.

१. **कमी/अल्प मुदतीची कर्जे :** यात मुख्यत: पीककर्ज, अवजार दुरुस्ती, तसेच वैयक्तिक कारणे (यात वैद्यकीय खर्च, लग्नकार्ये, घरखर्च) पीकतोडणीसाठी आणि नंतर येणारा खर्च इत्यादींचा समावेश होतो.

२. **मध्यम व दीर्घ मुदतीची कर्जे :** यात शेतीसाठी लागणारी अवजारे म्हणजे ट्रॅक्टर, टिलर, मळणी आणि कापणीयंत्रे, औषधफवारणीची साधने, तसेच जलसिंचनाच्या सोयी तयार करणे (यात विहीर खणणे, पाइपलाइनच्या माध्यमातून अथवा ठिबक सिंचन योजनेद्वारे पाणी पिकापर्यंत नेण्याची व्यवस्था करणे.), भूविकास म्हणजे जमिनीची गुणवत्ता सुधारणे, शेतीला बांध घालणे, पॉलीहाऊससारखी अद्ययावत व्यवस्था उभारणे, अशा विविध कारणांसाठी कर्जाचा समावेश होतो.

३. **पुरवठासाखळीमधील घटक :** यात गोदामे, शीतगृहे उभारणे, शेतीमालाच्या वाहतुकीसाठी वाहन घेणे अशा अनेक कारणांसाठी लागणारे कर्ज यांचा समावेश होतो.

४. **शेतीशी संलग्न व्यवसाय :** यात पशुपालन, दुग्ध उत्पादन, फळांचे उत्पादन, मासेमारी, मध उत्पादन, रेशीम उत्पादन अशा व्यवसायांचा समावेश होतो.

शेतीसाठी कर्जपुरवठ्याचे प्रकार

शेतीला निरनिराळ्या कारणांसाठी लागणाऱ्या कर्जांसाठी बँकांच्या विविध कर्ज योजना आहेत. यांतील बहुतेक योजना केंद्र सरकार, रिझर्व्ह बँक, नाबार्ड या संस्थांनी दिलेल्या मार्गदर्शक तत्त्वांनुसार आहेत. त्यामुळे बहुतेक बँकांच्या, योजना काही अटी वगळता, थोड्याफार फरकाने सारख्याच आहेत. बँकांना आपआपल्या धोरणाप्रमाणे या योजनांचे तपशील (उदाहरणार्थ, कर्ज रक्कम, तारण, व्याजदर) ठरवण्याचे पूर्ण अधिकार आहेत. या योजनांचे तपशील त्या त्या बँकांच्या वेबसाइट्सवर उपलब्ध आहेत. या योजना पुढीलप्रमाणे :

१. किसान क्रेडिट कार्ड

किसान क्रेडिट कार्ड ही योजना शेतकऱ्यांमध्ये खूपच लोकप्रिय आहे. यासंबंधी रिझर्व्ह बँकेने वेळोवेळी मार्गदर्शक सूचना प्रसिद्ध केल्या असून, त्यात वेळोवेळी बदल केलेले आहेत. सध्या निरनिराळ्या बँकांच्या ज्या किसान क्रेडिट कार्ड योजना आहेत, त्या बऱ्याचशा रिझर्व्ह बँकेने २०१७ साली जाहीर केल्या, त्या सूचनांवर आधारित आहेत. (संदर्भ : रिझर्व्ह बँक, मास्टर सर्क्युलर किसान क्रेडिट कार्ड योजना नं आरबीआय/२०१७/१८-४ दिनांक जुलै ३, २०१७)

१ अ. कर्जाचा उद्देश / कारणे

१. शेतकऱ्याकडून घेतल्या जाणाऱ्या पीक कर्जात शेती मशागत, बी-बियाणे, कीटकनाशके, मजुरी, खते यासाठीच्या खर्चाचा समावेश होतो.
२. पीक तयार झाल्यानंतर काटणी, मळणी, साठवण कामांसाठी येणारा खर्च
३. शेतमालाच्या विक्रीसाठी आणि त्याच्याशी संलग्न कामांसाठी येणारा खर्च
४. पीकलागवड ते विक्री या काळात शेतकऱ्यास घरखर्च चालवण्यासाठी लागणारी रक्कम
५. शेतीतील अवजारे, जनावरे यांच्यावर अनुक्रमे दुरुस्ती व चारापाणी यासाठी होणारा खर्च
६. पंप सेट, जनावरे यांच्यावर होणारा खर्च

१ ब. पात्रता

१. शेतमालक - यात एक किंवा अनेक भूधारकांचा समावेश होतो.
२. जमीनभाडे, खंडाने घेऊन पीक काढणारे शेतकरी
३. छोट्या आणि संयुक्तपणे शेती करणाऱ्या शेतकऱ्यांचा समूह

१ क. कर्जमर्यादा

प्रत्येक जिल्ह्यासाठी बँका आणि शासकीय अधिकाऱ्यांची एक समिती असते, तिला 'जिल्हा सल्लागार समिती' (District Level Consultative Committee - DLCC) असे म्हणतात. ही समिती त्या-त्या जिल्ह्यातील परिस्थिती अभ्यासून प्रत्येक पिकाला एकरी किती खर्च येईल, हे दरवर्षी स्थानिक परिस्थितीनुसार ठरवते. यालाच प्रत्येक पिकाचे वित्त प्रमाण (Scale of Finance) असे म्हणतात. शेती किती आहे, त्याप्रमाणे पीककर्ज + पीकविमा हप्ता + उपभोगखर्च + २० टक्के रक्कम + शेती अवजार दुरुस्तीसाठी कर्ज रक्कम ठरवली जाते.

पुढील प्रत्येक वर्षासाठी दरवर्षी कर्ज रकमेत १० टक्के वाढ होते. शिवाय मध्यम मुदतीची कर्जे घेऊन त्याचा उपयोग शेतीची अवजारे घेणे या आणि अशा इतर कारणांसाठी करता येतो. जिल्हा सल्लागार समितीने वित्त प्रमाण (स्केल ऑफ फायनान्स) वाढवले, तर त्याप्रमाणे पीककर्जात वाढ होते.

मध्यम मुदतीची शेतीतील गुंतवणुकीसाठी कर्जे

शेतातील गुंतवणुकीसाठी म्हणजे जमिनीची मशागत, सिंचन, अवजारे आणि शेतीपूरक व्यवसाय यांना मध्यम मुदतीची कर्जे दिली जातात.

- जमिनीचा विकास, सपाटीकरण, मृदसंधारण
- जलसिंचन योजना : विहीर खोदणे, पाइपलाइन टाकून पाणी पिकापर्यंत आणणे, ठिबक सिंचन
- शेतीसाठी लागणारी अवजारे, जसे, ट्रॅक्टर्स, मळणीयंत्रे इत्यादी.
- दुग्धोत्पादन, मत्स्यव्यवसाय, पोल्ट्री असे शेतीपूरक व्यवसाय.

कर्जाची रक्कम :

शेतकऱ्याची गरज, एकूण जमीन आणि त्याची कर्जफेडीची क्षमता याचा विचार करून ही कर्ज रक्कम दिली जाते. एका बँकेच्या नियमानुसार वार्षिक उत्पन्नाच्या पाचपट किंवा तारण म्हणून द्यावयाच्या जमिनीच्या किमतीच्या ५० टक्के या दोहोंमधील जी कमी रक्कम असेल ती दिली जाते.

एकूण मंजूर कर्ज रकमेच्या अल्प काळासाठी लागणारे कर्ज (उदाहरणार्थ, पीककर्ज आणि आनुषंगिक गरजांसाठी कर्ज) व मध्यम वा दीर्घ मुदतीचे कर्ज (उदाहरणार्थ, जमिनीचा विकास, शेतीसाठी लागणारी अवजारे यांसाठी लागणारे कर्ज) अशा दोन भागांत कर्जाच्या उपमर्यादा गरजेप्रमाणे ठरवून दिल्या जातात. या उपमर्यादित कर्जप्रकारांमध्ये वेगवेगळे व्याजदर, परतफेडीचा काळ अशा अटी असू शकतात.

कर्जाचे वितरण :

कर्जाचे वितरणासंबंधी काही नियम आहेत, ते असे.

१. पीककर्जाची जी एकूण कर्जात उपमर्यादा आहे, ते खाते कॅश क्रेडिट खात्याप्रमाणे चालवता येते. या खात्यात जमा आणि खर्चाचे कर्ज उपमर्यादेच्या सीमेअंतर्गत कितीही व्यवहार करता येतात.

२. पीककर्जाचे वितरण विविध प्रकारे केले जाते.

   अ. कॅश क्रेडिट खात्यासाठी मिळणाऱ्या चेकबुकद्वारे, बँकेच्या शाखेतून

   ब. एटीएमद्वारे, किसान कार्डद्वारे

   क. तिथे बँकेची शाखा नाही, बँक प्रतिनिधी (त्याला 'Business Correspondent' म्हणतात.) नेमले आहेत, त्यांच्या माध्यमातून

   ड. साखर कारखाने, बी-बियाणे आणि खतांचे पुरवठादार यांच्याकडे असणाऱ्या विक्री मशीनद्वारे (याला 'Point of Sale Machine' म्हणतात.)

   इ. रुपे कार्डद्वारे एटीएममधून

व्याजदर : प्रत्येक बँक स्वत:चा व्याजदर तिच्या ठेवी व अन्य साधने उभी करण्याची किंमत (ज्याला 'मार्जिनल कॉस्ट ऑफ फंड बेस्ड लेंडिंग रेट' अशी संज्ञा आहे.) त्या आधारावर ठरवते. सरकारने या व्याजात जर काही सबसिडी देऊ केली, तर त्याचा फायदा बँक कर्जदारांना देते.

परतफेडीचा कालावधी

१. पीककर्ज परतफेड : उत्पादित पिकासाठी लागणारा काळ आणि त्यानंतर तोडणी करून बाजारात विक्री करण्यासाठी लागणारा काळ याचा विचार करून या कर्जाची परतफेड ठरवली जाते. उदाहरणार्थ, खरीप व रब्बीतील धान्य पिके, कांदा, बटाटा अशी पिके लवकर तयार होतात, तर ऊस उत्पादनास जास्त काळ लागतो. हे ध्यानात घेऊन परतफेड ठरवली जाते.

२. मुदत कर्जाचा परतफेडीचा कालावधी साधारणतः पाच वर्षांपर्यंत असतो.

मार्जिन (कर्जदाराने स्वतः आणायची रक्कम)

अ. एक ते तीन लाखांपर्यंतच्या कर्जावर - काहीही नाही.

ब. या रकमेपेक्षा जास्त कर्ज - १५ ते २० टक्के (प्रत्येक बँकेच्या नियमानुसार)

तारण

अ. एक लाखापर्यंत कर्ज : पिकांचे व अवजारांचे नजरगहाण दस्त

ब. या रकमेपेक्षा जास्त : जमिनीचे गहाणखत (मॉर्गेज)

क. पीककर्ज विमा तसेच अवजारांचा विमा

शेतीकर्जासाठी शेतकऱ्याने बँकेला देण्याची कागदपत्रे

अ. विहित नमुन्यातील अर्ज. किसान क्रेडिट कार्डसाठी बँकांनी आता 'ऑनलाइन' अर्जाचीही सोय उपलब्ध करून दिली आहे.

ब. केवायसी पूर्ततेसाठी आधार कार्ड, मतदार कार्ड, पॅनकार्ड, वाहन चालवण्याचा परवाना, लाइट बिल यांपैकी काही कागदपत्रे.

क. पासपोर्ट आकाराचा अर्जदाराचा फोटो.

ड. जमीनविषयक कागदपत्रे (७/१२, ८ अ, फेरफार उतारे)

इ. बँकेने ठरवलेली इतर काही कागदपत्रे.

सारांश

'किसान क्रेडिट कार्ड' ही योजना अतिशय सुलभ असून, शेतकऱ्यांच्या अनेक गरजा एकाच योजनेद्वारे भागविल्या जातात.

२. शेती मुदत कर्जे

शेतीची उत्पादकता वाढवण्यासाठी शेतीची कामे वेळेत आणि कार्यक्षमतेने, तसेच कमीत कमी मनुष्यबळामध्ये होण्यासाठी अद्ययावत अवजारे, उदाहरणार्थ, ट्रॅक्टर, ट्रेलर, तसेच इतर अवजारे शेतकऱ्याकडे असणे आवश्यक आहे. त्या दृष्टीने बँकांनी शेतकऱ्यांसाठी सोयीच्या कर्ज योजना आखल्या आहेत.

२ अ. कर्जाचे कारण : ट्रॅक्टर, ट्रेलर, मळणी यंत्रे, पीककापणी यंत्रे अशा अवजारांची खरेदी करणे.

२ ब. पात्रता :

३५ हॉर्सपॉवर क्षमतेपर्यंतचा ट्रॅक्टर : किमान शेती २.५ ते ३ एकर बागायती अथवा पाच एकर जिरायती

३५ हॉर्सपॉवरपेक्षा अधिक क्षमतेचा ट्रॅक्टर : बागायती जमीन किमान चार एकर - जिरायती जमीन किमान आठ एकर

२ क. मार्जिन :

कर्ज रक्कम १ ते १.५० लाख रुपये : काही नाही

कर्ज रक्कम १.५० लाख रुपयांपेक्षा अधिक : १५ ते २० टक्के

२ ड. तारण :

मुख्य तारण : ट्रॅक्टर आणि अवजारांवर हायपोथिकेशन चार्ज (ज्याला 'नजरगहाण' असे म्हणतात.

आनुशंगिक (Collateral).

कर्ज रक्कम १.५० लाख रुपयांपर्यंत : काही नाही

कर्ज रक्कम १.५० लाख रुपयांपेक्षा जास्त : जमिनीचे गहाणपत्र (मॉर्गेज)

ट्रॅक्टर व इतर अवजारांचा विमा

२ इ. व्याजदर : बँकेचा व्याजदर एमसीएलआर + १ ते ३ टक्के (कर्जदाराच्या पतमानांकनावर आधारित)

२ फ. प्रोसेसिंग चार्जेस :

प्रत्येक बँकेच्या धोरणानुसार प्रोसेसिंग चार्जेस म्हणजे कर्ज तयार करण्याचे शुल्क ठरवले जाते.

२ ग. कर्जाची परतफेड :

कर्जाची परतफेड ५ ते ७ वर्षे (मोरॅटोरियम - एक वर्ष)

मोरॅटोरियम याचा अर्थ कर्ज दिल्यानंतर पहिला परतफेडीचा हप्ता सुरू होण्यापर्यंतचा काळ

३. जलसिंचनासाठी कर्ज

शेतीला जर बारमाही पाणी देता आले, तर शेतकरी वर्षाच्या कोणत्याही काळात पीक काढू शकतो. त्या दृष्टीने जलसिंचनाचे महत्त्व अनन्यसाधारण आहे. नाबार्डने दिलेल्या मार्गदर्शक सूचनांप्रमाणे यासाठी बँका जे कर्ज देतात, त्याची योजना साधारणत: पुढीलप्रमाणे :

३ अ. कर्जाचे कारण :

१. विहीर खणणे, आहे त्या विहिरीची खोली वाढवणे.
२. ट्युबवेल घेणे.
३. इलेक्ट्रिक/ डिझेल पंप सेट बसवणे.
४. ठिबक सिंचन योजना राबवणे.
५. स्प्रिंकलरद्वारे पिकास पाणी देणे.
६. जलस्रोतापासून शेतापर्यंत पाइपलाइन टाकून त्याद्वारे पिकास पाणी देणे.
७. शेततळे तयार करणे.
८. यांपैकी एक किंवा अनेक कारणांसाठी कर्ज देणे.

३ ब. पात्रता : जमीनमालक शेतकरी वा त्यांचा समूह.

३ क. कर्जाची रक्कम : शेतकऱ्यांच्या गरजेप्रमाणे कर्जाची रक्कम ठरवली जाते. यातील काही कारणांसाठी नाबार्डने मार्गदर्शक सूचनांद्वारे प्रत्येक युनिटची किंमत ठरवली आहे. खरेदी करण्याच्या वस्तूंचा प्रत्यक्ष बाजारभाव काय आहे, हे बँक पडताळून पाहते.

३ ड. मार्जिन :

१. कर्ज रक्कम १.५० ते २.०० लाख रुपये : काही नाही.
२. या रकमेपेक्षा जास्त कर्ज रक्कम असल्यास : १५ ते २५ टक्के

३ इ. व्याजदर : बँकेच्या एमसीएलआरशी निगडित; प्रत्येक बँकेचा व्याजदर वेगवेगळा असू शकतो.

३ फ. तारण :

१. कर्ज रक्कम १.५० लाख रुपयांपर्यंत : पिके आणि कर्जातून घेतलेल्या वस्तूंचे नजरगहाण
२. कर्ज रक्कम १.५० लाख रुपयांपेक्षा जास्त : क्र. १मध्ये सांगितल्याप्रमाणे नजरगहाण आणि जमीन तारण किंवा जामीनदार.
३. पीक आणि इतर वस्तूंचा विमा.

३ ग. कर्जाची परतफेड : कर्जदाराच्या उत्पन्नाप्रमाणे सात ते नऊ वर्षे. कर्जाच्या कारणांप्रमाणे बँक आणि कर्जदार परतफेडीचा कालावधी ठरवतात.

३ ह. आवश्यक कागदपत्रे :

१. जमिनीचे उतारे
२. केवायसी कागदपत्रे

३. जलसिंचनासाठी आवश्यक ती परवानगी
४. किमतीसाठी कोटेशन्स, खर्चाचे अंदाजपत्रक

४. फलोत्पादनासाठी कर्ज

फळांना देशांतर्गत, तसेच परदेशात चांगली मागणी आहे. या पार्श्वभूमीवर फळबाग लावणे शेतकऱ्यांना फायदेशीर ठरू शकते. यासाठी शेतांमध्ये भांडवली खर्चाची गरज भासू शकते. त्यासाठी बँकांनी नाबार्डच्या मार्गदर्शक तत्त्वांनुसार कर्ज योजना तयार केली आहे.

४ अ. कर्जाचे कारण : फळबाग लावून त्यापासून उत्पन्न मिळवणे.

४ ब. पात्र अर्जदार : पारंपरिक अथवा आधुनिक पद्धतीने फलोत्पादन करणारे शेतीमालक शेतकरी, लीज अथवा भाडेतत्त्वावर फळबाग लावून त्यातून उत्पन्न घेणारे शेतकरी.

४ क. कर्जाची रक्कम : नाबार्डने ठरवलेल्या प्रकल्प किमतीप्रमाणे, तसेच किती जमीन फळलागवडीसाठी आहे, त्यानुसार तसेच कर्जदाराच्या परतफेड क्षमतेप्रमाणे.

४ ड. मार्जिन :

अ. १.५० ते २ लाख रुपयांपर्यंत : काही नाही.
ब. १.५० ते २ लाख रुपयांपेक्षा जास्त : १५ ते २५ टक्के

४ इ. व्याजदर : बँकेच्या एमसीएलआरवर आधारित

४ फ.तारण

अ. १.५० ते २ लाख रुपयांपर्यंत : कर्जातून खरेदी केलेली साधने व उभे पीक यांचे नजरगहाण.
ब. वर दिलेल्या रकमेपेक्षा जास्त : अ) पीक आणि कर्जातून घेतलेल्या वस्तूंचे नजरगहाण
ब) जमिनीचे मॉर्गेज/जामीनदार.

४ ग. कर्जाची परतफेड : ७ ते १५ वर्षे. ती शेतकऱ्यास मिळणाऱ्या अपेक्षित उत्पन्नाशी निगडित असते. आवश्यकतेप्रमाणे कर्जवितरण आणि परतफेड सुरू करणे (यालाच सुरुवातीचा 'मोरॅटियम' असे म्हणतात.) यांतील काळ ठरवला जातो.

४ ह. आवश्यक कागदपत्रे :

अ. जमिनीचे उतारे
ब. कर्ज नसल्याचा गावातील इतर बँकांचा दाखला
क. खरेदी करायच्या वस्तूंचे कोटेशन, खर्चाचे अंदाजपत्रक प्रकल्प अहवाल
ड. जमिनीवर इतर बोजा नाही अथवा असल्यास त्यांचा तपशील दाखवणारा बँकेच्या मान्यताप्राप्त वकिलांचा अहवाल

५. सोने तारण गहाण कर्ज

'वैयक्तिक कर्जे' या प्रकरणात आपण सोने तारण कर्जाविषयी माहिती घेतली आहेच; पण शेती कर्जांच्या प्रकारांचा विचार करताना, सोने तारण कर्ज हा प्रकार शेतकरी खूप मोठ्या प्रमाणात वापरतात.

५ अ. कर्जाचे कारण : कोणत्याही प्रकारच्या शेतीसाठी लागणाऱ्या गुंतवणुकीसाठी कर्ज घेतले जाते. यात पीककर्ज, अवजार कर्ज, उपभोग कर्ज, जलसिंचन असे सर्व आले. हे कर्ज बँकेकडून सहज उपलब्ध होते.

५ ब. कर्जाचे स्वरूप : वार्षिक नूतनीकरण करता येणारे पीक व तत्सम कारणांसाठी कॅश क्रेडिट, तसेच अवजारे, जनावरे यांच्यासाठी मुदत कर्ज.

५ क. रक्कम : कर्जाची रक्कम शेतकऱ्याची गरज आणि तारण ठेवल्या जाणाऱ्या सोन्याच्या प्रतीवर (ज्याला आपण कॅरेटमध्ये गणतो.) आणि बाजारातील सोन्याच्या किमतीवर अवलंबून असते. यासंबंधी प्रत्येक बँक आपआपले नियम ठरवू शकते. बहुतेक बँकांची जास्तीत जास्त कर्जमर्यादा २० लाख रुपये आहे.

५ ड. मार्जिन : सोन्याच्या बाजारातील किमतीच्या २५ ते ४० टक्के.

५ इ. व्याजदर : प्रत्येक बँकेच्या एमसीएलआरप्रमाणे; इथे कर्जामधील जोखीम कमी असल्याने बँकांचा व्याजदर आकर्षक असतो.

५ फ. तारण : सोन्याचे दागिने (यामध्ये स्त्रीधनाचा समावेश केला जात नाही.)

५ ग. परतफेड : कर्जाच्या कारणाप्रमाणे. कर्ज जर अल्पमुदत कारणांसाठी असेल, तर साधारणतः एक वर्ष. मुदत कर्ज असल्यास पाच वर्षे.

सोने तारण कर्जे देताना बँकांनी घेण्याची काळजी

- सोन्याच्या शुद्धतेची व वैधतेची योग्य व्हॅल्यूअरकडून खात्री करून घेणे.
- तारण म्हणून घेतलेले सोने योग्य पद्धतीने ठेवणे.
- प्रत्येक कर्जदारासाठी वेगळी थैली, त्यावर योग्य पद्धतीने सील करून त्यावर नाव, नंबर असे सर्व योग्य पद्धतीने लिहून सेफमध्ये ठेवणे आवश्यक आहे.
- सेफ दोन चाव्या लावून उघडणारी आणि चाव्या दोन वेगवेगळ्या अधिकाऱ्यांकडे असणारी हवी. दोन्ही अधिकाऱ्यांनी एकाच वेळी चाव्या लावून सेफ उघडणे आणि बंद करणे बंधनकारक आहे.
- तसेच या साऱ्यांचे रेकॉर्ड रजिस्टरमध्ये करणे आवश्यक आहे.

६. दुग्धोत्पादनासाठी कर्ज

भारतात प्रथम हरितक्रांती आणि त्यानंतर श्वेतक्रांती होऊन दुधाचे उत्पादन मोठ्या प्रमाणात वाढले. देशात दूध आणि दुधापासून होणाऱ्या उत्पादनांची मागणी वाढत आहे. शिवाय या क्षेत्रात निर्यातीसही मोठा वाव आहे. त्या दृष्टीने बँका या क्षेत्राला जो कर्जपुरवठा करतात, तो असा :

६ अ. कर्जाचा प्रकार : मुदत कर्ज किंवा/आणि खेळते भांडवल.

६ ब. कर्ज कशासाठी मिळू शकते?

- गाय, म्हैस, बकरी यांच्या खरेदीसाठी
- जनावरांसाठी गोठा बांधणे
- चारा यासाठी खेळते भांडवल

६ क. कर्ज कोणास मिळू शकते?

शेतमालक शेतकरी, तसेच भाड्याने वा खंडाने शेती करणारे, स्वमदत गट, शेतकऱ्यांचा समूह.

६ ड. रक्कम : नाबार्डच्या मार्गदर्शक तत्त्वांप्रमाणे दुभती जनावरे खरेदी करण्यासाठी.

६ इ. मार्जिन :

- रक्कम १.५० ते २.०० लाख रुपये असल्यास काही नाही.
- या रकमेपेक्षा जास्त : १५ ते २५ टक्के

६ फ. व्याजदर : बँकेच्या एमसीएलआरवर अवलंबून.

६ ग. तारण :

अ. २ लाख रुपयांपर्यंत : जनावरे वा संबंधित कर्जातून घेतलेल्या वस्तूंचे नजरगहाण

ब. २ लाख रुपयांपेक्षा जास्त : क्र. १ मध्ये वर्णन केल्याप्रमाणे; शिवाय जमिनीचे मॉर्गेज/जामीनदार

६ ह. परतफेड : तीन ते सात वर्षे

६ ज. विमा : जनावरे, पिके यांचा विमा घेणे अनिवार्य

६ ल. आवश्यक कागदपत्रे :

अ. जमिनीचे उतारे.

ब. जमीन तारण म्हणून देणार असल्यास जमिनीवरील बोजांसाठी बँकेच्या मान्यताप्राप्त वकिलांचा अहवाल.

क. गरजेप्रमाणे कोटेशन्स, खर्चाचे अंदाजपत्रक इत्यादी.

थोडक्यात, दूध हा सगळ्यांत जास्त नाशवंत पदार्थ असल्याने तो ग्राहकांकडे पोहोचवण्याची सक्षम यंत्रणा असणे जरुरीचे आहे. (अर्थात, फळे, भाजीपाला, अंडी यांच्यासाठीही लागू आहे.) या दृष्टीने दूध उत्पादक शेतकरी हा दूध उत्पादक पुरवठासाखळीचा (Supply Chain) एक घटक असणे महत्त्वाचे आहे. ही साखळी म्हणजे दूध उत्पादकापासून ते ग्राहकापर्यंत दूध पोहोचवणारे घटक! एकमेकांना जोडले गेलेले मधले घटक म्हणजे गावागावांतील दूध संकलन केंद्रे, मुख्य संकलक संस्था, दूध शीतकरण व्यवस्था, दुधाचे पॅकिंग, त्याची वाहतूक, शहरातील

वितरकाकडून किरकोळ वितरकांमार्फत घरोघरी दूध पोहोचवणे, ही साखळी दररोज कार्यक्षमपणे काम करत असते. दूध उत्पादक शेतकरी हा या साखळीतील पहिला घटक. त्याने उत्पादन केलेले दूध वेळेत स्थानिक संकलन केंद्राकडे पोहोचणे आवश्यक आहे. जर दूधसंकलन मोठ्या प्रमाणात झाले, तर त्याची वाहतूक किफायतशीरपणे करता येते. त्या दृष्टीने गावागावातील दूध संघांची भूमिका महत्त्वाची ठरते. काही मध्यम व मोठे दूधप्रक्रिया करणारे उद्योग, तसेच खासगी डेअरी स्वत:ची दूधसंकलनाची व्यवस्था करतात. त्या दृष्टीने विचार करता, हा व्यवसाय शेतकरी समूहाने जर मोठ्या प्रमाणात केला, तर तो किफायतशीर होऊ शकतो.

७. गोदामात ठेवलेल्या शेतमालावर कर्ज

एखाद्या पिकाचे एखाद्या हंगामात मोठ्या प्रमाणात उत्पादन होते. त्यामुळे मागणी कमी आणि पुरवठा जास्त अशी परिस्थिती होऊन शेतमालाचे भाव खूप पडतात. यातून शेतकऱ्यांचे नुकसान होते. हे टाळण्यासाठी शेतमाल काही काळ गोदामात ठेवला, तर परिस्थितीत सुधारणा झाल्यानंतर शेतमाल विक्रीस काढता येतो. या दृष्टीने सरकारने अनेक ठिकाणी गोदामे उभी केली आहेत. अनेक सहकारी संस्था, खासगी संस्था, तसेच व्यक्तीसुद्धा अशा गोदामांची निर्मिती करतात. यामध्ये शीतगृहांचाही समावेश होतो. गोदाम बांधण्यासाठी दिलेले कर्ज हे मध्यम ते दीर्घ मुदतीचे शेती कर्ज म्हणून गणले जाते.

पण शेतमाल गोदामात ठेवला, तर शेतकऱ्याला रोखीची चणचण भासते. कारण पीक काढण्यासाठी आतापर्यंत त्याने बराच खर्च केलेला असतो. अशा वेळी बँका गोदामात जो शेतमाल ठेवलेला असतो, त्याच्या तारणावर कर्ज देतात. शेतकरी जेव्हा शेतमाल गोदामात ठेवतो, तेव्हा गोदाम मालक/ व्यवस्थापक त्याला त्याची पावती देतो. या पावतीत गोदामात ठेवलेल्या शेतमालाचा सर्व तपशील असतो. ही पावती बँकेत ठेवून त्या तारणाच्या आधारे शेतकऱ्याला कर्ज मिळू शकते. या कर्जप्रकाराचा तपशील खालीलप्रमाणे :

७.अ कर्जाचे कारण : शेतकऱ्यास रोकड सुलभता उपलब्ध करून देणे.

७ ब. कर्जाचे स्वरूप : अल्पमुदत कर्ज

७ क. कर्जमर्यादा : जास्तीत जास्त ५० लाख रुपये प्रतिशेतकरी

७ ड. पात्रता : शेतकरी, शेतकऱ्यांचा समूह, स्व-मदत गट

७ इ. तारण :

अ. गोदामचालकांकडून मिळालेली शेतमाल ठेवल्याची पावती. हे गोदाम केंद्रीय अथवा राज्य गोदाम महामंडळ (Central/State Warehousing Corporation) यांचे अथवा मान्यताप्राप्त खासगी गोदाम अथवा शीतगृह असावे.

ब. कर्जाची रक्कम जास्त असल्यास बँक इतरही तारण मागू शकते.

७ फ. मार्जिन : प्रत्येक प्रकारच्या शेतमालावर बँक तिच्या धोरणाप्रमाणे मार्जिन रक्कम ठरवते.

७ ग. परतफेड : कालावधी प्रत्येक प्रकारच्या शेतमालावर अवलंबून. जास्तीत जास्त बारा महिने. या प्रकारच्या कर्जाचे बहुधा नूतनीकरण केले जात नाही. शेतकऱ्यास कर्जाची रक्कम भरावीच लागते. थोडी-थोडी परतफेडपण करता येते.

७ ह. व्याजदर : बँकेच्या एमसीएलआरप्रमाणे

७ ज. कागदपत्रे

१. केवायसी कागदपत्रे
२. गोदामाकडून मिळालेली माल ठेवल्याची पावती
३. गोदामाची अधिमान्यता
४. इतर कागदपत्रे उदाहरणार्थ, जमिनीचे उतारे

सारांश

मनुष्याची एक मूलभूत गरज म्हणजे अन्न. ही गरज भागवण्याचे महत्त्वपूर्ण काम शेतकरी करत असतो. भारतातील बहुसंख्य शेतकरी हे लघुभूधारक असून, ते गरीब आहेत. शेतीत प्रचंड कष्ट आहेत. बदलते हवामान आणि जलसिंचनाच्या अपुऱ्या सुविधा, अजूनही विस्कळीत असणारी पुरवठासाखळी, योग्य साठवणुकीसाठी अपुरी असणारी गोदाम व्यवस्था, शेत मालाला उत्पादनखर्चावर आधारित भाव न मिळणे अशा अनेक प्रश्नांनी शेतकरी ग्रासलेला आहे. तेव्हा त्याच्या गरजा संबंधित घटकांनी समजून घेणे, त्याच्याशी योग्य आणि न्याय्य पद्धतीने व्यवहार करणे ही काळाची निकड आहे.

आपण आतापर्यंत शेतीसाठी उपलब्ध असणाऱ्या कर्जांच्या सुविधा समजून घेतल्या. याशिवाय अजूनही काही सुविधा बँकांकडे आहेत. शेतकरी बंधूंनी आपल्या आर्थिक गरजांसाठी आपल्या बँकेकडे अवश्य संपर्क साधावा. तसेच शेती किफायतशीर होण्यासाठी अधिक शेतकऱ्यांनी समूहाने एकत्र येऊन मोठ्या प्रमाणात पीक घ्यावे, जेणेकरून उत्पादन, साठवण, विक्री या गोष्टी जास्त सुकर होतील.

बँकेचे संबंधित कर्मचारी आणि अधिकारी यांनी शेतकऱ्यांशी संपर्क राखावा. आपल्या कर्ज योजना शेतकऱ्यांना समजून सांगाव्यात. सरकारसुद्धा निरनिराळ्या प्रकारची अनुदाने शेतकऱ्यांना देणे, पिकांना हमीभाव देणे, महापूर-अवर्षण, अवकाळी पाऊस अशा काळात त्यांना मदत करणे पीकविमा योजना अशा मार्गांनी शेतकऱ्यांना मदत करत असते. त्यासाठी सरकारी अधिकारी आणि बँक अधिकारी यांची तालुका, जिल्हा आणि राज्यस्तरावर समन्वय समिती काम करत असते. अतिशय आव्हानात्मक आणि गुंतागुंतीचा असणारा शेती व्यवसाय किफायतशीर करायचा असेल, तर सर्व संबंधित घटकांनी एकत्रपणे काम करणे अनिवार्य आहे. तसेच शेतकरीवर्गाविषयी आस्था, त्यांच्या प्रश्नांची जाणीव आणि त्यांना सन्मानाने मदत करणे निकडीचे आहे.

(संदर्भ : या प्रकरणासाठी रिझर्व्ह बँक, नाबार्ड आणि अनेक राष्ट्रीयीकृत बँकांच्या विविध योजनांचा अभ्यास केला आहे. त्या अभ्यासाच्या आधारे हे प्रकरण लिहिले आहे. लेखकाने बँकेच्या शेती विभागात अनेक वर्षे प्रत्यक्ष काम केले आहे.)

OOO

प्रकरण ६

प्रमाण विश्लेषण

कोणतीही संकल्पना अगदी सहज आणि सारांशरूपाने, पण नेमकेपणाने समजावून घेण्यासाठी आलेख, रेखांकन यांचा खूपच फायदा होतो. ज्या वेळी आपल्याला भावी कर्जदाराची आर्थिक परिस्थिती तौलनिकदृष्ट्या समजून घ्यायची असते, तसेच तिच्यात गेल्या काही वर्षांत कसा बदल होत गेला आणि भविष्यकाळात ती कशी असेल, याचा साधार आढावा घेणे, हा कर्जाच्या अर्जाची छाननी करण्याचा एक आवश्यक आणि महत्त्वाचा घटक आहे. कर्जदाराची गेल्या अनेक वर्षांची नफा-तोटा पत्रके आणि ताळेबंद जेव्हा बँकेला छाननीसाठी उपलब्ध करून दिली जातात, त्यावरून सांख्यिकीय स्वरूपात जे निष्कर्ष एका ठरावीक पद्धतीने काढले जातात, त्या पद्धतीला 'प्रमाण विश्लेषण' असे म्हणतात.

कोणत्याही प्रकारच्या कर्जप्रकरणाची छाननी करताना कंपनीची आर्थिक स्थिती, तसेच कार्यक्षमता किती आहे, हे समजून घेणे खूप महत्त्वाचे असते. व्यावसायिक निरनिराळ्या प्रकारे त्याने केलेल्या आर्थिक आणि इतर सर्व प्रकारच्या व्यवहारांची विशिष्ट किंवा कायद्याने घालून ठेवलेल्या पद्धतीने नोंद ठेवतो. त्यावरून वर्षअखेरीस तो नफा-तोटा पत्रक (Profit and Loss A/C) आणि ताळेबंद (Balance Sheet) ही महत्त्वाची पत्रके तयार करतो. या प्रकरणात आपण या आर्थिक स्टेटमेंट्सचे विश्लेषण बँक कशा प्रकारे करते, त्यावरून रेशोज् (प्रमाण विश्लेषण) काढून कर्ज मंजूर करण्याच्या प्रक्रियेत त्याचा कसा उपयोग होतो, हे समजून घेऊ. सुरुवात नफा-तोटा पत्रक आणि ताळेबंद यांपासून करू या.

नफा-तोटा पत्रक

नफा-तोटा पत्रक (Profit and Loss A/C) पत्रकाद्वारे एका आर्थिक वर्षात व्यावसायिकाने किती नफा मिळवला अथवा व्यवसायात किती तोटा झाला, हे समजते. या स्टेटमेंटच्या दोन बाजू असतात. डावीकडील बाजू खर्चाचा तपशील आणि रक्कम (उदाहरणार्थ, कच्चा माल खरेदी, आस्थापना, कर (Taxes) यांच्यावर झालेला खर्च) दाखवते, तर उजव्या बाजूस उत्पन्न (उदाहरणार्थ, विक्रीमधून जमा झालेली रक्कम, मिळालेले व्याज, इतर उत्पन्न इ.) यांचे तपशील आणि रकमा दाखवल्या जातात. खर्चापेक्षा उत्पन्न जास्त असल्यास नफा होतो, तर खर्चापेक्षा उत्पन्न कमी आल्यास तोटा होतो. हे पत्रक आर्थिक वर्षासाठी (आपल्याकडे १ एप्रिल ते ३१ मार्च) बनवतात. काही व्यावसायिक हे पत्रक तिमाही किंवा सहामाहीसुद्धा बनवतात. याद्वारे वर्षाच्या निरनिराळ्या काळांत नफा-तोट्याचे प्रारूप (Pattern) समजून घेता येते आणि त्याप्रमाणे व्यवसायाची धोरणे ठरवली जातात. कर्जदाराने नफा-तोटा पत्रक सादर केल्यानंतर बँक त्याचे विश्लेषण करते. तसेच तुलनेसाठी गेल्या वर्षातील तपशीलसुद्धा नोंदवले जातात. त्याद्वारे व्यवसायाच्या दोन वर्षांच्या नफा-तोटा पत्रकाचा तौलनिक अभ्यास केला जातो. उदाहरणासाठी अबक कंपनीच्या सन २०२२-२३च्या नफा-तोटा पत्रकाचा तपशील मांडला आहे.

अबक कंपनीचे सन २०२२-२३ साठीचे नफा-तोटा पत्रक

तपशील		वर्ष (चालू) २०२२-२३ (रु. लाखांमध्ये)
जीएसटी वजा जाता एकूण विक्री	-	३२०
(एकूण विक्री-जीएसटी) (Net Sales)	-	-
विक्री केलेल्या मालासाठी केलेला खर्च	-	-
(Cost of Goods Sold)	-	-
कच्चा माल खरेदी	१६०	-
पगार	३०	-
उत्पादनासाठी इतर खर्च	४०	-
(इलेक्ट्रिसिटी, टूल्स इ.)	१०	२४०
ढोबळ (ग्रॉस) नफा	-	८०
ऑफिस आणि इतर खर्च	१०	-
घसारा (Depreciation)	१५	-
विक्री जाहिरात खर्च	५	३०
ऑपरेटिंग नफा	-	५०
नॉन ऑपरेटिंग खर्च	-	५
व्याज आणि टॅक्सेसपूर्वीचा नफा	-	४५
व्याज	-	१०
टॅक्सेस पूर्वीचा नफा	-	३५
टॅक्सेस (कर)	-	५
कर भरल्यानंतरचा नफा	-	३०
डिव्हिडंड	-	१५
व्यवसायात ठेवलेला नफा	-	१५

अशा प्रकारे नफा-तोटा पत्रक मांडल्यामुळे त्याचे विश्लेषण करणे सोयीचे जाते.

ताळेबंद

ताळेबंद (Balance Sheet) म्हणजे व्यावसायिकाची एकूण देणी, त्याचे भांडवल आणि सर्व प्रकारच्या मालमत्ता यांची एका विशिष्ट दिवसाची परिस्थिती दाखवणारे पत्रक. नफा आणि तोटा पत्रक हे संपूर्ण वर्षातील व्यवहारांचे असते, तर ताळेबंद ही एका दिवसाच्या भांडवल, देणी, येणी, मालमत्ता दाखवणारे पत्रक असते.

भारतात एप्रिल ते मार्च हे आर्थिक वर्ष धरले जाते. त्यामुळे नफा-तोटा पत्रक हे १ एप्रिल ते पुढील वर्षातील ३१ मार्च या कालावधीत किती उत्पन्न मिळाले, किती खर्च झाला आणि वर्षअखेरीस किती नफा मिळाला अथवा व्यवसायात किती तोटा झाला हे ठरावीक पद्धतीने दाखवणारे पत्रक असते. तर ताळेबंद हा ३१ मार्च या वर्षअखेरच्या दिवशी व्यावसायिकाची संपूर्ण देणी-येणी, मालमत्ता आणि भांडवल (यात रिझर्व्हपण आले) हे दर्शवणारे पत्रक असते.

अर्थात, व्यावसायिक स्वतःच्या माहिती आणि विश्लेषणासाठी ही पत्रके इतर दिवशी किंवा इतर काळासाठीही तयार करू शकतात. मात्र, कायदेशीर तरतुदी, कराची आकारणी यासाठी ही पत्रके आर्थिक वर्ष डोळ्यांपुढे ठेवून बनवली जातात. त्याची लेखातपासणी (Audit) केली जाते; आणि कर्जप्रकरण करण्यासाठी बँक अशा प्रकारे लेखातपासणी झालेली नफा-तोटा पत्रके आणि ताळेबंद पत्रके अभ्यासते.

अबक कंपनीचा दि. ३१.०३.२०२३ रोजीचा ताळेबंद

भांडवल व देणी	३१.०३.२३	मालमत्ता	३१.०३.२३
	रुपयांमध्ये		रुपयांमध्ये
भांडवल इक्विटी प्रेफरन्स शेअर प्रीमियम	 ५० २० १०	कायम मालमत्ता (Fixed Asssets) ढोबळ मालमत्ता वजा घसारा नक्त मालमत्ता	 २१५ -२० १९५
रिजर्व्हस् आणि सरप्लस	५०	गुंतवणूक	४०
तारणाखालील घेतलेली कर्जे दीर्घ मुदत कर्जे डिबेंचर्स	 ९० ३०	चालू मालमत्ता, दिलेली कर्जे, येणी रोख आणि बँकेतील शिल्लक	 ५
विनातारण कर्जे	५	डेटर्स-विक्रीपश्चातचे येणे	२५
चालू देणी व तरतुदी चालू देणी तरतुदी	३० १५	सर्व प्रकारचा माल (Inventory) तोटा	३५ --
एकूण	३००		३००

या पत्रकात आपण पाहिले की, भांडवल आणि कर्जे किंवा देणी ही एका बाजूला (डाव्या बाजूला), तर सर्व प्रकारच्या व्यवसायाच्या मालमत्ता आणि येणी ही दुसऱ्या (उजव्या) बाजूला दाखवतात. यावेळी आपल्यापुढे प्रश्न पडतो की, भांडवल आणि कर्जे ही एका बाजूस का दाखवतात? याचे कारण भांडवल आणि कर्जे ही व्यवसायात आलेल्या पैशांचा स्रोत (Sources of Funds) दाखवतात, तर मालमत्ता विभाग पैशांचा वापर करून काय काय आणले किंवा तो पैसा कशा प्रकारे गुंतवला गेला (Uses of Funds), हे दर्शवतात. आता आपण ताळेबंदात वापरलेल्या संज्ञा संक्षिप्तपणे समजावून घेऊ.

भांडवल

भांडवल म्हणजे व्यावसायिकाने व्यवसायामध्ये गुंतवणूक केलेली स्वत:ची रक्कम. यात झालेल्या नफ्यातील जी रक्कम काढून न घेता व्यवसायातच पुन्हा गुंतवली जाते, ज्याला 'रिझर्व्हस्' म्हणतात, तिचाही समावेश होतो. कर्जदाराचे निरनिराळे वर्गीकरण, जसे प्रोप्रायटरी व्यवसाय, भागीदारी, कंपनी हे आपण पाहिले आहेच. यांपैकी कर्जदार कंपनी म्हणून जर असेल, तर कंपनी जे भांडवल उभे करते, ते मुख्यत्वे दोन प्रकारचे असते. एक म्हणजे इक्विटी आणि दुसरे म्हणजे प्रेफरन्स भांडवल.

इक्विटी शेअरहोल्डर्स हे कंपनीचे खरे मालक असतात. नफा मिळवण्यावरच त्यांचा लाभांश अवलंबून असतो. लाभांश कधी कमी, कधी जास्त, तर कधी मिळणारही नाही. कंपनी दिवाळखोरीत निघाली, तर सगळ्यांची देणी देऊन झाल्यावरच जे काही उरेल, ते इक्विटी शेअरहोल्डर्सना मिळेल. इक्विटी भांडवलाचे प्रेफरन्स भांडवलात रूपांतर करता येत नाही. इक्विटी शेअरहोल्डर्सना वार्षिक सर्वसाधारण सभेत मतदानाचा अधिकार असतो.

प्रेफरन्स शेअरहोल्डर्सची परिस्थिती इक्विटी शेअरहोल्डर्सच्या तुलनेत जास्त सुरक्षित असते. कंपनी दिवाळखोरीत गेली, तर प्रेफरन्स शेअर्स होल्डर्सचे शेअर्सचे पैसे इक्विटी शेअरहोल्डर्सपूर्वी मिळतात. तसेच त्यांचा लाभांशाचा दर स्थिर असतो. त्यामुळे गुंतवणूकदाराला आपल्या गुंतवणुकीवर परतावा दरवर्षी काय दराने मिळेल, हे त्याला माहीत असते. अर्थात, 'जितकी जास्त जोखीम, तितका जास्त नफा' या तत्त्वाने कंपनी जर उत्तम स्थितीत असेल, तर इक्विटी शेअरहोल्डर्सना लाभांश जास्त मिळू शकतो. शिवाय शेअर मार्केटमध्ये शेअरची किंमत काढण्याचा फायदा (ती कमीही होऊ शकते, हा तोटा) असतो, जो प्रेफरन्स शेअरहोल्डर्सना मिळू शकत नाही.

शेअर प्रीमियम

कंपनीची आर्थिक कुवत, उत्पादनाचा ब्रँड या गोष्टी जितक्या जास्त चांगल्या, तितका अधिक प्रीमियम कंपनीला तिच्या कंपनीच्या शेअरच्या दर्शनी मूल्यावर मिळू शकतो. जेव्हा कंपनी आपले शेअर बाजारातून मूळ भांडवल उभारते, यालाच 'इनिशियल पब्लिक ऑफरिंग' (IPO) असे म्हणतात, त्या वेळी हा प्रीमियम आकारला जातो. जेव्हा १० रुपये दर्शनी मूल्य असणारा शेअर IPO मध्ये १०० रुपयांना विकला जातो, त्या वेळी १० रुपये हे इक्विटी भांडवल आणि ९० रुपये शेअर प्रीमियम खात्यात जमा होतात. शेवटी ही रक्कम कंपनीच्या भांडवलाचाच एक भाग असते.

रिझर्व्हस् आणि सरप्लस

कंपनी अथवा व्यावसायिक मिळालेल्या वार्षिक नफ्यापैकी काही रक्कम लाभांश म्हणून न वाटता, व्यवसायातच ठेवते, त्यालाच Retained Profit असे म्हणतात. वर्षानुवर्षे अशा प्रकारे ठेवलेल्या रकमेतून असे रिझर्व्हस् उभे राहतात, जे कंपनीची आर्थिक बाजू भक्कम करतात आणि जेव्हा कधी विपरित परिस्थिती उभी राहते, त्याच वेळी

हे रिझर्व्हस् कंपनीच्या मदतीला येतात. तसेच काही रिझर्व्हस् काही विशिष्ट कारणांसाठी तरतूद म्हणून तयार केले जातात. जसे की, मालमत्तेवरील घसाऱ्यातून पुढे ती मालमत्ता कामास येऊ शकत नाही, तेव्हा तिच्याबदली नवी मालमत्ता घेण्यासाठी केलेली तरतूद किंवा विक्रीपश्चातची काही येणी वसूल न होण्याची शक्यता लक्षात घेऊन अशा रकमेसाठी केलेली तरतूद अशी काही उदाहरणे देता येतील. बँकेच्या बाबतीत तर आपण पाहतोच की, कर्जरकमेवर निरनिराळ्या प्रकारच्या तरतुदी (म्हणजे जी रक्कम बुडीत आहे किंवा थकीत आहे किंवा अगदी कर्जरक्कम, जिची परतफेड व्यवस्थित सुरू आहे.) बँक करते, ज्यायोगे तिचे आर्थिक स्थैर्य भक्कम राहील.

दीर्घ मुदतीची कर्जे

व्यवसाय चालवण्यासाठी व्यावसायिकाला जमीन, फॅक्टरी इमारत, मशिनरी, ऑफिस फर्निचर, उत्पादन प्रक्रियेतील सोयी अशा स्थावर मालमत्ता उभ्या कराव्या लागतात. या मालमत्तांच्या आधारेच व्यावसायिक आपला व्यवसाय चालवून त्यातून नफा मिळवतो. या मालमत्तांमधील गुंतवणूक मोठी असल्याने व्यावसायिक त्यासाठी दीर्घ मुदतीची कर्जे उभारतो. त्याची परतफेड पुढील काही वर्षांच्या नफ्यातून करायची असते.

साधारणतः या कर्जांच्या परतफेडीची मुदत ही व्यावसायिकाच्या पुढे मिळणाऱ्या अपेक्षित उत्पन्नावर ठरवली जाते. तिचा परतफेडीचा कालावधी तीन वर्षे किंवा अधिक असतो. ही कर्जे ज्या मालमत्तेसाठी घ्यायचे ती मालमत्ता तारण ठेवून, तर काही वेळा संबंधित मालमत्तेपेक्षा अधिक काही तारण बँकेला देऊन घेतली जातात. तसेच अशा मालमत्तांसाठी डिबेंचर्स किंवा इतर काही मार्गही वापरले जातात. डिबेंचर्स हे एक प्रकारचे दीर्घ मुदतीचे रोखे असतात.

एखाद्या विशिष्ट खर्चासाठी किंवा व्यवसाय विस्तारासाठी हे रोखे विकून कंपनी पैसे उभे करते. त्यावर ठरावीक दराने व्याज दिले जाते. काही डिबेंचर्स शेअर्समध्ये ठरावीक काळानंतर गुंतवणूकदाराच्या इच्छेनुसार परिवर्तित होऊ शकतात, तर काहींची परतफेड होते.

चालू देणी, तरतुदी आणि विनातारण कर्जे

व्यावसायिक व्यवसाय चालवताना काही गोष्टी, विशेषतः कच्चा माल, शक्य असल्यास उधारीवर घेतो. तसेच अनेक गोष्टींसाठी करभरणा, काही इतर देणी याची देय म्हणून तरतूद करावी लागते. कधी व्यावसायिक अल्पमुदतीचे विनातारण कर्ज घेऊन रोख तरलतेची आवश्यकता भागवतो. तसेच बँकेकडून खेळत्या भांडवलासाठी घेतलेले कर्ज इथेच दाखवतात. ही झाली भांडवल आणि देणी ही ताळेबंदाची डावीकडील बाजू असते.

मालमत्ता

निरनिराळ्या साधनांतून उभा केलेला निधी हा कशा प्रकारे वापरला आहे, त्याचा विनियोग कसा केला आहे, हे 'मालमत्ता' शीर्षकाअंतर्गत ताळेबंदाच्या उजव्या बाजूस दाखवले जाते. जसे स्थावर मालमत्ता म्हणजे फॅक्टरी इमारत, मशिनरी, फर्निचर तसेच चालू मालमत्ता व येणी म्हणजे कच्चा व पक्का माल, विक्रीपश्चात विक्रीचे येणे, व्यावसायिकाने केलेली गुंतवणूक (जसे बँक ठेवी, रोखे इत्यादी) तसेच व्यवसाय जर तोट्यात असेल, तर तोट्याची रक्कम इत्यादीसुद्धा याच बाजूस येते. ताळेबंदाच्या दोनही बाजूंची बेरीज सारखीच असते. कारण जेवढा निधी भांडवल आणि कर्जाद्वारे उभारलेला असतो, तेवढ्याच निधीचा विनियोग कसा केला, हे दुसऱ्या बाजूस दाखवले जाते.

अशा प्रकारे नफा-तोटा पत्रक आणि ताळेबंद याचे स्वरूप आपण सविस्तरपणे पाहिले.

प्रमाण विश्लेषण (Ratio Analysis)

नफा-तोटा पत्रक किंवा ताळेबंद आपल्याला एखाद्या व्यवसायाची, मग तो अगदी छोटा प्रोप्रायटरी व्यावसायिक असो वा मोठ्या आकाराची कंपनी असो, आर्थिक परिस्थिती कशी आहे, याची संपूर्ण माहिती देतात. जेव्हा ही माहिती दोन किंवा अधिक वर्षांची असते, त्यावरून व्यवसायाची प्रगती/अधोगती कशी झाली आणि भविष्यात व्यवसाय कसा चालेल, त्यांना काय संधी आहेत, याचा अंदाज घेता येतो. हे विश्लेषण (Analysis) ठरावीक पद्धतीने करण्याची जी पद्धती आहे, तिला 'प्रमाण विश्लेषण' (Ratio Analysis) असे म्हणतात. या विश्लेषणाचा उपयोग निरनिराळ्या गटांतील लोकांना (बँक, गुंतवणूकदार, ग्राहक, सरकार, स्वतः व्यावसायिक) निरनिराळ्या प्रकारे होतो. या प्रमाण विश्लेषणाचे चार भाग होतात.

१. तरलता प्रमाण विश्लेषण (Liquidity Ratio Analysis)
२. कर्जप्रमाण विश्लेषण (Leverages Ratio Analysis)
३. उलाढाल विश्लेषण (Turnover Ratio Analysis)
४. नफाप्रमाण विश्लेषण (Progitability Ratio Analysis)

१. तरलता प्रमाण विश्लेषण

तरलता म्हणजे कंपनीची एका वर्षापर्यंतची चालू देणी भागवण्याची क्षमता. साधारणतः चालू देण्यांतून कंपनीसाठी उत्पादन चालू ठेवण्याकरिता ज्या चालू मालमत्ता लागतात, जसा कच्चा माल, त्याच खरेदी केल्या जातात. व्यवसायात तरलतेचे प्रमाण किती आहे, हे ठरवण्यासाठी पुढील रेशोंचा आधार घेतला जातो.

अ. करंट रेशो (Current Ratio)

हा रेशो काढण्याचे सूत्र (Formula) याप्रमाणे आहे.

$$\text{करंट रेशो} = \frac{\text{चालू मालमत्ता (Current Assets)}}{\text{चालू देणी (Current Liabilities)}}$$

चालू मालमत्तेमध्ये सर्व प्रकारचा माल (कच्चा, पक्का, उत्पादन प्रक्रियेअंतर्गत असणारा), विक्रीपश्चातची येणी, रोख रक्कम, बँकेतील रक्कम गोष्टींचा समावेश होतो. चालू देण्यांत सर्व प्रकारची एक वर्षापर्यंतची देणी (यात या वर्षी भरण्याच्या दीर्घ मुदत कर्जाच्या परतफेड हप्त्याचे सर्व देय व्याज) यांचा समावेश होतो. आपल्याकडे असणाऱ्या, आधी दर्शवलेल्या नफा-तोटा पत्रक आणि ताळेबंदावरून आपण आता हे रेशोज् प्रत्यक्ष काढू. सोयीसाठी आपण वर्ष २०२२-२३चे आकडे घेऊ.

$$\frac{\text{चालू मालमत्ता}}{\text{चालू देणी}} = \frac{६५}{५०} = १.३०$$

अशा प्रकारे अबक कंपनीचा करंट रेशो १.३० टक्के आहे. हा रेशो कंपनीसंबंधीची अधिक माहिती देतो.

१. चालू देण्यांपेक्षा चालू मालमत्ता जास्त असल्याने कंपनीची तरलता समाधानकारक आहे.

२. कंपनीने चालू मालमत्ता व चालू देणी यांतील १५ लाख रुपये फरक (६५-५०) भांडवल अथवा दीर्घ मुदतीच्या कर्जांतून उभा केलेला आहे.

३. साधारणत: १.३३ हा आदर्श करंट रेशो मानला जातो. पण ते प्रत्येक व्यवसायावर अवलंबून असते. उदाहरणार्थ, एखादा किरकोळ व्यापारी ठोक व्यापाऱ्याकडून उधारीवर माल आणून ग्राहकांना रोखीने विकत असतो. अशा वेळी त्याचा करंट रेशो कमी असला, तरी त्याच्या व्यवसायावर फारसा दुष्परिणाम होत नाही. उलट काही छोटे मध्यम कारखानदार सुटे भाग तयार करून ते मोठ्या उद्योगांना विकण्याचा व्यवसाय करतात, तिथे काय घडते? साधारणत: अशा विक्रीचे पैसे या छोट्या कारखानदारांना काही काळानंतर (३० ते ६० दिवसांनंतर) मिळतात. मात्र, त्यांना कच्चा माल रोखीने किंवा अगदी १०-१५ दिवसांच्या उधारीवर मिळतो. बँकेकडून घेतलेल्या कर्जाचे हप्ते, व्याज, कामगारांचे पगार, लाइट बिल असे अनेक खर्च मात्र वेळीच करावे लागतात. अशा व्यावसायिकांना रोख तरलतेचा प्रश्न येऊ शकतो, म्हणून त्यांना चांगल्या करंट रेशोचे महत्त्व खूप असते. पण कधी असेही घडते की, भांडवल आणि दीर्घ मुदतीच्या कर्जातून मोठी रक्कम उभारली जाते; पण व्यवसाय त्या प्रमाणात होत नाही किंवा व्यवसायाचे कालचक्र (या विषयावर 'खेळते भांडवल' या प्रकरणात सविस्तर चर्चा केली आहे.) हे खूप हळू फिरत असेल, तर अशा वेळी करंट रेशो चांगला असूनही व्यवसायाची नफा मिळवण्याची क्षमता कमी राहते व ही परिस्थिती समाधानकारक नसते.

सारांश

आदर्श करंट रेशो हा त्या त्या प्रकारच्या व्यवसायावर आणि व्यवसाय प्रारूपावर (Business model) ठरत असतो. पण व्यवसायाची चालू देणी वेळीच देण्याची क्षमता आणि आवश्यक त्या रोकड सुलभतेची उपलब्धता दर्शवणारा हा महत्त्वाचा रेशो आहे.

ब. क्विक रेशो (Quick Ratio)

अनेकदा चालू मालमत्तेत अशा अनेक गोष्टी असतात की, त्यांचे व्यवसायाच्या पुढील अवस्थेत रूपांतर होऊ शकत नाही किंवा त्या गोष्टी 'चालू मालमत्ता' यात अंतर्भूत असल्या, तरी त्या वस्तू लगेच विकून त्यांचे रोखीत रूपांतर करता येत नाही.

उदाहरणार्थ, कच्च्या मालाचा काही भाग, हत्यारे इत्यादी. क्विक किंवा ॲसिड - टेस्ट रेशो (Quick / Acid - Test Ratio) काढताना चालू मालमत्तेतून अशा मालमत्ता वजा करून, खरोखरच तरल चालू मालमत्ता किती आहेत हे पाहून व्यवसायाची खरी तरलता किती आहे, हे पाहिले जाते. ते काढण्याचे सूत्र पुढे दिले आहे.

$$\text{क्विक रेशो} = \frac{\text{एकूण चालू मालमत्ता - अतरल चालू मालमत्ता}}{\text{चालू देणी}}$$

याआधी उल्लेख केलेल्या अबक कंपनीच्या एकूण मालमत्तेपैकी (ज्याची किंमत ताळेबंदात दाखविल्याप्रमाणे ३५ लाख रुपये आहे.) १५ लाख रुपयांची चालू मालमत्ता ही सहजपणे रोखीमध्ये बदलू शकणार नाही. त्यानुसार अबक कंपनीचा क्विक रेशो याप्रमाणे आहे.

$$\text{क्विक रेशो} = \frac{६५-१५}{५०} = \frac{५०}{५०} = १.००$$

यावरून असा निष्कर्ष काढता येतो की, कंपनीची चालू देणी देण्याइतपतच रोख तरलता कंपनीमध्ये आहे आणि तिला तिची अतरल चालू मालमत्ता लवकरात लवकर वापरून तिचे प्रमाण कमी कसे करता येईल, इकडे लक्ष द्यावे लागेल.

तरलता प्रमाण विश्लेषणासाठी हे रेशो महत्त्वाचे आहेत.

२. कर्जप्रमाण विश्लेषण (Leaverage Ratio)

व्यवसायात भांडवलाच्या प्रमाणात कर्जाचे प्रमाण किती आहे, हे पाहण्यासाठी कर्जप्रमाण विश्लेषण केले जाते. त्यासाठी पुढे दिलेल्या रेशोज्‌ची गणना (Calculation) केली जाते.

२ अ. एकूण देणी आणि स्वत:चे भांडवल यांचे प्रमाण

$$\frac{\text{Total Outside Liability}}{\text{Net Worth}}$$

अबक कंपनीच्या बाबतीत हा रेशो पुढीलप्रमाणे काढला आहे.

$$\frac{\text{तारणाखालील दीर्घ मुदत कर्जे + डिबेंचर्स + चालू देणी, तरतुदी , विनातारण कर्जे (TOL)}}{\text{कंपनीचे स्वत:चे भांडवल + रिझर्व्हस् (Net Worth)}}$$

$$\frac{९०+३०+५+४५}{५०+२०+१०+५०} = \frac{१७०}{१३०} = १.३०$$

याचा अर्थ कंपनीची देणी ही कंपनीच्या स्वत:च्या गुंतवणुकीच्या १.३० पट आहेत.

आदर्श रेशो काय असावा? असा प्रश्न उभा राहतो. कंपनीच्या स्वत:च्या गुंतवणुकीपेक्षा जर बाहेरील देणी आणि कर्जे यांचे प्रमाण खूप असेल, तर ही कंपनी कर्जावर अवलंबून असते. आणि देणी वेळच्या वेळी परत करण्याच्या कंपनीच्या क्षमतेवर ताण येऊ शकतो. त्यामुळे अशा कंपनीला कर्जे देणे, उधारी देणे यांमध्ये जास्त जोखीम असते. शिवाय अशा कंपनीला व्याजापोटी मोठी रक्कम द्यावी लागते, कॅश डिस्काउंट्स मिळत नाहीत, त्यामुळे अशा कंपनीच्या नफा मिळवण्याच्या क्षमतेवर प्रतिकूल परिणाम होऊ शकतो.

पण काही व्यवसायात नफा क्षमता चांगली असेल, तर कंपनी कर्जे वेळेवर फेडून तिच्या कमी भांडवलात व्यवसाय करते आणि तिच्या भागधारकांना जास्त परतावा देऊ शकते. तेव्हा योग्य किंवा आदर्श असा हा रेशो प्रत्येक व्यवसायाच्या बाबतीत वेगळा आणि कंपनीच्या व्यवसाय प्रारूपावर अवलंबून असतो. पण तरीही हा रेशो ३:१ यापेक्षा जास्त नसावा. तो २:१ असेल, तर तो अधिक चांगला मानला जातो.

२ ब. दीर्घ मुदतीची देणी आणि स्वत:चे भांडवल यांचे प्रमाण (Long Term Debt and Net Worth Ratio)

दीर्घ मुदतीची देणी आणि स्वत:चे भांडवल यांचे प्रमाण / रेशो (Long Term Debt / Net Worth) पुढील सूत्राप्रमाणे काढतात.

$$\frac{\text{तारणाखाली घेतलेली दीर्घ मुदतीची कर्जे + डिबेंचर्स}}{\text{स्वत:चे भांडवल (Net Worth)}}$$

अबक कंपनीच्या बाबतीत हा रेशो याप्रमाणे आहे.

$$\frac{९०+३०}{१३०} = \frac{१२०}{१३०} = ०.९२$$

यावरून असे दिसते की, दीर्घ मुदतीच्या कर्जापेक्षा कंपनीचे स्वत:चे पैसे कंपनीत जास्त असून, ही परिस्थिती समाधानकारक आहे. ही कंपनी अजून जास्त दीर्घ मुदतीची कर्जे घेऊन स्वत:चा व्यवसायविस्तार करू शकते.

हे दोन रेशो मुख्यत्वे कंपनीची कर्जे आणि स्वत:ची गुंतवणूक किती आहे, हे समजून घ्यायला मदत करतात. बँकेच्या कर्जाच्या सुरक्षिततेसाठी हे रेशो फार महत्त्वाचे आहेत.

३. उलाढाल प्रमाण विश्लेषण (Turnover Ratios)

व्यवसायात 'गुंतवणुकीच्या तुलनेत जेवढी जास्त उलाढाल तितका जास्त नफा' हे तत्त्व सर्वमान्यच आहे. साधे किरकोळ विक्री करणाऱ्या किराणा दुकानदाराचेच उदाहरण घेऊ या. त्याच्या दुकानातील माल किती वेगाने खपतो, त्या विक्रीच्या रकमेतून किती सातत्याने तो माल भरत राहतो, यावर त्याचा नफा अवलंबून असतो. तेच उदाहरण एखाद्या फर्निचरच्या दुकानाचे घ्या. दुकानात विक्रीस ठेवलेला पहिला माल जर विक्री होऊन बाहेर गेला नाही, तर नवीन मालासाठी गुंतवणूक कोठून करणार? हा प्रश्न पडतोच. याशिवाय अधिक गुंतवणूक करून आणलेले फर्निचर ठेवायला जागाच नसते.

एखाद्या उत्पादक कंपनीबाबतही हेच घडू शकते. पक्का माल उत्पादित स्वरूपात तयार आहे; पण त्याची विक्रीच होत नाही आणि विक्री उधारीवर केल्यावर त्याचे पैसे वेळेत मिळत नाहीत, त्यामुळे पुनर्गुंतवणुकीवर मर्यादा येतात. खेळत्या भांडवलाचे कालचक्र लांबते, त्यामुळे उलाढाल कमी होऊन नफ्यावर विपरित परिणाम होतो. कंपनीच्या उलाढालीचे प्रमाण मोजण्यासाठी पुढील रेशोज् काढले जातात.

३ अ. कच्च्या मालाचा उलाढाल रेशो (Inventory Turnover Ratio)

कच्च्या मालाच्या उलाढालीचे प्रमाण / रेशो ठरवण्याचे सूत्र आहे.

$$\frac{\text{वर्षातील एकूण नक्त विक्री}}{\text{कच्चा माल}} = \frac{\text{Net Sales}}{\text{Inventory}}$$

अबक कंपनीचा हा रेशो याप्रमाणे काढता येईल.

$$\frac{३२०}{३५} = ९.१४$$

तर अबक कंपनीचा कच्चा माल (Inventory) उलाढाल रेशो हा ९.१४ आहे.

इथेही कोणता रेशो हा योग्य आहे, हे त्या त्या व्यवसायाच्या स्वरूपावर अवलंबून असते. तसेच त्या विशिष्ट व्यवसायातील इतर स्पर्धा करणाऱ्या व्यावसायिकांशी केलेली तुलनाही उपयोगी ठरू शकते. मोठ्या कंपन्यांचे ऑडिट झालेली आर्थिक पत्रके (ज्यात नफा-तोटा पत्रक आणि ताळेबंद यांचा समावेश होतो.) सर्व लोकांनाच उपलब्ध करणे कायद्याने बंधनकारक असते. त्यामुळे अशा कंपन्यांचा तौलनिक अभ्यास करणे सहज शक्य आहे.

साधारणतः व्यापार (वस्तूंची खरेदी विक्री) करणाऱ्या व्यावसायिकांची उलाढाल ही उत्पादन करणाऱ्या कंपन्यांपेक्षा जास्त असते. अबक ही उत्पादन करणारी कंपनी असल्याने ९.१४ हा खूपच चांगला उलाढाल रेशो आहे. पण हाच रेशो दूध, दुग्धजन्य पदार्थ, मिठाई अशा नाशवंत वस्तूंचा व्यापार करणाऱ्या व्यावसायिकाचा असेल, तर तो फारसा समाधानकारक म्हणता येणार नाही.

३ ब. सरासरी विक्री वसुली काळ रेशो (Average Collection Period)

उधारीवर विक्री केलेल्या पक्क्या मालाची वसुली किती दिवसांत होते, हे पाहण्यासाठी सरासरी विक्री वसुली काळ रेशो (Average Collection Period) हा रेशो काढला जातो. त्याचे सूत्र याप्रमाणे :

$$\frac{\text{येणी (Receivables)}}{\text{सरासरी दररोजची विक्री (Average Sales per day)}}$$

अबक कंपनीचा हा रेशो याप्रमाणे काढता येईल.

$$\frac{\text{विक्रीपश्चातची येणी (ताळेबंदाप्रमाणे)}}{\text{सरासरी दैनिक विक्री (नफा-तोटा पत्रकातील विक्री/३६५)}} = \frac{\text{२५}}{\text{०.८८}} = \text{२८}$$

अशा प्रकारे अबक कंपनीला सरासरी २८ दिवसांसाठी पक्का माल उधारीवर विकावा लागतो किंवा कंपनीचे पैसे विक्रीपश्चात २८ दिवसांत वसूल होतात.

इथेही योग्य रेशो कोणता, ते त्या त्या व्यवसायावर अवलंबून असते. 'अबक' ही स्वयंचलित दुचाकी विकणारी कंपनी असल्याने बाजारातील कल, तसेच सद्य:स्थिती विचारात घेता, हा काळ योग्य म्हणता येईल. आता हाच व्यावसायिक ठोक माल विक्रेता असेल आणि नाशवंत वस्तूंची किरकोळ व्यापाऱ्यांना विक्री करत असेल, तर विक्रीपश्चात वसुलीसाठी २८ दिवस हा मोठा काळ झाला. यापेक्षाही पैसे लवकर वसूल व्हावेत, यासाठी त्याला प्रयत्न करावे लागतील.

३ क. सरासरी उधार माल उपलब्धता रेशो (Average period of availability of Credit)

उधारीवर कच्चा माल (Inventory) मिळू शकतो, तर सरासरी किती दिवसांनंतर त्या मालाचे पैसे देय होतात किंवा सरासरी किती दिवसांच्या उधारीवर कच्चा माल मिळतो, हे काढण्यासाठी सरासरी उधार माल उपलब्धता रेशो (Average period of availability of Credit) सूत्र वापरतात.

$$\frac{\text{उधार माल खरेदीवरील देणी}}{\text{सरासरी प्रत्येक दिवसाचा कच्चा माल वापर}} = \frac{\text{Sundry Creditors}}{\text{Raw Material Consumsed per day}}$$

$$\text{अबक कंपनीच्या बाबतीत हा रेशो } \frac{३०}{१६०/३६५} = \frac{३०}{०.४४} = \text{ ६८ दिवस असा येईल.}$$

इथेही योग्य किंवा आदर्श रेशो काय असावा, हे प्रत्येक व्यवसायावर अवलंबून असते. इथे आणखी एक महत्त्वाची गोष्ट म्हणजे, व्यावसायिकाला किती दिवसांची उधारी कच्चा माल खरेदीसाठी मिळते आणि त्याला त्याचा पक्का माल विकण्यासाठी किती दिवसांची उधारी द्यावी लागते, हे पाहणे आवश्यक आहे. कारण कच्चा मालखरेदीवर कमी उधारी किंवा रोखीने खरेदी आणि विक्रीपश्चात पैसे मिळण्यास खूप वेळ लागत असेल, तर व्यावसायिकास रोख रकमेचा तुटवडा भासू शकतो व जादा खेळत्या भांडवलाची गरज भासते. यामुळे त्याचा नफा मिळवण्याच्या क्षमतेवर परिणाम होऊ शकतो.

आपल्या अबक कंपनीबाबत काय दिसते? तर या कंपनीला सरासरी ६८ दिवसांची उधारी कच्च्या मालासाठी मिळते, तर पक्का माल विक्रीपश्चात २८ दिवसांतच विक्रीची रक्कम वसूल होते. ही परिस्थिती कंपनीसाठी खूपच फायद्याची आहे.

३ ड. स्थावर मालमत्ता व एकूण उलाढाल (Fixed Assets Turnover Ratio)

या स्थावर मालमत्ता व एकूण उलाढाल रेशोच्या (Fixed Assets Turnover Ratio) साहाय्याने कंपनीने आपली स्थावर मालमत्ता किती कार्यक्षमतेने वापरली, याचे अंदाज मिळतात. हा रेशो काढण्याचे सूत्र असे आहे :

$$\frac{\text{एकूण नक्त विक्री}}{\text{स्थावर मालमत्ता}} = \frac{\text{Net Sales}}{\text{Fixed Assets}}$$

अबक कंपनीचा हा रेशो याप्रमाणे :

$$\frac{३२०}{१९५} = १.६४$$

हा रेशो काय असावा, हे त्याच व्यवसायातील इतर स्पर्धकांशी तुलना करूनच ठरवता येईल. पण अबक कंपनीला आपल्या मालमत्तांचा अधिक कार्यक्षमतेने वापर करण्यास अजून वाव आहे.

३ इ. एकूण मालमत्ता आणि उलाढाल

एकूण मालमत्ता आणि एकूण उलाढाल यांचे प्रमाण काढताना सर्व मालमत्ता (ताळेबंदाची उजवी बाजू) आणि एकूण उलाढाल यांचे प्रमाण पुढील सूत्रांवरून ठरवले जाते.

$$\frac{\text{एकूण नक्त विक्री}}{\text{एकूण मालमत्ता}} = \frac{\text{Net Sales}}{\text{Fixed Assets}}$$

अबक कंपनीचा हा रेशो याप्रमाणे :

$$\frac{३२०}{३००} = १.०६$$

या रेशोनुसार, आहे त्या मालमत्तांचा अधिक चांगला वापर करून विक्रीत आणि पर्यायाने नफ्यात अजून वाढ करण्यासाठी कंपनीला प्रयत्न करावे लागतील. अर्थात, इतर कंपन्यांबरोबरचा तौलनिक अभ्यास, मागील काही वर्षांचा तौलनिक अभ्यास आणि सध्याची किंवा त्या विशिष्ट आर्थिक वर्षातील परिस्थिती हे महत्त्वाचे घटक लक्षात घ्यावे लागतील.

४. नफाप्रमाण विश्लेषण (Profitability Ratio Analysis)

व्यवसायाच्या प्रमाणात कंपनीची नफा मिळवण्याची क्षमता किती आहे, हे जोखण्यासाठी नफाप्रमाण विश्लेषण (Profitability Ratios) केले जाते. कारण कुठल्याही व्यवसायाचे अंतिम उद्दिष्ट जास्तीत जास्त नफा मिळवणे, हे असते. हे विश्लेषण रेशोंच्या साहाय्याने असे केले जाते.

४ अ. ठोक नफ्याचे विक्रीशी प्रमाण (Gross Profit Margin Ratio)

ठोक नफा म्हणजे एकूण नक्त विक्री वजा विक्रीयोग्य माल बनवण्यासाठी आलेला खर्च (Cost of Goods Sold). अशा ठोक नफ्याचे विक्रीशी प्रमाण (Gross Profit Margin Ratio) ठरवण्याचे सूत्र याप्रमाणे :

$$\frac{\text{ठोक नफा}}{\text{नक्त विक्री}} = \frac{\text{Gross Profit}}{\text{Net Sales}}$$

अबक कंपनीचा हा रेशो याप्रमाणे :

$$\frac{८०}{३२०} = ०.२५ = २५ \text{ टक्के}$$

अबक कंपनीचा रेशो २५ टक्के आहे. पण अंतिमत: निव्वळ नफ्याचे प्रमाण महत्त्वाचे आहे.

४ ब. निव्वळ नफ्याचे विक्रीशी प्रमाण (Net Profit Margin Ratio)

निव्वळ नफ्याचे विक्रीशी असलेले प्रमाण (Net Profit Margin Ratio) या प्रमाणे ठरवले जाते.

$$\frac{\text{निव्वळ नफा}}{\text{नक्त विक्री}} = \frac{\text{Net Profit}}{\text{Net Sales}}$$

$$\frac{३०}{३२०} = ९.३८ \text{ टक्के}$$

अशा प्रकारे अबक कंपनीचे ठोक नफ्याचे प्रमाण २५ टक्के असले, तरी एकूण विक्रीच्या निव्वळ नफ्याचे प्रमाण ९.३८ टक्के आहे आणि कंपनीला आपला इतर खर्च जास्त आहे का, याचा विचार करावा लागेल. तसेच व्यवसायविस्तार केल्यास निव्वळ नफ्याचे प्रमाण वाढेल का, हे पाहावे लागेल. अर्थात, यासाठी स्पर्धात्मक कंपन्यांच्या या रेशोचा तुलनात्मक अभ्यास केल्यास अधिक चांगले विश्लेषण करता येईल.

४ क. गुंतवणुकीवरील परतावा (Return on Investment Ratio)

आपण पाहिले की, ताळेबंदाची डावी बाजू म्हणजे भांडवल आणि देणी, व्यवसायासाठी पैसे कुठून आणि कसे उभे केले, हे दर्शवते. तर उजवी बाजू म्हणजे एकूण मालमत्ता ही उभारलेल्या पैशांचा विनियोग कसा केला, हे दाखवते. हा पैशांचा विनियोग म्हणजे व्यवसायातील एकूण गुंतवणूक होय. या गुंतवणुकीवर काय परतावा मिळाला, हे पुढील सूत्राद्वारे समजते.

$$\frac{\text{व्याज आणि कर भरण्यापूर्वीचे उत्पन्न (Earning before interest \& Taxes)}}{\text{एकूण मालमत्ता (Total Assets)}}$$

अबक कंपनीचा रेशो याप्रमाणे :

$$\frac{४५}{३००} \times १०० = १५ \text{ टक्के}$$

अशा प्रकारे अबक कंपनीला एकूण गुंतवणुकीवर व्याज आणि कर देण्यापूर्वी १५ टक्के परतावा मिळतो. हा बरोबर आहे की नाही, हे ठरवण्यासाठी या रेशोचा याच क्षेत्रातील इतर व्यावसायिकांना काय परतावा मिळतो, हे पाहणे आवश्यक आहे.

४ ड. भागधारकांना मिळणारा परतावा

भागधारक हेच कंपनीचे खरे मालक असतात. परताव्याची काहीही शाश्वती नसताना ते धोका पत्करून जेव्हा ते एखाद्या कंपनीमध्ये इक्विटी शेअरद्वारे गुंतवणूक करतात, तेव्हा त्यांना काय दराने परतावा मिळतो, हे पाहणे आवश्यक असते. त्यासाठी वापरण्यात येणारे सूत्र :

$$\frac{\text{भागधारकांसाठी शिल्लक नफा}}{\text{कंपनीची नेट वर्थ (भांडवल + रिझर्व्हस् - प्रेफरन्स भांडवल)}}$$

$$\frac{\text{Equity Earning (Net profit after Taxes)}}{\text{Net Worth}}$$

अबक कंपनीचा रेशो याप्रमाणे :

$$\frac{३०}{१३०-२०} = \frac{३०}{११०} = २७.२७ \text{ टक्के}$$

अशा प्रकारे अबक कंपनीच्या भागधारकांचा परतावा २७.२७ टक्के आहे. अर्थात, आधी म्हटल्याप्रमाणे कंपनी सर्वच नफा लाभांश म्हणून न देता, काही नफ्याचा भाग व्यवसायात ठेवते. यामुळे कंपनीला अधिक आर्थिक स्थैर्य मिळून तिच्या शेअरची बाजारामधील किंमत वाढते. भागधारकांना लाभांश मात्र त्या प्रमाणात कमी मिळतो.

या पद्धतीने बँक प्रमाण विश्लेषण (Ratio) करून व्यावसायिकाच्या आर्थिक परिस्थितीबद्दल काही निष्कर्ष काढते. अशा निष्कर्षाला येण्यापूर्वी त्याच व्यवसायातील इतर स्पर्धकांच्या आर्थिक स्टेटमेंट्सचा अभ्यास आणि प्रत्यक्षात बाजारात असणारी परिस्थिती यावरून हे निष्कर्ष काढले जातात.

या गोष्टी विचारात घेता, अबक कंपनीच्या आर्थिक स्थैर्याबद्दल काय निष्कर्ष काढता येईल याचा विचार करू.

अबक कंपनीच्या आर्थिक परिस्थितीबद्दलचे निष्कर्ष पुढीलप्रमाणे आहेत :

१. कंपनीचा करंट रेशो हा १.३० असून, तो समाधानकारक मानता येईल. अर्थात, १.३३ हा आदर्श रेशो असून, कंपनी अजून थोडी रक्कम भांडवल आणि दीर्घ मुदतीच्या कर्जातून उभी करू शकेल.
२. कंपनीचा क्विक रेशो हा १.०० आहे. याचा अर्थ, कंपनी आपली देणी लगेच भागवण्याची वेळ आली, तर तरल अशा चालू मालमत्तेतून कशीबशी भागवू शकेल. ही परिस्थिती सुधारण्यासाठी कंपनीला आपल्या चालू मालमत्तांचा सखोल आढावा घेऊन त्यातील अतरल भागाचे रोखीत अथवा उत्पादन कालचक्रातील पुढील भागात लवकर रूपांतर कसे करता येईल, ते पाहावे लागेल, म्हणजेच कच्चा माल ते उत्पादन प्रक्रियेअंतर्गतचा माल, पक्का माल ते विक्री आणि वसुली ही प्रक्रिया अजून वेगवान करावी लागेल.
३. कर्जप्रमाण विश्लेषणानुसार कंपनीची परिस्थिती चांगली आहे. भांडवलाच्या प्रमाणात एकूण कर्जांचे आणि दीर्घ मुदतीच्या कर्जांचे प्रमाण कमी आहे, हे लक्षात घेता व्यवसायविस्तारासाठी कंपनी अधिक कर्ज घेऊ शकते.
४. कंपनीमध्ये कच्च्या मालाची उलाढाल दाखवणारा ९.१४ हा रेशो समाधानकारक आहे.
५. कंपनीने विक्री केलेल्या मालाची किंमत सरासरी २८ दिवसांत वसूल होते, तर कंपनीला माल उधार घेतलेल्या कच्च्या मालावर ६८ दिवसांची उधारी मिळते. या समाधानकारक परिस्थितीमुळे तिच्या खेळत्या भांडवल रकमेवर कमी ताण राहतो. इथे कंपनी जर चांगला रोख डिस्काउंट मिळत असेल, तर कमी दिवसांत उधार मालाचे पैसे देऊन थोड्या कमी दराने कच्चा माल खरेदी करू शकेल, ज्यायोगे कंपनीची नफा मिळवण्याची क्षमता वाढू शकेल.
६. कंपनीच्या एकूण मालमत्तेच्या प्रमाणात वार्षिक विक्री फक्त १.०६ पट, तर स्थावर मालमत्तेच्या ती १.६४ पट आहे. हे प्रमाण कमी असून, आपल्या एकूण मालमत्तेचा वापर अधिक कार्यक्षमतेने कंपनीची उलाढाल व विक्री वाढवण्यासाठी कसा करता येईल, याचा विचार कंपनीने करणे आवश्यक आहे.
७. कंपनीच्या ठोकळ नफ्याचे नक्त विक्रीशी प्रमाण २५ टक्के आहे, पण हेच प्रमाण निव्वळ नफ्याशी ९.३८ टक्के आहे. याचा अर्थ, उत्पादनखर्चाशिवायचा इतर खर्च आटोक्यात आणून निव्वळ नफ्याचे प्रमाण वाढवण्यास कंपनीला चांगलाच वाव आहे.
८. व्याज आणि कर देण्यापूर्वीचा एकूण मालमत्तेवरील परतावा १५ टक्के आहे, तर भागधारकांना मिळणारा परतावा २७.२७ टक्के आहे. अर्थात, ही सगळी रक्कम कंपनी लाभांशरूपाने देत नसून, लाभांशाचे प्रमाण सुमारे १३.७५ टक्के आहे.

सारांश

कंपनीने दिलेल्या नफा-तोटा पत्रक आणि ताळेबंदावरून काढलेले हे निष्कर्ष एक वर्षासाठी आहेत. मागील वर्षाच्या निष्कर्षांचा आणि चालू वर्षाच्या निष्कर्षांचा तौलनिक अभ्यास करून व्यावसायिकाला पुढील वर्षांचे नियोजन करता येईल; तर बँकेला योग्य तो कर्ज देण्यासंबंधीचा निर्णय घेण्यासाठी हे विश्लेषण उपयोगी ठरेल.

ooo

प्रकरण ७

कर्जांचे दस्तऐवजीकरण

कर्ज मंजूर झाल्यानंतर कर्ज वितरण करण्यापूर्वी बँक आणि भावी कर्जदार यांच्यामध्ये जे कायदेशीर करार होतात, त्याला 'कर्जाचे दस्तऐवजीकरण' (यासाठी 'दस्त' हा शब्द वापरू) असे म्हणतात. या दस्तांद्वारे बँक आणि कर्जदार यांच्यात कायद्याने बंधनकारक असे नाते (Relationship) प्रस्थापित केले जाते. तसेच प्रत्येकाचे म्हणजे बँक, कर्जदार, जामीनदार यांचे कायदेशीर अधिकार, त्यांच्यावरील बंधने, कर्जखाते चालवण्याच्या अटी, तारणासंबंधीच्या अटींचे पालन इत्यादी बाबी कायद्याने बंधनकारक होतात.

यासंबंधी साधारण पद्धत म्हणजे, अर्जदार बँकेला विहित नमुन्यातील अर्जामधून कर्जाची विनंती करतो. बँक त्यावर ठरावीक पद्धतीने कार्यवाही करून बँकेस योग्य वाटल्यास ते कर्ज मंजूर करते. त्याप्रमाणे बँक अर्जदाराला कर्जमंजुरीचे पत्र पाठवते. या पत्रात कर्जमंजुरीच्या सर्व अटी नमूद केलेल्या असतात. त्यातील बहुतेक अटींची पूर्तता कर्जवितरणापूर्वी करायची असते, तर काही अटी कर्जवितरणानंतर, म्हणजेच कर्ज सुरू असल्याच्या काळात पूर्ण करायच्या असतात. कर्जमंजुरीपत्र अर्जदाराने 'सर्व अटी मान्य आहेत' असे लिहून बँकेस द्यावयाचे असते. हाच या दस्तऐवजांचा पाया असतो.

योग्य प्रकारे दस्त करण्याची काही तत्त्वे आहेत, ती पुढीलप्रमाणे :

१. योग्य प्रकारच्या दस्ताच्या नमुन्याची निवड करणे.

२. कर्जाच्या अटींप्रमाणे, गरज भासल्यास त्यात आवश्यक ते बदल करून तसेच त्यात योग्य ती माहिती भरून तो दस्त पूर्ण करणे.

३. अशा प्रकारे पूर्ण भरलेल्या दस्तांवर आवश्यक तिथे कर्जदार, जामीनदार आणि बँकेचा अधिकृत अधिकारी यांनी योग्य जागी, योग्य पद्धतीने सह्या करणे.

४. अशा सह्या करण्यापूर्वी 'स्टॅम्प ॲक्ट'च्या प्रचलित तरतुदींनुसार दस्तांवर स्टॅम्प ड्युटी भरून योग्य पद्धतीनुसार, तशी त्यावर नोंद करून घेणे.

५. अशा प्रकारे पूर्ण झालेल्या दस्तांचे आवश्यकतेनुसार किंवा कायदेशीर गरजेप्रमाणे पंजीकरण (Registration) करणे. हे पंजीकरण रजिस्ट्रेशन ॲक्टच्या तरतुदीप्रमाणे योग्य त्या रजिस्ट्रेशन अधिकाऱ्याच्या कार्यालयात करून तसा त्या कार्यालयाकडून दाखला घेणे. तसेच हे पंजीकरण दिलेल्या अवधीतच पूर्ण करणे कायदेशीररीत्या बंधनकारक आहे.

६. दस्तावर सह्या करणाऱ्या कर्जदाराचे, जामीनदाराचे अथवा त्यांच्या अधिकृत प्रतिनिधींचे केवायसी पूर्ण होऊन त्यांच्या ओळखीविषयी आधीच खात्री करून घेणे अत्यावश्यक आहे. अर्थात, 'केवायसी' हा भाग कर्जमंजुरी प्रक्रियेचा महत्त्वाचा भाग असल्याने त्याची पूर्तता खूप आधीच्या पायरीवर झालेली असणे अपेक्षित आहे.

७. कर्जमंजुरी पत्राप्रमाणेच सर्व दस्त करणे आणि त्यात तपशील भरणे बंधनकारक आहे. तसेच दस्तात आवश्यक ती माहिती भरल्यावरच त्यावर सह्या झाल्या पाहिजेत. आधी कोऱ्या फॉर्म्सवर सह्या घेऊन त्यात मागाहून तपशील भरणे बेकायदा मानले जाते.

८. बँकेचा कायदा विभाग सर्व प्रकारचे दस्तांचे नमुने (Formats of Security Documents) तयार करतो. तसेच प्रत्येक प्रकारच्या कर्जासाठी कोणकोणते दस्त घ्यायचे, याचे नियम तयार करतो. यासाठी प्रमुख कायदे दस्त तयार करताना विचारात घ्यावे लागतात.

- इंडियन काँट्रॅक्ट ॲक्ट
- निगोशिएबल इन्स्ट्रुमेंट्स ॲक्ट
- कंपनीज् ॲक्ट
- पार्टनरशिप ॲक्ट
- रिझर्व्ह बँक ऑफ इंडिया ॲक्ट
- रजिस्ट्रेशन ॲक्ट
- ट्रान्स्फर ऑफ प्रॉपर्टीज् ॲक्ट
- इंडियन लिमिटेशन ॲक्ट

बँकेच्या कायदा विभागाने घालून दिलेल्या पद्धतीने दस्त तयार करणे, त्यांची नोंदणी करणे, भारतीय लिमिटेशन ॲक्ट १९६३च्या तरतुदींनुसार ठरावीक काळानंतर, नूतनीकरण झालेले दस्त (कागदपत्रे) कर्जदाराकडून घेणे कर्ज विभागाला बंधनकारक आहे. या कायद्यानुसार प्रत्येक प्रकारच्या दस्ताच्या वैधतेचा काळ ठरवून दिला आहे. (उदाहरणार्थ, डिमांड प्रॉमिसरी नोट – या दस्ताच्या तारखेपासून तीन वर्षे) या वैधतेच्या काळात जर नूतनीकृत दस्त (Renewal Document) घेतला नाही, तर दस्त कालबाह्य (Time Barred) होण्याचा मोठा धोका असतो.

थोडक्यात दस्तासंबंधी कायदा विभागाच्या सल्ल्याने काम करणे आणि त्या विभागाच्या आदेशाचे काटेकोर पालन करणे अत्यावश्यक आहे.

९. बँकेच्या लेखापरीक्षा (Inspections and Audit) विभागाने बँकेच्या शाखा योग्य पद्धतीने दस्त करतात की नाही, ते पाहणे, त्यांना सूचना देणे खूप फायद्याचे ठरते.

१०. सध्या 'कॉनकरंट' लेखापरीक्षेची संकल्पना चांगलीच मूळ धरत आहे. यामध्ये रोजच्या रोज झालेले दस्त तपासणे खूप फायद्याचे ठरते.

११. मोठे कर्ज वितरित करण्यापूर्वी शाखाप्रमुखांनी एकदा स्वतः सह्या झालेले दस्त नजरेखालून घालावेत.

१२. कर्जवसुलीसाठी बँकेला कर्जदाराविरुद्ध कोर्टात जाण्याची वेळ आली, तर खटला भरण्यासाठी दस्तांची वैधता महत्त्वाची ठरते.

१३. सर्व कर्जखात्याच्या दस्तांची 'सिक्युरिटी रजिस्टर'मध्ये नोंद करणे, त्याच्या नूतनीकरणाची तारीख, विमा नूतनीकरणाची तारीख 'ड्यू डेट डायरी'मध्ये नोंदवणे महत्त्वाचे आहे.

१४. सर्व दस्त सुरक्षितपणे आगप्रतिरोधित कपाटात (Fire Resistance Cabinet) दोन अधिकाऱ्यांच्या संयुक्त नियंत्रणात ठेवणे व त्यासाठी यंत्रणा उभारणे गरजेचे आहे.
१५. दस्त टेबलच्या ड्रॉवरमध्ये ठेवू नयेत. ते गहाळ होण्याचा धोका असतो.
१६. दस्तांवर कर्जदारांच्या, जामीनदारांच्या सह्या बँक अधिकाऱ्यांनी आपल्यासमक्ष घ्याव्यात. सह्या होण्यापूर्वीच योग्य स्टॅम्प ड्युटी भरून दस्त सही करण्यास योग्य झाला आहे, हे त्या अधिकाऱ्याने तपासणे आवश्यक आहे. तसेच दस्तांमध्ये लिहिलेला तपशील योग्य व बरोबर आहे, याचीही खातरजमा त्या अधिकाऱ्याने करावी.

१. दस्तांचे प्रकार

कर्ज देताना बँक कर्जदाराबरोबर जे दस्त तयार करून त्यावर सह्या घेते, त्याची तीन प्रकारांत विभागणी करता येईल.

सुविधा दस्त

सुविधा दस्त (Facility Agreement) यामध्ये दिलेल्या कर्जसुविधेचा तपशील आणि कर्जाच्या अटी लिहिलेल्या असतात. उदाहरणार्थ, मुदत कर्जसुविधा दस्त (Term Loan Agreement), डिमांड लोन सुविधा दस्त (Demand Loan Agreement), डीलर फायनान्स दस्त (Dealer Finance Agreement) इत्यादी.

तारण दस्त

तारण दस्त (Security Document) म्हणजे ज्या दस्तावेद्वारे निरनिराळ्या प्रकारचे तारण, जसे हायपोथिकेशन, मॉर्गेज, लिएन्, प्लेज इत्यादी बँकेकडे दिले जाते, असे दस्त.

इतर दस्त

इतर दस्तांमध्ये डिमांड प्रॉमिसरी नोट (म्हणजे बँक परत कधीही मागू शकते असे कर्ज – डिमांड लोन), सर्व प्रकारची हमीपत्रे (Undertakings), घोषणापत्रे (Declarations), जामीनदाराकडून घेतले जाणारे हमीपत्र (Guarantee Document), शपथपत्रे (Affidavits), मुखत्यारपत्र (Power of Attorney), ना हरकत दाखले यांचा समावेश होतो. यात कर्जदाराची मान्यतेची सही असणारे मंजूर पत्रही महत्त्वाचे आहे. इथे एक लक्षात घेतले पाहिजे की, कोणताही करार (Agreement) इंडियन कॉंट्रॅक्ट कायद्याप्रमाणे असतो; आणि अशा करारासाठी खालील गोष्टी आवश्यक असतात.

१. कायदेशीर करार करण्याची सर्व संबंधितांची इच्छा
२. अशा कराराला सर्व संबंधितांची मुक्त परवानगी
३. असा करार करण्यासाठी कायदेशीर पात्रता
४. कायदेशीर कारण आणि मोबदला
५. असा करार करताना तो पूर्ण होण्याची शक्यता अस्तित्वात असणे

२. कोणती व्यक्ती बँकेची कर्जदार होऊ शकते?

जी व्यक्ती करार (Contract) करण्यास पात्र आहे अशी व्यक्ती बँकेची कर्जदार होऊ शकते आणि ती व्यक्ती रिझर्व्ह बँकेच्या नियमानुसार कर्ज घेऊ शकते.

अज्ञान व्यक्तीस कर्ज : इंडियन कॉंट्रॅक्ट ॲक्टप्रमाणे अज्ञान (वयाने १८ वर्षांपेक्षा लहान) व्यक्तीबरोबर केलेला कोणताही करार हा अवैध असतो. पण अशा अज्ञान व्यक्तीचे जे नैसर्गिक किंवा कायदेशीर पालक (Guardian) आहेत, त्यांना अशा अज्ञान व्यक्तीच्या वतीने दिलेले कर्ज जर अज्ञान व्यक्तीच्या फायद्यासाठी वा तिच्या गरजांच्या पूर्ततेसाठी असेल, तर वैध होऊ शकते. पण अशी कर्जप्रकरणे फार काळजीपूर्वक व कायदा विभागाच्या सल्ल्याने हाताळणे गरजेचे आहे.

३. कर्जदारांचे प्रकार

कर्जदारांची सर्वसाधारणपणे विभागानुसार आठ प्रकारांत (Types of Borrowers) विभागणी होऊ शकते.

१. वैयक्तिक कर्जदार
२. प्रोप्रायटरी संस्था (एकच व्यक्ती मालक असणे.)
३. हिंदू अविभक्त कुटुंब
४. भागीदारी (Partnership Firm)
५. मर्यादित दायित्व भागीदारी (Limited Liability Partnership)
६. प्रायव्हेट लिमिटेड कंपन्या
७. पब्लिक लिमिटेड कंपन्या
८. विश्वस्त संस्था, सोसायट्या इत्यादी.

४. कर्जांचे प्रकार

कर्जदारांप्रमाणे कर्जांचे तीन प्रकार सांगता येतील.

१. एकाच बँकेने संपूर्ण कर्ज देणे (Sole Banking)
२. अनेक बँकांनी एका कर्जदारास कर्ज देणे (Multiple Banking)
३. कन्सोर्टियम कर्जे (Consortium Lending)

१. एकाच बँकेने संपूर्ण कर्ज देणे

या पद्धतीप्रमाणे एकच बँक कर्जदाराच्या सर्व प्रकारच्या गरजा पूर्ण करते. अशा वेळी दस्त कर्ज देणारी बँक आणि कर्जदार यांच्या सह्यांनी तयार होतो. सर्व तारण एकाच बँकेस मिळते. जिथे कर्जाची गरज तुलनेने कमी असते, अशा वेळी ही व्यवस्था उपयोगी पडते.

२. अनेक बँकांनी एका कर्जदारास कर्ज देणे

या प्रकारच्या व्यवस्थेत अनेक बँका एका कर्जदाराला कर्ज देत असतात. अशा प्रकारात बहुतेक प्रत्येक बँक कर्जदाराबरोबर वेगवेगळे सुविधा दस्त (Facility Agreement) करत असतात. अशा कर्जांसाठी कर्जदार प्रत्येक बँकेला वेगवेगळे तारण देतो किंवा एकच तारण सर्व बँकांना देतो. एकच तारण सर्व बँकांना दिलेले असेल, तर सर्व बँकांचा कर्जदाराबरोबर तारण दस्त एक होऊ शकतो. अशा वेळी सर्व बँका मिळून एक तारण विश्वस्त (Security Trustee) नेमू शकतात. हे तारण विश्वस्त सर्व बँकांच्या वतीने आणि सर्व बँकांच्या नावे तारण दस्त तयार करतात. योग्य त्या नोंदणी अधिकाऱ्याच्या कार्यालयात (रजिस्ट्रार ऑफिसमध्ये) अशा तारणाची नोंद करून कर्ज देणाऱ्या सर्व बँकांच्या 'तारण' या गरजेची पूर्तता करू शकतात. तसेच त्यासंदर्भातील आवश्यक ती कायदेशीर पूर्तता करून वैध तारण बँकांना उपलब्ध करून देतात.

३. कन्सोर्टियम बँकिंग

कन्सोर्टियम बँकिंग (Consortium Banking) या प्रकारच्या व्यवस्थेमध्ये अनेक बँका एकत्र येऊन कर्जदाराच्या एक किंवा अनेक प्रकारच्या गरजांसाठी वित्तपुरवठा करतात. या प्रकारामध्ये एक बँक पुढाकार घेते, ज्या बँकेला 'अग्रणी बँक' किंवा 'लीड बँक' म्हणतात. दस्ताच्या बाबतीत लीड बँक सर्व बँकांच्या वतीने कर्जदाराबरोबर दस्ताची पूर्तता करते. या कागदपत्रांत प्रत्येक बँकेने दिलेले कर्ज, व्याजदर आणि त्यांनी घातलेल्या अटींचा समावेश असतो. कन्सोर्टियममधील इतर बँकांना 'मेंबर बँक' म्हणतात आणि त्या लीड बँकेला दस्त तयार करण्याचे अधिकारपत्र देतात. तसेच सर्व बँका आपआपसात मिळून एक दस्तावर सह्या करतात, त्याला आपापसातील अधिकार व कर्तव्ये ठरवणारा करार (इंटर से ॲग्रिमेंट – Inter se Agreement) म्हणतात.

या दस्ताद्वारे बँकांचे आपआपसातील अधिकार, कर्तव्ये, तारण शेअर करणे अशा गोष्टी ठरविल्या जातात. या कागदपत्रांचे नमुने म्हणजे, कन्सोर्टियम दस्त, इंटर से ॲग्रिमेंट, लीड बँकेला द्यावयाचे अधिकारपत्र, हायपोथिकेशन ॲग्रिमेंट यांचे नमुने फार पूर्वी इंडियन बँक असोसिएशनने तयार केले होते. त्यात कालानुरूप आणि गरजेनुसार सुधारणा करण्याचे काम बँकांचा कायदा विभाग करत असतो. या व्यवस्थेत हे दस्त तयार करण्याचे काम लीड बँक त्यांच्या कायदा विभागाच्या मदतीने/संमतीने करून ते सर्व मेंबर बँकांना त्यांच्या सहमतीसाठी पाठवले जातात. अशा प्रकारे सर्वसंमतीने झालेल्या दस्तांवर कर्जदार आणि लीड बँक सह्या करतात. तारण विश्वस्ताची (सिक्युरिटी ट्रस्टी) नेमणूक कन्सोर्टियमने केली नसेल, तर लीड बँकेला स्वत: आणि इतर सर्व मेंबर बँकांसाठी हे काम करावे लागते. इंडियन ट्रस्ट ॲक्ट १८८२च्या तरतुदींनुसार तारण विश्वस्ताची (सिक्युरिटी ट्रस्टी) सर्वानुमते निवड करून तारण विश्वस्त करार (सिक्युरिटी ट्रस्टी ॲग्रिमेंट) अमलात आणावा लागतो. यात तारण विश्वस्ताने करायची कामे, अटी, तरतुदी, नियम आणि अधिकार नि:संदिग्धपणे नमूद केलेले असतात.

तारणाचे विविध सहा प्रकार

कर्जदार बँकेकडे तारण म्हणून ठेवत असलेल्या मालमत्तेचे विविध प्रकार (Types of Securities) पडतात. याचे प्रमुख सहा प्रकार असतात.

१. हायपोथिकेशन (Hypothecation)
२. मॉर्गेज (Mortgage)
३. प्लेज (Pledge)
४. असाइनमेंट (Assignment)
५. लिएन (Lien)
६. जामीनदार (Gaurantor)/ हमीपत्र

या तारण प्रकारांची सविस्तर माहिती करून घेऊ.

१. हायपोथिकेशन

'हायपोथिकेशन' (Hypothecation) या शब्दाजवळ पोहोचणारा मराठी शब्द म्हणजे 'नजरगहाण'. या शब्दाची व्याख्या अशी करता येईल : कर्जदाराने बँकेला दिलेल्या कायदेशीर दस्तांद्वारे सध्या वा भविष्यात आपल्या जवळ असणाऱ्या विशिष्ट चल मालमत्तेवर (Specific Movable Assets) दिलेला अधिकार किंवा चार्ज. हा चार्ज बँकेकडून घेतलेल्या कर्जासाठी तारण म्हणून दिला जातो.

या प्रकारात तारण दिलेल्या मालमत्तेची मालकी आणि ताबा या दोन्ही गोष्टी कर्जदाराकडे असतात. यालाच 'फ्लोटिंग चार्ज' असेही म्हणतात. बँकेला या फ्लोटिंग चार्जचे फिकस्ड चार्जमध्ये रूपांतर करण्याचा अधिकार असतो. (ही व्याख्या सरफेसी कायदा सेक्शन २ प्रमाणे आहे.)

पुढील प्रकारच्या चल मालमत्तेवर हा चार्ज 'हायपोथिकेशन डॉक्युमेंट'द्वारे (नजरगहाण दस्त) नोंदवता येतो.

१. चालू मालमत्ता : कच्चा माल, उत्पादनाअंतर्गत असणारा माल, पक्का माल, विक्रीपश्चातची येणी (receivables) इत्यादी.
२. एका जागेवरून दुसऱ्या जागी हलवता येणारी मशिनरी, उत्पादनासाठी लागणारी सामग्री
३. फर्निचर, संगणक आणि इतर चल सामान
४. वाहने : यात प्रादेशिक परिवहन अधिकारी (RTO) यांच्या कार्यालयात वाहनाच्या आर.सी. बुकमध्ये नोंद करून घेता येते.

या विवेचनावरून आपल्या लक्षात येईल की, हे तारण फक्त चल मालमत्तेवरच घेता येते.

तारण घेतल्यानंतरची खबरदारी

१. सर्व प्रकारच्या चल मालमत्तेवर बँकेचा चार्ज नोंदवण्यासाठी एकच दस्त वापरता येतो.
२. प्रत्यक्ष भेट देऊन अशा प्रकारच्या चल मालमत्तेची नियमितपणे तपासणी करणे गरजेचे असते.
३. अशा मालमत्तेवर 'ही मालमत्ता... (बँकेचे नाव)... बँकेला हायपोथिकेट केली आहे' असा फलक लावणे' आवश्यक आहे.
४. कर्जदार कंपनी असल्यास रजिस्ट्रार ऑफ कंपनीज्कडे अशा तारणाचा चार्ज नोंदवणे बंधनकारक आहे.

५. बँकेला तारण म्हणून दिलेल्या मालाचे नियमित कालावधीत स्टेटमेंट ठरवलेल्या नमुन्यात देणे बंधनकारक आहे.

६. बँकेच्या लेखी परवानगीशिवाय कर्जदार ही मालमत्ता दुसऱ्या बँकेला तारण म्हणून देऊ शकत नाही.

२. मॉर्गेज

मॉर्गेज या तारणप्रकाराची व्याख्या इंग्रजीमध्ये दिली आहे, ती पुढीलप्रमाणे :

> Mortgage is a transfer of interest in specific immovable property for the purpose of securing the payment of money advanced or to be advanced by way of loan, an existing or future debt or the performance of an engagement which may give rise to a pecuniary liability.

आता ही व्याख्या समजून घेण्यासाठी ती निरनिराळ्या भागांत मांडू.

१. विवक्षित अचल मालमत्तेवरील हक्क (Interest) कर्ज देणाऱ्या बँकेकडे हस्तांतरित करणे.

२. कर्जाऊ म्हणून घेतलेल्या किंवा घेणार असणाऱ्या रकमेच्या परतफेडीसाठी किंवा बँकेने कर्जदारांसाठी दिलेली अशी प्रतिबद्धता, ज्यामुळे भविष्यात कर्जदार बँकेचा देणेकरी होईल, अशा परतफेडीसाठी तारण म्हणून अचल मालमत्तेवरील हक्क बँकेकडे हस्तांतरित करणे म्हणजे 'मॉर्गेज' होय.

३. कायदेशीर मॉर्गेज बँकेला देण्याचा अधिकार कुणाला असतो :

 अ. मालमत्तेवर निर्विवाद आणि कायदेशीर हक्क असणारा मालक

 ब. अशा मालमत्तेचा सहमालक इतर सहमालकांबरोबर

 क. हिंदू अविभक्त कुटुंबातील कर्ता, फक्त कुटुंबाच्या फायद्यासाठी

मॉर्गेज तारणाचे प्रकार

(संदर्भ : कलम ५८, ट्रान्स्फर ऑफ प्रॉपर्टीज् कायदा १८८२)

साधे / रजिस्टर्ड मॉर्गेज

या प्रकारच्या मॉर्गेजची वैशिष्ट्ये पुढीलप्रमाणे

अ. यात मालमत्ता कर्जदाराच्याच ताब्यात असते.

ब. कर्जदार या प्रकारात व्यक्तिशः कर्जफेडीची जबाबदारी घेतो. कर्जदार कंपनी असल्यास कंपनी अशी जबाबदारी घेते.

क. कर्ज थकीत झाल्यास बँकेला ही मालमत्ता कोर्टाच्या परवानगीने विकून आलेली रक्कम कर्जफेडीसाठी वापरता येते.

ड. अशा मॉर्गेजची नोंदणी रजिस्टरिंग ऑफिसरकडे (नोंदणी अधिकारी) करणे बंधनकारक आहे.

इ. मॉर्गेजच्या दस्तावर नोंदणी (Registration) करताना, संबंधित राज्य सरकारच्या कायदेशीर तरतुदींप्रमाणे स्टॅम्प ड्युटी भरणे बंधनकारक आहे.

फ. नोंदणीसाठी दोन साक्षीदार (Witness) आवश्यक असतात.

इक्विटेबल मॉर्गेज (Equitable Mortgage)

इक्विटेबल मॉर्गेज यालाच 'Mortgage by Deposit of Title Deeds' अशीही संज्ञा आहे. याची वैशिष्ट्ये किंवा पूर्तता करण्याच्या काही पद्धती आहेत, त्या पुढीलप्रमाणे :

अ. मालमत्तेचा कायदेशीर मालक असलेला कर्जदार किंवा त्याचा अधिकृत प्रतिनिधी (Authorised Agent) मालमत्तेची मूळ कागदपत्रे (इथे 'मूळ' हा शब्द महत्त्वाचा आहे) बँकेच्या ताब्यात देतो.

ब. अशी कागदपत्रे हस्तांतरित करण्याचा हेतू सध्या असलेल्या किंवा भविष्यात घ्यायच्या कर्जासाठी तारण देणे हा असतो.

क. या कागदपत्रांचे हस्तांतरण राज्य सरकारने अधिकृतरीत्या प्रसिद्ध केलेल्या राजपत्रात (Gazette) निर्देशित केलेल्या शहरात अथवा गावातच करावे लागते.

ड. यासाठी कर्जदाराने बँकेत येऊन तारण देण्याच्या उद्देशाने मालमत्तेची सर्व मूळ कागदपत्रे बँकेत देणे व बँकेने तशी नोंद ठेवणे बंधनकारक आहे. यावेळी कर्जदार जे पत्र सही करून बँकेला देतो, त्याला 'मौखिक संमती' (Oral assent) असे म्हणतात.

इक्विटेबल मॉर्गेजसाठीची कागदपत्रे आणि ते अमलात आणण्यासाठी करायची कामे :

१. संबंधित अचल मालमत्तेचा 'सबरजिस्ट्रार ऑफ अॅश्युअरन्सेस' यांच्याकडील नोंदींचा गेल्या ३० वर्षांचा (किंवा बँकेच्या कायदा विभागाने ठरवलेल्या वर्षांचा) अहवाल बँकेच्या अधिकृत वकिलांकडून घेणे. त्यात या मालमत्तेवर कर्जदाराचा कायदेशीर हक्क असून, ती गहाण ठेवणे किंवा विकण्याचाही कायदेशीर अधिकार त्याला आहे, असे नि:संदिग्ध प्रमाणपत्र आवश्यक आहे.

२. हे तारण कंपनीसाठी असेल, तर 'रजिस्ट्रार ऑफ कंपनीज्' यांच्या कार्यालयातून कंपनीने नोंदवलेल्या सर्व प्रकारच्या गहाण चार्जेसचा अहवाल प्राप्त करून घ्यावा लागेल.

३. हा तारण व्यवहार पूर्ण करण्यासाठी मालमत्तेचा मालक अथवा त्याचा अधिकृत प्रतिनिधी बँकेत प्रत्यक्ष उपस्थित हवा.

४. मालमत्तेची सर्व कागदपत्रे मूळ कागदपत्रे असावीत.

५. बँक अधिकाऱ्याने योग्य नमुन्यातील 'मेमोरँडम ऑफ एंट्री'वर तारण देणाऱ्याच्या सह्या घेणे गरजेचे आहे. तसेच वाचन पुस्तिकेमध्ये (Recital Register) सर्व तपशील भरणे आवश्यक आहे.

६. तारणदाराने बँकेला आपण आदल्या दिवशी बँकेत येऊन हे काम पूर्ण केल्याचे पुष्टीकरण (Confirmation) दुसऱ्या दिवशी पाठवणे गरजेचे आहे.

७. 'मेमोरँडम ऑफ एंट्री'वर राज्याच्या स्टॅम्प ड्युटी कायद्याप्रमाणे योग्य ती स्टॅम्प ड्युटी आधीच भरणे आवश्यक आहे.

८. रेव्हेन्यू अधिकाऱ्यांना या मॉर्गेजची माहिती पाठवून त्यांच्या रेकॉर्डमध्ये त्याची नोंद करणे आणि त्याचे पुष्टीकरण (Confirmation) पाठवण्याची विनंती करणे.

९. काही राज्यांच्या कायद्याप्रमाणे इक्विटेबल मॉर्गेजचीही निबंधक (रजिस्ट्रार) यांच्या कार्यालयात नोंद करणे आवश्यक आहे. त्या दृष्टीने त्या त्या राज्याचा कायदा तपासणे.

१०. आधी म्हटल्याप्रमाणे हे मॉर्गेज फक्त मूळ कागदपत्रांच्या आधारे करता येते. अन्यथा त्यात बँकेची फसवणूक होण्याची शक्यता असते. पण काही खऱ्या केसेसमध्ये, जिथे मूळ कागदपत्रे नाहीत किंवा गहाळ झाली आहेत, तिथे असे असू शकते. या अपवादात्मक परिस्थितीत बँकेचा कायदा विभाग काय निर्णय घेईल, त्याप्रमाणे जाणे.

३. प्रत्यक्ष तारण वस्तूंचे हस्तांतरण (Pledge)

प्रत्यक्ष तारण वस्तूंचे हस्तांतरण (Pledge) या प्रकारात तारण वस्तू प्रत्यक्ष बँकेच्या ताब्यात देऊन त्याच्यावर कर्ज घेतले जाते. सोने तारण कर्ज हे त्याचे प्रमुख उदाहरण आहे.

अशा खात्यात कर्जदाराने परतफेड केली नाही व ते खाते थकीत झाले, तर बँक कर्जदाराला आवश्यक नोटीस पाठवते. या नोटिशीप्रमाणे कर्जदाराने कर्ज चुकते केले नाही, तर बँकेला ते तारण विकून पैसे वसूल करण्याचा अधिकार असतो. यातूनही कर्ज वसूल झाले नाही, तर शिल्लक येणे रकमेसाठी बँक कोर्टात दावा दाखल करू शकते. तारण विक्रीची रक्कम कर्जपरतफेड रकमेपेक्षा जास्त असेल, तर बँक अशी जादाची रक्कम कर्जदाराला परत करते.

अशा कर्जांसाठी बँकेने योग्य कागदपत्र करणे, कर्जदाराकडून प्लेज पुष्टिकरणपत्र (Pledge Confirmations Letter) घेणे गरजेचे आहे.

सोने कर्ज, डिमॅट शेअर्सच्या तारणावरील कर्ज, गोदाम पावतीच्या तारणावरील कर्ज, राष्ट्रीय बचत प्रमाणपत्रांच्या तारणावरील कर्ज अशी कर्जे या प्रकारात मोडतात.

४. असाइनमेंट (Assignment)

असाइनमेंट (Assignment)चा सोपा अर्थ म्हणजे, एखाद्या मालमत्तेवरील हक्क हस्तांतरित करणे. बँकेच्या कर्जाबाबतीत विचार करताना, विमा पॉलिसी, सरकारी किंवा निमसरकारी खात्याकडून येणे असणारी रक्कम इत्यादींबाबतचे अधिकार कर्जदाराने बँकेला हस्तांतरित करणे व त्या तारणावर कर्ज घेणे.

या प्रकारात नेहमी घेतलेले कर्ज म्हणजे विमा पॉलिसीवर घेतलेले कर्ज. या प्रकारात बँक प्रथम अशा पॉलिसीची 'Surrender Value' म्हणजे आजच्या तारखेला पॉलिसी रद्द झाली, तर विमाधारकाला किती रक्कम मिळेल, हे विमा कंपनीकडून समजावून घेऊन त्याप्रमाणे अशा रकमेवर काही मार्जिन ठेवून साधारणतः अशा रकमेच्या ७५ ते ८५ टक्के रक्कम कर्ज म्हणून मंजूर करते.

त्याप्रमाणे अर्जदार विमा कंपनीला 'लेटर ऑफ असाइनमेंट' बँकेच्या नावे देतो. त्याआधारे विमा कंपनी त्या पॉलिसीवर बँकेची असाइनमेंट नोंदवून तसे पत्र बँकेला देते. बँक या पत्राची सत्यता तपासून पुढील कार्यवाही, म्हणजे दस्त (Documentation) व कर्जवितरण करते. अशा प्रकारे 'असाइनमेंट' हे तारण म्हणून काम करते.

५. लीएन (Lien)

बँकेची स्वतःची मुदत ठेव, राष्ट्रीय बचत सुरक्षापत्रे (NSCs) यावर जे कर्ज दिले जाते, ते खरे तर 'प्लेज' या प्रकारात येते. कारण या कर्जप्रकारात कर्जदाराला बँक ठेव पावती, एनएससीज् अशी तारणयोग्य कागदपत्रे मूळ स्वरूपात बँकेला सादर करावी लागतात आणि बँक ती आपल्या ताब्यात कर्ज असेपर्यंत ठेवते. पण आजच्या नेट बँकिंगच्या जमान्यात अशा तारणावरील बँकेचा बोजा बँकेच्या किंवा पोस्टाच्या सिस्टीममध्ये नोंदवला जाणे अनिवार्य आहे. 'लिएन' याचा अर्थ अशा तारणावर बँकेचा हक्क नोंदवला जाणे.

लिएनचे दोन प्रकार असतात. त्यांतील एक म्हणजे 'जनरल लिएन', जो बँकेला कायद्याद्वारे प्राप्त होतो. जनरल लिएन म्हणजे बँकेला एका खात्यातून येणे असणारी रक्कम, म्हणजे कर्जाची रक्कम दुसऱ्या, पण त्याच कर्जदाराच्या दुसऱ्या शिल्लक असणाऱ्या खात्यातून वळती करून घेण्याचा अधिकार.

दुसरा लिएनचा प्रकार म्हणजे 'विशिष्ट (Particular) लिएन'. यात लिएनचा अधिकार हा फक्त त्या वस्तूपुरताच मर्यादित असतो. याचे उदाहरण म्हणजे, तुम्ही तुमचे कपडे शिवण्यासाठी शिंप्याकडे दिले आहे. व्यवहाराप्रमाणे तुम्ही शिंप्याची शिलाई रक्कम देऊन मग त्याने शिवलेला कपडा ताब्यात घेता. जोपर्यंत तुम्ही शिलाई देत नाही, तोपर्यंत शिंपी तयार कपडा स्वतःकडेच ठेवू शकतो; तुमची इतर कोणतीही वस्तू तो ठेवत नाही.

तसेच 'निगेटिव्ह लिएन' हा पण लिएनचा एक प्रकार आहे. त्यात कर्जदार फक्त एक हमीपत्र (Undertaking) देतो. त्यात तो अशी हमी देतो की, कर्ज फिटेपर्यंत एका विवक्षित मालमत्तेवर दुसऱ्या कोणाचा बोजा (Encumbrance) चढवणार नाही. अर्थात, इथे हे लक्षात ठेवले पाहिजे की, या हमीपत्राद्वारे कोणतेही कायदेशीर तारण तयार होत नाही व कायद्याद्वारे त्या तारणावर हक्क बजावता येत नाही. पण कर्जदारावर एक नैतिक जबाबदारी निगेटिव्ह लिएन या पत्राद्वारे देता येते.

६. हमीपत्र (जामीनदार) (Guarantee)

इंडियन काँट्रॅक्ट ॲक्ट, १८७२ यामधील कलम १२६वरील विषय म्हणजे जामीनदार याविषयी अधिकृत भाष्य करतो. यानुसार मुख्य कर्जदाराने त्याचा कर्जफेडीचा वायदा पूर्ण केला नाही, तर ते कर्ज फेडण्याची हमी जामीन करार (Contract of Guarantee) करणारा जामीनदार बँकेला देतो.

जामीन करारात तीन पक्ष (Parties) सामील असतात.

अ. मुख्य कर्जदार : याच्या विनंतीवरून जामीन करार जामीनदार करतो.

ब. बँक : जी जामीन कराराची लाभधारक (Beneficiary) आहे, ती कर्जदाराने कर्ज न फेडल्यास जामीनदारास कर्ज फेडण्यास सांगू शकते.

क. जामीनदार : जो स्वतः जामीनपत्राद्वारे बँकेला कर्जदाराने कर्जाची परतफेड न केल्यास, कर्जदाराचे वचन पूर्ण करण्याची हमी देतो.

अशा प्रकारे तारणसंबंधीच्या कायदेशीर आणि अमलात आणण्याच्या तरतुदी आहेत.

सारांश

दस्तऐवजीकरणाचा मुख्य हेतू बँक जे कर्ज देते, त्याचा कायदेशीर पाया तयार करणे आणि कर्जदाराने कर्ज न फेडल्यास कायदेशीर मार्गाने कर्जवसुलीची तरतूद करून ठेवणे हा आहे. दस्ताऐवजीकरण योग्य पद्धतीने झाले असेल व गरज पडल्यास कोर्टात वसुलीसाठी दावा करण्याची वेळ बँकेवर आली, तर हेच योग्य पद्धतीने केलेले दस्तऐवजीकरण बँकेला आपली कर्जवसुली करण्यास बँकेला उपयोगी येते.

ooo

प्रकरण ८

थकीत कर्जे

थकीत कर्जखाती हाताळणे म्हणजे अशा खात्यांबाबत रिझर्व्ह बँकेच्या नियमाधीन कारवाई करणे. हा बँकेच्या कर्ज विभागाच्या कामाचा अविभाज्य भाग असतो. कर्जे निरनिराळ्या कारणांनी थकीत होत असतात, त्याची कारणमीमांसा आपण वेगळ्या प्रकरणात सविस्तरपणे केली आहेच. इथे थकीत कर्जासंबंधी रिझर्व्ह बँकेचे नियम आपण समजून घेऊ.

भारताने जेव्हा आर्थिक उदारीकरणाचे धोरण अवलंबिले, त्यानंतर भारतीय बँकिंग क्षेत्रात अनेक आंतरराष्ट्रीय मानांकित पद्धती आणल्या गेल्या. थकीत कर्जासंबंधीचे धोरण ठरवण्यासंबंधी रिझर्व्ह बँकेने तिचे माजी गव्हर्नर कै. नरसिंहन यांच्या अध्यक्षतेखाली एक समिती नेमली. या समितीने प्रचलित पद्धतीत आमूलाग्र बदल सुचवून या विषयामधील सूचनांमध्ये सुस्पष्टता आणि सुरळीत कार्यपद्धती सुचवली. रिझर्व्ह बँकेने या सूचना मान्य करून तसे परिपत्रक काढले. (संदर्भ : रिझर्व्ह बँक मास्टर सर्क्युलर नं. RBI/2015-16/101 Dt. 01.07.2015 - Prudential Norms) यामध्ये दिलेल्या सूचनांचे व त्यामध्ये वेळोवेळी झालेल्या बदलांचे पुढीलप्रमाणे विषयवार वर्गीकरण करता येईल.

१. अनुत्पादक मालमत्ता (Non Performing Assets)
२. उत्पन्नाची गणना (Income Recognition)
३. मालमत्तेचे वर्गीकरण (Asset Classification)
४. कर्जावरील तरतुदी (Provisioning)

१. अनुत्पादक मालमत्ता

बँकेच्या ताळेबंदात सर्व प्रकारची कर्जे ही 'मालमत्ता' तर सर्व प्रकारच्या ठेवी या 'देणी' या स्वरूपात दाखविल्या जातात. तेव्हा कर्ज ही बँकेसाठी मालमत्ता असते. अशी मालमत्ता जेव्हा बँकेसाठी काही उत्पन्न मिळवीत नाही, याचाच अर्थ अशा कर्जावर बँकेला व्याज मिळत नाही आणि मुद्दलाची परतफेडसुद्धा अडचणीत येते. अशा वेळी ही मालमत्ता 'अनुत्पादक मालमत्ता' या श्रेणीत जाते.

आता कर्जे 'अनुत्पादक' या श्रेणीत कोणत्या पायरीवर धरली जातात, ते पाहू.

अ. मुदत कर्जावरील हप्ता व व्याज ९०पेक्षा जास्त दिवसांसाठी थकीत असणे. बँकेने ज्या दिवसापर्यंत ही रक्कम भरण्यास सांगितली आहे, त्या दिवशी न भरल्यास त्या दिवसापासून ती थकीत होते.

ब. कॅश क्रेडिट वा ओव्हरड्राफ्ट खाते थकीत (Out of Order) असणे. इथे थकीत याचा अर्थ त्या खात्यातील येणे रक्कम ही मंजूर रक्कम अथवा ड्रॉविंग पॉवरपेक्षा ९० दिवस वा अधिक काळापेक्षा जास्त असणे. ड्रॉविंग पॉवर म्हणजे स्टॉक स्टेटमेंटच्या आधारे कर्जदार कॅश क्रेडिट खात्यातून जी रक्कम काढू शकतो, ती रक्कम. (ही संकल्पना 'खेळते भांडवल' या प्रकरणात स्पष्ट केली आहे.) त्याचप्रमाणे ज्या खात्यात येणे असणारी रक्कम मंजूर रक्कम वा ड्रॉविंग पॉवरपेक्षा कमी आहे, पण खात्यात सतत ९० दिवस काहीच रक्कम जमा केलेली नाही किंवा जमा केलेली रक्कम लावलेल्या व्याजापेक्षा कमी असणे.

क. बिल पर्चेस्ड आणि बिल डिस्काउंटेड खात्यातील बिल ऑफ एक्स्चेंज म्हणजे हुंडी ९० दिवसांपेक्षा अधिक काळासाठी थकीत असणे.

ड. शेती कर्जाच्या बाबतीत छोट्या कालावधीची पिके आणि मोठ्या कालावधीची पिके असे दोन भाग केले आहेत. जी पिके १२ महिन्यांच्या आत तयार होतात, ती छोट्या कालावधीची तर जी पिके १२ महिन्यांनंतर तयार होतात, ती 'मोठ्या कालावधीची पिके' अशी व्याख्या केली आहे. छोट्या कालावधीच्या पिकांवरील व्याज व कर्ज रक्कम दोन पीककाळासाठी (Two Cropping Season) थकीत असणे. जर कर्ज मोठ्या कालावधीच्या पिकांसाठी असेल, तर ते एका पीककाळासाठी थकीत असणे.

२. उत्पन्नाची गणना

१. अनुत्पादक खात्यांवरील व्याज बँकेने उत्पन्न म्हणून धरू नये.

२. पण जर कर्ज बँकेची स्वत:ची ठेव पावती, नॅशनल सेव्हिंग्ज सर्टिफिकेट्स, इंदिरा विकासपत्र, किसान विकासपत्र आणि विमा पॉलिसी यांच्या तारणावर असेल आणि कर्ज देताना तारणावर पुरेसे मार्जिन ठेवले असेल, तर अशा कर्जावरील व्याज उत्पन्न म्हणून घेता येते.

३. गणलेल्या व्याजाची रक्कम उत्पन्न खात्यातून कमी करणे : खाते एकदा 'अनुत्पादित मालमत्ता' या श्रेणीत गेले की, यापूर्वी अशा खात्यावर लावलेल्या, पण वसूल न झालेल्या व्याजाची रक्कम पुन्हा नफा-तोटा खात्याला डेबिट करणे. ही तरतूद सरकारने हमी दिलेल्या कर्ज खात्यांनाही लागू पडते.

४. अनुत्पादित कर्जखात्यावर व्याज लावून ते जरी उत्पन्न म्हणून घेतले नाही, तरी अशा येणे असणाऱ्या व्याजाची नोंद वेगळ्या मेमोरँडम अकाउंटमध्ये करून ठेवणे. थकीत रक्कम वसूल करताना न आकारलेले हे व्याज वसूल केले जाते.

३. मालमत्तेचे वर्गीकरण

अ. अनुत्पादक कर्जांचे, ते किती काळ अनुत्पादक आहेत आणि त्यातून किती रक्कम वसूल होऊ शकेल, या निकषांवर वर्गीकरण करावे लागते.

१. कमी दर्जाची मालमत्ता (Substandard Asset)

२. शंकास्पद मालमत्ता (Doubtful Assets)

३. बुडीत मालमत्ता (Loss Assets)

१. **कमी दर्जाची मालमत्ता :** मालमत्ता बारा महिने किंवा त्यापेक्षा कमी काळासाठी थकीत राहते, ती कमी दर्जाची अथवा सबस्टँडर्ड (Substandard) मालमत्ता होय. जर वेळीच योग्य पावले उचलली नाहीत, तर भविष्यात अशा खात्यातून काही तोटा बँकेला होऊ शकतो.

२. **शंकास्पद मालमत्ता :** जी मालमत्ता म्हणजे कर्जखाते बारा महिन्यांपेक्षा जास्त काळ थकीत राहते, ते शंकास्पद मालमत्ता या वर्गीकरणात येते. यात सबस्टँडर्ड मालमत्तेचे सर्व दुर्गुण असतातच. पण अधिक काळ अशी कर्जे थकीत राहिल्याने अशा खात्यातील परतफेड आणखी अवघड होते. कर्जदाराच्या प्रश्नात अधिक वाढ झाल्याने अशा खात्यांबाबत बँकेची चिंता वाढते आणि कर्जाचे पैसे वसूल होण्याबद्दल शंका निर्माण होते.

३. **बुडीत मालमत्ता :** बँकेच्या अंतर्गत स्टॅच्युटरी किंवा रिझर्व्ह बँकेच्या लेखापरीक्षकांनी जी कर्जखाती वसूल होण्यापलीकडील आहेत, असा निष्कर्ष काढलेला असतो, अशी खाती बुडीत मालमत्ता होय. या खात्यांतून कदाचित काही रक्कम तारणविक्रीतून येऊही शकते. ही खाती बँकेने पूर्ण बुडीत धरून त्याप्रमाणे अद्याप कारवाई केलेली नसते. दुसऱ्या शब्दांत सांगायचे, तर बँकेने अद्यापि 'बुडीत' याअंतर्गत तिचे वर्गीकरण करून तोटा दाखवलेला नाही.

ब. मालमत्तांचे वर्गीकरण करण्यासंबंधीची रिझर्व्ह बँकेने घालून दिलेली मार्गदर्शक तत्त्वे

१. कर्जखात्यात आढळून येणाऱ्या त्रुटी आणि तारणातून वसूल होऊ शकणारी रक्कम या दोन गोष्टी अशा प्रकारच्या वर्गीकरणासाठी अत्यंत महत्त्वाच्या आहेत.

२. योग्य वेळी आणि योग्य पद्धतीने हे वर्गीकरण करण्यासाठी बँकेने योग्य प्रकारची लेखापरीक्षा पद्धत अवलंबली पाहिजे. आवश्यक तिथे तंत्रज्ञानाचा (Computer System) वापर करून ही पद्धत अधिक परिणामकारक केली पाहिजे. विशेषत: मोठ्या कर्जखात्यांवर बँकेने या दृष्टीने विशेष लक्ष दिले पाहिजे आणि अशी मोठी कर्जे कोणती आणि या खात्यातील वसुलीसंबंधी बँकेने स्वत:चे धोरण आखले पाहिजे.

३. कर्जखात्यात उपलब्ध असणारे तारण हा निष्कर्ष नसून, व्याज आणि मुद्दलाची दिलेल्या मुदतीत परतफेड हे तत्त्व खात्याच्या वर्गीकरणास लागू पडते, हे लक्षात ठेवावे.

४. खात्यातील तात्पुरत्या स्वरूपाच्या कमतरता, आवश्यक तितकी पैसे काढण्याची मर्यादा (ड्रॉविंग पॉवर) उपलब्ध नसणे, तात्पुरत्या काळात मंजुरीपेक्षा कर्जखात्यात जास्त येणे असणे, स्टॉक स्टेटमेंट न आल्यामुळे किंवा खात्याचे वेळेत नूतनीकरण न होणे यामुळे खाते लगेच अनुत्पादित करणे आवश्यक नाही.

५. व्याज अथवा मुद्दल वेळेत न आल्याने जेव्हा कर्जखाते 'अनुत्पादक' होते, अशा खात्यात कर्जदाराने रक्कम भरून खाते नियमित केले, तर ते खाते 'अनुत्पादक' धरू नये.

६. काही खाती वर्षभर अनियमित असतात; पण वर्षअखेरीस पैसे भरून ती तात्पुरती नियमित केली जातात. अशा खात्यांत असणारा धोका बँकेच्या लेखापरीक्षकांनी ओळखणे आणि त्याप्रमाणे वेळीच कारवाई आणि खात्याचे योग्य प्रकारे वर्गीकरण होणे गरजेचे आहे.

७. ज्या कर्जदारांना एकपेक्षा अधिक कर्ज सुविधा दिलेल्या आहेत, अशा खात्यात जर एक सुविधा 'अनुत्पादक' म्हणून गणली गेली, तर सर्व खाते 'अनुत्पादक' म्हणून वर्गीकृत केले जाते. 'लेटर ऑफ क्रेडिट' या सुविधेखालील बँकेने भरलेली रक्कम - जी कर्जदाराकडून देय असते, तसेच बँक गॅरंटीखाली बँकेने दिलेली रक्कम - जी खातेधारकाकडून येणे आहे, अशी सर्व येणी 'अनुत्पादक' धरली पाहिजेत.

क. कन्सोर्टियम व्यवस्थेखालील कर्जे :

कन्सोर्टियम व्यवस्थेत एका कर्जदाराला अनेक बँकांनी कर्ज दिलेले असते. प्रत्येक बँकेने आपआपल्या कर्जांच्या परतफेडीवर आणि कर्जखात्यातील व्यवहारांवर कर्जखात्यांचे वर्गीकरण करायचे आहे. काही ठिकाणी अशी व्यवस्था असते की, विक्रीची किंवा कर्जदाराकडून येणारी सर्व रक्कम एका बँकेत, बहुतेक लीड बँकेत जमा होते. या बँकेने ही रक्कम कर्जाच्या प्रमाणात त्या त्या सभासद बँकेकडे पाठवायची, अशी व्यवस्था असते. सभासद बँकांनी याप्रमाणे आपल्याकडील कर्जखात्यात रक्कम जमा होत आहे, हे पाहणे आवश्यक आहे.

ड. ज्या कर्जामध्ये तारण दिलेल्या मालमत्तेची किंमत अचानक किंवा एकदम कमी झाली आहे किंवा ज्या खात्यात फ्रॉड किंवा फसवणूक लक्षात आलेली आहे आणि पैसे वसूल होणे अवघड दिसत आहे, असे कर्जखाते ऑडिटर्सच्या सल्ल्याने थेट शंकास्पद किंवा बुडीत मालमत्तेत वर्गीकृत करावे.

इ. ज्या कर्जखात्यांना केंद्र सरकारची हमी आहे, अशी खाती केंद्र सरकारने दिलेली हमी रद्द केली, तरच अनुत्पादित धरावीत. पण राज्य सरकारची हमी असणाऱ्या कर्जांना ही तरतूद उपलब्ध नसून, त्याचे वर्गीकरण इतर कर्जखात्यांप्रमाणेच करावे.

फ. क्रेडिट कार्ड खाते म्हणजे जेव्हा बँक ग्राहकाला मासिक स्टेटमेंट पाठवते, त्यात कमीत कमी किती रक्कम दिलेल्या तारखेपूर्वी भरली पाहिजे, ते कळवते. अशी रक्कम ९० दिवसांपेक्षा जास्त थकीत झाल्यास ते क्रेडिट कार्ड खाते 'अनुत्पादक' होते.

४. कर्जावरील तरतुदी

थकीत कर्जावर योग्य रकमेची तरतूद म्हणजे नफा-तोटा खात्यात तेवढी रक्कम डेबिट करून वेगळ्या अशा यासाठीच्या फंडात ती रक्कम जमा करणे. ही जबाबदारी बँक व्यवस्थापन आणि वैधानिक लेखापरीक्षक (Statutory Auditors) यांची असून, रिझर्व्ह बँक त्यावर देखरेख करते. थकीत कर्जांच्या वर्गीकरणानुसार त्या-त्या कर्जांवर तरतुदी करणे बंधनकारक आहे.

१. **बुडीत मालमत्ता :** अशी कर्जे १०० टक्के तरतूद करून Write off करणे. पण या कर्जांच्या वसुलीसाठी प्रयत्न सुरूच ठेवणे.

२. **शंकास्पद मालमत्ता :** याअंतर्गत असणारी जी कर्जे असतात, त्यात कर्जखात्यातून एकूण येणे असणारी रक्कम, उपलब्ध असणाऱ्या तारणाची वास्तव किंमत आणि उर्वरित रक्कम जी कोणत्याही तारणाविना आहे, अशी विभागणी करतात. यातील तारणाविना असणाऱ्या रकमेवर १०० टक्के तरतूद करावी लागते. ज्या रकमेसाठी तारण उपलब्ध आहे, त्यावर पुढील कोष्टकाप्रमाणे तरतूद करावी लागते.

खाते शंकास्पद मालमत्ता म्हणून वर्गीकरण झालेला काळ	तरतुदीची आवश्यकता
एक वर्षापर्यंत	२५ टक्के
एक ते तीन वर्षांपर्यंत	४० टक्के
तीन वर्षांपेक्षा जास्त	१०० टक्के

३. **कमी दर्जाची मालमत्ता (Substandard Assets)**

अ. अशा कर्जांवर येणे रकमेच्या १५ टक्के सरसकट तरतूद करावी लागते.

ब. या कर्जातील जी तारणाशिवायची रक्कम आहे, त्याच्यावर अधिक १० टक्के अशी एकूण २५ टक्के तरतूद करावी लागते.

हे कर्ज पायाभूत सुविधांसाठी असेल आणि तिथे 'एस्क्रो' व्यवस्था असेल, तर ही तरतूद २० टक्के करावी लागते. एस्क्रो करार याचा थोडक्यात अर्थ असा की, या कराराद्वारे संबंधित सर्व घटक पक्षांचे हक्क आणि जबाबदाऱ्या आणि त्यांची कर्तव्ये स्पष्ट करून प्रत्येक घटकाला त्याप्रमाणे कार्यवाही करण्याचे बंधन असते. एस्क्रो बँक खात्यात प्रकल्पाची सर्व रक्कम जमा होऊन ती रक्कम या करारातील तरतुदीप्रमाणे घटक पक्षांकडे, यात कर्ज देणारी बँकही आली, वर्ग केली जाते.

४. **आदर्श मालमत्ता** : या वर्गीकरणातील कर्जखाती नियमितपणे सुरू असतात. तरीही 'जोखीम नियंत्रण' म्हणून या कर्जखात्यावर तरतूद करणे बंधनकारक आहे. या तरतुदीचे प्रमाण रिझर्व्ह बँक वेळोवेळी परिस्थितीनुसार बदलत असते, हे लक्षात ठेवणे आवश्यक आहे.

१. शेती कर्जे आणि लघु व अतिलघु उद्योजक (SMEs) : ०.२५ टक्का

२. व्यापार तत्त्वावरील इमारत बांधकाम क्षेत्र (रियल इस्टेट क्षेत्र) : १.०० टक्का

३. क्र. २ खालील बांधकाम क्षेत्र : ०.७५ टक्का

४. बाकी सर्व प्रकारची नियमित कर्जे : ०.४० टक्का

सारांश

रिझर्व्ह बँकेच्या थकीत कर्ज, त्यांच्या वर्गीकरण, उत्पन्नाची गणना, तरतूद यासंबंधीच्या मुख्य सूचना संबंधीचे रिझर्व्ह बँकेचे मास्टर सर्क्युलर १३५ पानांचे आहे. यात निर्देशित केलेल्या तरतुदी या कमीत कमी असून, त्यात याविषयी आणखी माहिती आणि परिशिष्टे समाविष्ट आहेत. या विषयात काम करणाऱ्यांनी ती जरूर पाहावी. बँक स्वत:हून जास्त तरतुदी बँकेच्या संचालक मंडळाने मान्य केलेल्या धोरणाप्रमाणे करू शकते.

कर्ज वसुलीसाठीची कायदेशीर व्यवस्था

भारतीय बँकिंग क्षेत्रात थकीत कर्जाच्या वसुलीसाठी निरनिराळ्या प्रकारच्या कायदेशीर यंत्रणा कार्यरत आहेत. त्यांची वर्गवारी पुढीलप्रमाणे करता येईल.

१. डेट रिकव्हरी ट्रिब्युनल (Debt Recovery Tribunal - DRT)

२. दिवाळखोरी कायदा (Insolvency and Bankruptcy Code, 2016 - IBC)

३. बॅड बँक – नॅशनल रिकन्स्ट्रक्शन कंपनी

४. लोकअदालत

१. डेट रिकव्हरी ट्रॅब्युनल

भारतामध्ये कर्जांच्या वसुलीचा प्रश्न बिकट होऊ लागला आणि अशी प्रकरणे मोठ्या प्रमाणात वाढू लागली त्या वेळी त्यांच्या कायदेशीररीत्या वसुलीसाठी एक वेगळी किंवा विशेष यंत्रणा तयार करण्याची गरज भारतीय अर्थव्यवस्थेमध्ये जाणवू लागली. ही गोष्ट लक्षात घेता भारत सरकारने 'रिकव्हरी ऑफ डेट ड्यू टू बँक अँड फायनान्शियल संस्था कायदा-१९९३द्वारे 'डेट रिकव्हरी ट्रॅब्युनल' आणि 'डेट्स रिकव्हरी ॲपिलेट ट्रॅब्युनल ' या विशेष न्यायालयांची स्थापना केली. या व्यवस्थेमधील मुख्य उद्देश कर्जासंबंधी चालू असणाऱ्या वसुलीच्या कायदेशीर प्रक्रिया लवकरात लवकर पूर्ण व्हाव्या, हाच होता. सध्या भारतामध्ये अशा प्रकारे एकूण ४० डेट रिकव्हरी ट्रॅब्युनल्स आणि पाच डेट रिकव्हरी ॲपिलेट ट्रॅब्युनल्स काम करत आहेत.

प्रत्येक डेट रिकव्हरी ट्रॅब्यूनल यांचे मुख्य हे प्रोसेसिंग ऑफिसर असतात, तर डेट रिकव्हरी ॲपिलेट ट्रॅब्युनलचे मुख्य हे अध्यक्ष असतात. प्रोसेसिंग ऑफिसर हा हुद्दा जिल्हा न्यायाधीश या आणि चेअरपर्सन म्हणजे अध्यक्ष हा हुद्दा उच्च न्यायालयाचे न्यायाधीश यांच्या योग्यतेचा असतो.

२. दिवाळखोरी कायदा

दिवाळखोरी कायदा (Insolvency and Bankruptcy Code, 2016 - IBC) मे, २०१६मध्ये संमत करण्यात आला. दिवाळखोरीसंबंधी असणाऱ्या सर्व कायदेशीर तरतुदींचा यात समावेश आहे. या कायद्याची प्रमुख वैशिष्ट्ये खालीलप्रमाणे आहेत.

२अ. दिवाळखोरी आणि त्यासंबंधीची प्रक्रिया व्यक्ती, भागीदारी संस्था आणि कंपन्या यांच्यासाठी वेगवेगळी आहे. ही प्रक्रिया कर्जदार अथवा बँक यांपैकी कोणीही सुरू करू शकतो. ही प्रक्रिया पूर्ण करण्यासाठी जो कालावधी घालून दिलेला आहे, तो असा :

- अ. कंपन्यांसाठी १८० दिवस. बहुमताने बँकांची परवानगी असेल, तर आणखी ९० दिवसांनी तो वाढवता येतो.
- ब. छोट्या कंपन्या आणि नवीन सुरू केलेल्या कंपन्यांसाठी ९० दिवस. तो आणखी ४५ दिवसांनी वाढवता येतो.

२०१९ साली या कायद्यात सुधारणा होऊन हा कालावधी ३३० दिवसांपर्यंत वाढवता येतो.

२ब. यासंबंधीच्या सर्व प्रक्रिया आणि कामकाजावर लक्ष ठेवण्यासाठी 'Insolvency and Bankruptcy Board of INDIA (IBBI)' 'आयबीबीआय' या नियामकाची निर्मिती करण्यात आली आहे. याच्या बोर्डावर दहा सदस्य असून, त्यात कायदा तसेच वित्त मंत्रालय आणि रिझर्व्ह बँक यांच्या प्रतिनिधींचा समावेश असतो. तसेच ही प्रक्रिया या विषयाचे जाणकार असलेल्या परवानाप्राप्त व्यावसायिकांमार्फत राबवली जाते.

२क. यावर देखरेख ठेवण्यासाठी दोन संस्था नेमण्यात आल्या आहेत.

- अ. कंपन्यांसाठी व मर्यादित उत्तरदायित्व भागीदारीसाठी – नॅशनल कंपनी लॉ ट्रिब्युनल
- ब. वैयक्तिक आणि भागीदारी संस्था – डेट रिकव्हरी ट्रिब्युनल (DRT)

२ड. कामकाजाची पद्धत :

अ. कर्जदार अथवा बँक यांपैकी एक न्यायाधीश प्राधिकरणाकडे दिवाळखोरी कायद्याप्रमाणे प्रक्रिया सुरू करण्यासाठी अर्ज करतो.

ब. या अर्जावर म्हणजे तो दाखल करून घ्यायचा की नाही, याचा निकाल १४ दिवसांत प्राधिकरणाने द्यायचा असतो.

क. अर्ज दाखल करून घेतला, तर संपूर्ण अहवाल तयार करण्यासाठी अंतरिम व्यावसायिक, ज्याला या कामकाजाची संपूर्ण माहिती आहे, त्याला Interim Resolution Professional (IRP) म्हणतात, त्याची नेमणूक केली जाते. त्याने आपला अहवाल १८० दिवसांत द्यावयाचा असतो. या काळात कंपनीचे संचालक मंडळ निलंबित होते आणि कंपनीच्या प्रवर्तकांना व्यवस्थापनात निर्णय घेण्याची मुभा राहत नाही.

सारांश

दिवाळखोरी कायदा आणि त्याच्या तरतुदी खूप विस्तृत असून, अधिक माहितीसाठी आपण या विषयावरील मास्टर सर्क्युलर आणि त्यात वेळोवेळी झालेल्या सुधारणा यांचा अभ्यास जरूर करावा. ही माहिती या कायद्यासंबंधी वाचकांना अवगत करावे, या हेतूने दिलेली आहे.

३. बॅड बँक - नॅशनल ॲसेट रिकन्स्ट्रक्शन कंपनी (NARC)

'बॅड बँक' या संकल्पनेवर भारताच्या आर्थिक, विशेषतः बँकिंग क्षेत्रामध्ये अनेक वर्षे चर्चा सुरू आहे या संकल्पनेला मूर्त स्वरूप देण्याची घोषणा भारताच्या अर्थमंत्री यांनी २०२१-२२साठीच्या केंद्रीय अर्थसंकल्पात सर्वप्रथम मांडली. यासाठी नॅशनल ॲसेट रिकन्स्ट्रॅक्शन कंपनी लि., म्हणजे एनएआरसी ही कंपनी (याला बॅड बँक म्हणू.) स्थापन करण्यात आली. आता बॅड बँक म्हणजे सध्याच्या बँकांकडे असणारी थकीत कर्जे ती बँक विकत घेईल. त्या कर्जांच्या विक्रीचे मूल्य त्या कर्जाची किती प्रमाणामध्ये वसुली होऊ शकेल, तसेच कर्जासाठी असणाऱ्या तारण मालमत्तेचे मूल्य इत्यादी घटकांवर ठरेल. बॅड बँकेत ज्या वेळी विक्रीदार बँका कर्ज वर्ग करतील, त्या वेळी एकूण देय रकमेच्या १५ टक्के रक्कम बॅड बँक लगेचच विक्रीदार बँकांना अदा करेल, तर राहिलेल्या ८५ टक्के रकमेसाठी बॅड बँक सिक्युरिटी रिसिट देऊन पुढील काळात त्याची रक्कम विक्रीदार बँकेला उपलब्ध करेल. सिक्युरिटी रिसिट देण्यासाठी केंद्र सरकार बॅड बँकेला ३० हजार ६०० कोटी रुपये इतक्या रकमेची बँक गॅरंटी मर्यादा मंजूर करेल. अशा प्रकारे बॅड बँक ही संकल्पना स्पष्ट करता येईल.

या बँकेचे शेअर कॅपिटल सरकारी आणि खासगी अशा दोन्ही बँका किंवा आस्थापनांकडे असेल. तसेच या बँकेने घेतलेले निर्णय कार्यान्वित करण्यासाठी इंडिया डेट रिझोल्युशन कंपनी लि. (IDRCL) - सरकारकडून स्थापन केली जाईल. बँकिंग क्षेत्रासाठी ही अतिशय स्वागतार्ह घटना आहे. त्यामुळे असे होईल की, बँका आपली थकीत कर्जे बॅड बँकेला विकून नवीन व्यवसाय करण्यासाठी लक्ष केंद्रित करू शकतील. परंतु या बँकेचे काम कशा पद्धतीने चालेल आणि त्याची कार्यवाही कशा पद्धतीने आणि किती कार्यक्षमतेने होईल, यावर या बँकेचे आणि त्या अनुषंगाने सर्व बँकिंग क्षेत्राच्या आर्थिक आरोग्याचे भवितव्य ठरणार आहे.

४. लोकअदालत

'लोकअदालत' ही संकल्पना भारतात किंवा जगाच्या अनेक भागांत फार पूर्वीच्या काळापासून अस्तित्वात आहे. गावातील तंटे-वादांवर गावातील मोठे, अनुभवी आणि ज्ञानी लोक एकत्र बसून विचारविनिमय करून तोडगा काढत असतात. या संकल्पनेचा पुढील विस्तार म्हणजेच लोकअदालत.

या संकल्पनेला कायदेशीर स्वरूप भारत सरकारने दिले आहे. यासाठी लीगल सर्व्हिसेस ऑथोरिटी कायदा-१९८७ हा संमत करण्यात आला आहे. इथे साधारणतः सिव्हिल म्हणजे नागरी या प्रकारातील वाद किंवा तंटे यावर निर्णय घेता येतो. लोकअदालत ही राष्ट्रीय पातळीवर, राज्य पातळीवर, जिल्हा पातळीवर, तसेच तालुका पातळीवरही स्थापन करता येते. बँकिंग क्षेत्रासंबंधी दोन प्रकारचे तंटे हे लोकअदालतीमध्ये घेता येतात :

१. निगोशिएबल इन्स्ट्रुमेंट ॲक्ट - सेक्शन १३८ अंतर्गत तंटे
२. पैसे वसुलीसंबंधातील प्रकरणे

लोकअदालतीचे प्रकार

१. **स्थायी लोकअदालत :** याद्वारे सार्वजनिक सोयीसुविधा, वाहतूक, पोस्ट आणि टेलिग्राफ यासंबंधीचे तंटे सोडवले जातात

२. **राष्ट्रीय लोकअदालत :** सन २०१५पासून अशी लोकन्यायालये भारतात मासिक तत्त्वावर अनेक ठिकाणी भरवली जातात. एका विशिष्ट दिवशी लोकअदालत भरून मोठ्या संख्येने प्रलंबित असणारी प्रकरणे निकालात काढू शकतात.

३. **चलत लोकअदालत :** याद्वारे लोकअदालत जागोजागी जाऊन तंटे-वाद सोडवते. इथे कोर्ट फी लावली जात नाही. कोर्टात प्रलंबित असणारे प्रकरण इथे सोडवले गेले, तर आधी भरलेली कोर्ट फीसुद्धा परत केली जाते. इथे समेट घडवून आणणे हे महत्त्वाचे मानले जाते. लोकअदालतीने दिलेले निर्णय हे सिव्हिल कोर्टाने दिल्याप्रमाणे असतात आणि ते सर्व पक्षकारांना बंधनकारक असतात. २० लाख रुपयांपर्यंतची कर्जप्रकरणे इथे चालवली जातात.

ooo

प्रकरण ९

कर्जे थकीत होऊ नयेत म्हणून...

बँकिंग क्षेत्राला आज भेडसावणारा सगळ्यांत मोठा प्रश्न म्हणजे, थकीत कर्जांचे वाढते प्रमाण. लहान, मोठ्या, सरकारी, खासगी, सहकारी अशा सर्व प्रकारच्या बँकांना वाढत्या थकीत कर्जांमुळे चिंतित केले आहे. अशा कर्जांवर कराव्या लागणाऱ्या वाढत्या रकमेच्या तरतुदींमुळे बँकांची आर्थिक परिस्थिती चांगलीच खालावली आहे. याशिवाय बँकांच्या कर्ज विभागात फसवणूक, खोटी कागदपत्रे सादर करून बँकांची दिशाभूल करणे यांचे प्रमाण वाढत आहे.

या विषयाला आणखी एक महत्त्वाची बाजू आहे. ती म्हणजे, थकीत कर्जांमधील बँकेच्या कर्मचाऱ्यांची वैयक्तिक जबाबदारी (Personal Accountability). एखादे कर्जखाते, विशेषतः मोठे कर्जखाते थकीत होते किंवा एखाद्या कर्जखात्यातील फसवणूक, गुन्हा, बनावट (यालाच एकत्रितपणे 'फ्रॉड' म्हणतात.) उघडकीस येतात, तेव्हा संबंधित कर्मचारी, मग तो कोणत्याही श्रेणीतील असो, ज्याचा या अशा कर्जमंजुरीत सहभाग असतो, त्याला खूप त्रासदायक चौकशीला सामोरे जावे लागते. कर्ज मंजूर केले, त्या वेळची परिस्थिती आणि गुन्हा/फसवणूक या गोष्टी उघडकीस आल्या त्या वेळचा काळ आणि परिस्थिती पूर्ण वेगळी असते. जे कर्मचारी अशा फसवणुकीत सामील असतात किंवा मुद्दाम नियम तोडून काम करतात, त्यांच्याविषयी सहानुभूती बाळगण्याचे कारण नाही.

मात्र, या क्षेत्रातील अनुभव असा की, अनेक कर्मचारी, ज्यांना सचोटीनेच काम करायचे असते, बँक आणि कर्जदार यांचे भले व्हावे, हाच ज्यांचा हेतू असतो, असे प्रामाणिक कर्मचारी यात भरडले जातात. हे सर्व होऊ नये, बँकेची कर्जेही थकीत होऊ नयेत, यासाठी कर्ज विभागात काम करणाऱ्या कर्मचाऱ्यांनी काही गोष्टी काटेकोरपणे करणे गरजेचे आहे. या गोष्टींचे सोयीसाठी खालीलप्रमाणे वर्गीकरण करू.

अ. कर्ज मंजूर करताना घेण्याची काळजी

ब. कर्ज वितरित करताना घ्यायची काळजी

क. कर्जवितरणानंतर घ्यायची काळजी

अ. कर्ज मंजूर करताना घेण्याची काळजी

१. प्रथम कोणत्याही अर्जदाराची केवायसी पुन्हा एकदा नव्याने करावी. प्रत्येक कागदपत्राची (आधार कार्ड, पॅनकार्ड, वाहन परवाना, लाइट बिल, पासपोर्ट, फोटो, रेशन कार्ड इ.) प्रत घेताना ती न चुकता मूळ कागदपत्रांशी पडताळून मगच रेकॉर्डवर घ्यावी.

२. अर्जदाराचा फोटो जुना नसावा. तो सध्याचा (नवीन) असावा.

३. अर्जदाराकडून कर्ज मागणी करणारा विहित नमुन्यातील अर्ज घ्यावा. भारतीय करार कायद्याप्रमाणे प्रस्ताव (Proposal) आणि त्याचा स्वीकार (Acceptance) या दोन गोष्टी कोणत्याही कायदेशीर व्यवहाराच्या मुख्य गोष्टी आहेत, हे लक्षात असू द्यावे. अर्ज पूर्ण भरलेला असावा व त्यावर अर्जदाराची सही असावी.

४. अर्जासोबतच्या कागदपत्रांची नीट पडताळणी करावी. साधारणतः अर्जासोबत गेल्या तीन वर्षांची लेखातपासणी झालेली नफा-तोटा पत्रके व ताळेबंद घ्यावे. ते अधिकृत असल्याची खात्री करावी. प्रकल्प अहवालावर अर्जदाराच्या सह्या असाव्यात. आयकराची गेल्या तीन वर्षांची रिटर्न्स घ्यावीत. अर्जदाराचे वर्गीकरण जसे असेल, (उदाहरणार्थ, भागीदारी, कंपनी इत्यादी त्याप्रमाणे त्यांच्या वैध स्थापनेची कागदपत्रे म्हणजे, शॉप ॲक्टप्रमाणे मिळालेला परवाना, पार्टनरशिप डीड, कंपनी रजिस्ट्रेशन सर्टिफिकेट, व्यवसाय सुरू करण्यास 'रजिस्ट्रार ऑफ कंपनी' या अधिकाऱ्याची परवानगी) अशी कागदपत्रे घ्यावीत. तारणाविषयक मालकी असणारी मूळ कागदपत्रे असावीत.

५. अर्जदार, प्रकल्पासाठी अथवा मोठ्या रकमेच्या खेळत्या भांडवलासाठी कर्जप्रकरण करताना आवश्यक तो अहवाल व्यावसायिक व्यक्तीकडून तयार करून घेत असतो. अर्जदाराबरोबर किंवा अर्जदाराच्या वतीने बऱ्याच वेळा अशी व्यावसायिक प्रकल्प अहवाल तयार करून देणारी व्यक्ती बँकेशी बोलत असते. पण बँकेने प्रत्यक्ष अर्जदाराचे प्रस्तावित प्रकल्पाबद्दल किती ज्ञान आहे, भविष्यातील त्याच्या योजना, अनुभव, तांत्रिक ज्ञान याविषयी अर्जदाराशीच बोलून माहिती घ्यावी. कारण कित्येक प्रकल्प कागदावर चांगले वाटले, तरी प्रत्यक्षात त्यांना कार्यान्वित करताना आणि पुढे चालवताना काही वेगळेच प्रश्न उभे राहतात. अशा वेळी या अनपेक्षित अडचणींना तोंड देण्याची अर्जदाराची क्षमता बँकेने जोखणे महत्त्वाचे असते.

६. अर्जदार प्रकरण सादर करताना काही तारण देण्याचा प्रस्ताव बँकेपुढे ठेवतो. पण असे तारण अर्जदार कर्जमंजुरीच्या वेळी देताना प्रत्यक्ष काय व्यावहारिक अथवा कायदेशीर अडचणी येऊ शकतात, याचा विचार बँकेने करणे गरजेचे असते. शिवाय अशा तारणाचे मूल्यांकन पाहणे ही आवश्यक असते.

७. अर्जदाराने दिलेल्या कागदपत्रांची प्राथमिक तपासणी केल्यावर बँक अधिकाऱ्याने व्यवसायाच्या जागेला, अर्जदाराच्या घराला आणि संबंधित जागांना प्रत्यक्ष भेट देऊन त्याचा विहित नमुन्यात अहवाल तयार करावा. प्रत्यक्ष जागेला भेट देताना संबंधित काम करणारे कर्मचारी व इतरांशी संवाद साधावा. यासंबंधात बँक अधिकाऱ्याची निरीक्षणे खूप महत्त्वाची असतात.

८. अर्जदाराने प्रकल्पातील स्वतःचा हिस्सा आणला आहे का, तसेच त्याचा स्रोत काय आहे, हे पाहणे महत्त्वाचे आहे. अर्जदाराने ही रक्कमच कर्जाऊ आणली असेल, तर बँकेचे कर्ज मंजूर होताच त्यातून ही रक्कम संबंधितांना परत केली जाण्याचा संभव असतो. त्यामुळे प्रकल्पच अडचणीत येतो. याशिवाय जेव्हा मागाहून कळते की, स्वतःचे भांडवल म्हणून आणलेली रक्कम प्रत्यक्षात कर्जाऊ आहे, त्या वेळी पुन्हा रेशोज् काढले जातात. यात मुख्यत्वे स्वतःचे भांडवल ते बाहेरील कर्ज हे प्रमाण खूप बदलते. त्यामुळे कर्जदाराचे 'रेटिंग' बिघडते. अंतिमतः यासाठी संबंधित बँक कर्मचाऱ्याला जबाबदार धरले जाते.

९. कर्जाचे प्रकरण तयार करताना खालील पद्धतीने ते पूर्ण करण्याची प्रक्रिया पार पाडावी.
   १. कर्जदाराची माहिती, त्याचे केवायसी, त्याचे देणे आणि मालमत्ता यांची माहिती, इतर बँका आणि संस्था यांच्याकडून घेतलेल्या कर्जांचा तपशील, सिबिल स्कोअर, अनुभव, सध्याचा व्यवसाय.
   २. आर्थिक स्टेटमेंट्चे पृथःकरण. लेखापरीक्षण झालेल्या पत्रकांचे गेल्या तीन वर्षांचे विश्लेषण, भविष्यासाठी योजलेल्या प्रकल्पाचा आर्थिक आढावा यांचा समावेश यात होतो.
   ३. प्रकल्पाची तांत्रिक बाजू (Technical Feasibility).
   ४. प्रकल्पाची आर्थिक व्यवहार्यता (Economic Viability).
   ५. खात्याचे पतमानांकन.
   ६. तारण आणि कर्जातील जोखमीचे नियंत्रण.
   ७. बँक, रिझर्व्ह बँक, तसेच संबंधित कायदे या सर्वांचे पालन.
   ८. कर्जमंजुरीच्या कारणांचा सारांश.
   ९. कर्जमंजुरीच्या अटी.
   १०. कर्जदाराकडून घ्यावयाचे दस्त.
   ११. कर्जाच्या काळात बँकेने आणि खातेदाराने करायची पूर्तता.
१०. कर्ज मंजूर करणाऱ्या अधिकाऱ्याने अथवा समितीने कर्जाच्या अटी स्पष्ट करून सांगाव्यात, ज्यायोगे त्याची अंमलबजावणी करणाऱ्या कर्मचाऱ्यांच्या मनात, तसेच कर्जदारामध्ये संदिग्धता राहणार नाही.
११. कर्जमंजुरीचा रिपोर्ट पुढील श्रेष्ठ अधिकारी व समिती यांना माहितीसाठी द्यावा.

ब. कर्ज वितरित करताना

१. कर्जवितरणाची जबाबदारी असलेल्या बँक कर्मचाऱ्यांनी प्रथम कर्जाच्या अटी नीट समजून घ्याव्यात. त्याप्रमाणे कर्जमंजुरीचे पत्र अर्जदाराला द्यावे. त्यात या सर्व अटींचा समावेश असावा. पत्रात स्पष्टता असावी. अर्जदाराकडून सर्व अटी मंजूर असल्याची सही त्या पत्रावर घ्यावी. हे सही केलेले पत्र दस्तऐवजाचा भाग ठरते.
२. कर्जातील तारणांसंबंधातील अटींचा अभ्यास करावा. विशेषतः स्थावर मालमत्तेचे गहाणखत (मॉर्गेज) असेल, तर मालमत्तेची मालकी कर्जदाराकडेच आहे, याची खात्री करण्यासाठी बँकेने नेमलेल्या वकिलाकडून त्या मालमत्तेचा गेल्या तीस वर्षांचा अथवा बँकेच्या धोरणाप्रमाणे ठरवलेल्या वर्षांचा 'सर्च रिपोर्ट' घ्यावा. या रिपोर्टमध्ये शेवटी वकिलाने 'सदर मालमत्तेचा मालक अर्जदार असून, तो कायदेशीरपणे ती मालमत्ता बँकेस तारण म्हणून देऊ शकतो,' असा दाखला देणे आवश्यक आहे. तसेच या रिपोर्टमध्ये बँकेने तारण म्हणून मालमत्ता घेताना, कोणकोणती कागदपत्रे घ्यावीत, त्यांचा क्रमवार स्पष्ट उल्लेख असावा.
३. कर्जमंजुरीच्या सर्व अटींची पूर्तता अर्जदाराकडून करून घ्यावी.
४. कर्जवितरणाला कायदेशीर स्वरूप येण्यासाठी अर्जदाराने आवश्यक ते दस्त सह्या करून देणे आवश्यक आहे. जे दस्त 'ॲग्रिमेंट' या स्वरूपाचे असतात, त्यावर बँकेच्या वतीने योग्य त्या अधिकाऱ्याने सही करावी लागते.
५. दस्तांवर सह्या करण्यापूर्वी काही दस्तांवर राज्याच्या संबंधित कायद्याप्रमाणे योग्य ती स्टॅम्प ड्युटी भरावी लागते. त्याची पूर्तता करावी. बँकेच्या कायदे विभागाने यासंबंधी स्पष्ट सूचना वेळोवेळी शाखांना द्याव्यात आणि शाखेतील कर्मचाऱ्यांनी त्या समजून घेऊन त्यांचे पालन करावे.
६. 'निरनिराळे तारणाचे प्रकार' या प्रकरणात तारणांच्या प्रकारांची माहिती दिली आहे, ती पाहावी.

७. सह्या झालेले दस्त, त्यासाठीच्या एका विशिष्ट रजिस्टरमध्ये नोंदवावेत व अशा नोंदीवर बँक अधिकाऱ्याने रजिस्टरमध्ये सही करावी.
८. सर्व दस्त, कागदपत्रे भक्कम डॉकेटमध्ये ठेवावीत. या डॉकेटचे नंबरिंग करून ते आग प्रतिरोधक कपाटात योग्य पद्धतीने ठेवावेत. त्या कपाटाला दोन चाव्या असाव्यात आणि त्या वेगवेगळ्या व्यक्ती अथवा अधिकाऱ्यांकडे असाव्यात. यालाच 'ड्युअल कंट्रोल' म्हणतात. या कपाटातील कागदपत्रे अनधिकृत व्यक्तींनी हाताळू नयेत.
९. कंपनीला कर्ज दिले असल्यास विहित नमुन्यात त्याची माहिती दिलेल्या मुदतीत 'रजिस्ट्रार ऑफ कंपनीज्' या अधिकाऱ्याला कळवावी. ही प्रक्रिया आता ऑनलाइनसुद्धा आहे.
१०. मॉर्गेज म्हणून घेतलेल्या तारणाची माहिती 'सेंट्रल मॉर्गेज रजिस्ट्री' या विभागाला दिलेल्या मुदतीत कळवणे बंधनकारक आहे.
११. तारण म्हणून घेतलेल्या स्थावर व इतर मालमत्तेचा सर्वसमावेशक (Comprehensive) विमा उतरवणे आवश्यक आहे. तसेच 'ड्यू डेट डायरी'मध्ये पुढील वर्षी त्याच्या नूतनीकरणाचे स्मरण राहावे म्हणून त्याची नोंद करणे गरजेचे आहे. या विमा नूतनीकरणाच्या तारखेच्या साधारणतः एक महिना आधीच त्याचे स्मरण होईल, याची व्यवस्था करावी.
१२. अशीच व्यवस्था दस्तांच्या नूतनीकरणासाठी 'ड्यू डेट डायरी'मध्ये करावी.
१३. वाहनकर्ज असल्यास वाहनावर परिवहन अधिकाऱ्याकडे योग्य नमुन्यातील अर्ज पाठवून त्यावर बँकेचा बोजा नोंदवावा आणि त्याचा दाखला कागदपत्रात ठेवावा. वाहनावरील विमा पॉलिसीवर अशीच नोंद करण्याची काळजी घ्यावी.
१४. कर्जवितरणास मंजुरी देण्यापूर्वी योग्य त्या अधिकाऱ्याने या गोष्टींचे पालन झाल्याचे तपासून मगच कर्जवितरणास मंजुरी द्यावी.
१५. ही पद्धत जाचक वाटली, तरी एकदा योग्य पायंडे पाडले की, सर्व कामे सुरळीत व वेगाने होतात.

क. कर्जवितरणानंतरची काळजी व कामे

१. कर्जवितरणानंतर कर्ज रकमेचा कर्जदाराने विनियोग योग्य प्रकारे आणि कर्ज ज्या कारणासाठी दिले आहे, त्याच कारणासाठी केला आहे का, ते तपासणे. कर्जवितरण थेट विक्रेत्याला केले असेल, तर विक्री-खरेदीची पावती घ्यावी. तसेच कर्जदाराच्या जागेला प्रत्यक्ष भेट देऊन कर्जामधून घेतलेल्या वस्तूंचे इन्स्पेक्शन करावे. त्यानंतरही वेळोवेळी असे इन्स्पेक्शन जरूर करावे. त्याचा अहवाल ठेवावा.
२. कित्येकदा छोट्या आणि मध्यम स्वरूपाच्या कर्जखात्यांत नमुन्यातील अहवाल लिहिणे जिकिरीचे होते. कारण अशीच खाती बहुतेक असतात. यासाठी काही बँका 'इन्स्पेक्शन-कम-फॉलोअप रजिस्टर' (Inspection-cum-Follow up Register) असे पुस्तक ठेवतात. यात प्रत्येक कर्जदाराचे नाव लिहून त्याच्या नावे काही पाने सोडतात. या रजिस्टरमध्ये कर्जदाराला दिलेल्या भेटी, त्याच्याशी झालेली चर्चा, स्मरणपत्रांच्या नोंदी किंवा केलेल्या फोनच्या नोंदी यांची थोडक्यात माहिती लिहितात. तेसुद्धा पुरेसे असते. शेतीकर्जाच्या बाबतीत गावानुसार असे रजिस्टर ठेवतात. बँक अधिकारी एखाद्या गावात गेला की, तो इतर कर्जदारांनाही भेटी देतो व त्यांच्याशी झालेल्या चर्चेची नोंद करतो. यामुळे पेपर वर्क कमी होऊन प्रत्यक्ष कर्जदारांशी संपर्कास जास्त वेळ मिळतो.

३. खेळत्या भांडवलासाठीच्या कर्जखात्यात कर्जदाराने मासिक अथवा त्रैमासिक 'स्टॉक अँड बुक डेट्स स्टेटमेंट' देणे गरजेचे असते. त्यावरून कर्जदार किती रकमेपर्यंतचे कर्ज उचलू शकतो, ते ठरते. अशी स्टेटमेंट्स कर्जदाराकडून न आल्यास बँकेस त्यासाठी पाठपुरावा करावा लागतो.

४. कर्जदार आपले सर्व व्यवहार कॅश क्रेडिट खाते असेल तर त्यातूनच करेल, हे पाहावे लागते. यासाठी कर्जदाराची वर्षातील विक्री आणि त्याच्या खात्यात जमा झालेली रक्कम यांची तुलना करावी.

५. कर्जदार कॅश क्रेडिट खात्यातून व्यवसायाशी संबंध नसणाऱ्या लोकांना पैसे देऊन कर्जाचा दुरुपयोग करत नाही, यावरही लक्ष ठेवावे लागते.

६. कर्जदार कर्जावरील व्याज, हप्ते, विम्याचा खर्च इत्यादी वेळच्यावेळी भरत आहे की नाही, यावर लक्ष ठेवावे लागते. यात अनियमितता दिसताच कर्जदाराशी संपर्क करून, पाठपुरावा करून पैसे वसूल करावे लागतात. तसेच या सर्वांची लेखी नोंद ठेवणे आवश्यक आहे.

७. दरवर्षी खात्याचा 'रिव्ह्यू' घेऊन खाते योग्य पद्धतीने चालले आहे, हे पाहावे लागते. या रिव्ह्यूमध्ये कर्जदाराच्या व्यवसायाचा, आर्थिक स्थितीचा, तारणाचा, कर्जातील जोखमीचा आणि खात्याच्या परिचालनाचा आढावा घेऊन आवश्यक ती कारवाई करावी लागते.

८. दिलेल्या बँक गॅरंटीज्ची मुदत संपली असल्यास पाठपुरावा करून त्या परत मिळवाव्यात व तशी नोंद करावी.

९. कर्जदार इतर बँकांबरोबरही व्यवहार करत असेल, तर माहितीची आदानप्रदान आवश्यक असते.

१०. कर्जदाराच्या बाजारातील पतसंबंधी वेळोवेळी माहिती इतर स्रोतांतून मिळवावी.

सारांश

वरील विवेचनावरून असे लक्षात येते की, कर्जखाते हाताळण्याची एक पद्धत आहे. अनेक वर्षांच्या कामातून आणि अनुभवातून ती विकसित झाली आहे. त्यामागे एक भक्कम कायदेशीर आणि नियामक यंत्रणा आहे. त्यानुसार गेल्यास कर्जखात्याची गुणवत्ता चांगली राहण्यास मदत होईल. इथे एक गोष्ट नमूद केली पाहिजे. ती म्हणजे, प्रत्येक कर्जदाराकडे अविश्वासानेच पाहिले पाहिजे असे नाही. त्यांच्याही काही अडचणी असतात, हे समजून घेतले पाहिजे. या सर्वांमध्ये व्यावसायिक दृष्टिकोन असणे आवश्यक आहे.

कर्जदारांसाठी : हे विवेचन कर्जदारांसाठीही उद्बोधक होईल, असे वाटते. पण कर्जदारांनी गोष्टी विशेषत्वाने लक्षात ठेवणे गरजेचे आहे.

१. आपल्या कर्जखात्याचे स्टेटमेंट बँकेकडून नियमित स्वरूपात घेऊन त्यातील व्यवहारांची पडताळणी करावी. कोणाच्या तरी चुकीमुळे आपल्या खात्यातून आपण न केलेल्या व्यवहाराची नोंद झालेली नाही, हे पाहावे. काही शंका असल्यास बँकेशी ताबडतोब संपर्क करावा. ई-मेल हे आता पत्रव्यवहाराचे साधन झाले आहे. त्याच्या माध्यमातून बँकेला अशा गोष्टी कळवल्यास त्याची नोंदही राहते.

२. आपण ज्या कारणांसाठी कर्ज घेतले आहे, त्या कारणासाठी किंवा त्या व्यवसायसाठीच कर्जाचा वापर करावा. कर्जखाते थकीत जाण्याची जी काही कारणे आहेत, त्यांतील प्रमुख कारण म्हणजे कर्जाचा वापर व्यवसायाशिवाय आणखी काही कारणांसाठी केला जातो. उदाहरणार्थ, कर्जातून वैयक्तिक मालमत्ता खरेदी करणे. कर्जाच्या रकमेतून शेअर मार्केटमध्ये पैसे गुंतवणे.

३. बँकेला देणे असणारी पत्रके म्हणजे मासिक स्टॉक स्टेटमेंट, त्रैमासिक स्टॉक स्टेटमेंट, षण्मासिक स्टॉक स्टेटमेंट आणि वार्षिक प्रगती अहवाल, वार्षिक ताळेबंद आणि नफा-तोटा पत्रके, सीएमए पत्रक हे वेळच्या वेळी द्यावे. त्यामुळे आपली बँकेतील पत वाढते.

४. आपले पतमानांकन, सिबिल रिपोर्ट समाधानकारक राहील, हे पाहावे. तुमचे जेवढे पतमानांकन चांगले, तितक्या प्रमाणात व्याजदराचा फायदा कर्जदारांना मिळतो. यासाठी पतमानांकनांचे मापदंड कोणते असतात आणि त्यात आपण कशी सुधारणा करू शकू, याचा आढावा वेळोवेळी जरूर घ्यावा.

५. कर्जमंजुरीसाठी बँक काय अटी घालते, विशेषत: तारणासंबंधी काय अटी असतील, यासंबंधी स्पष्टता असणे जरुरीचे असते. बँक याविषयी आधी भावी कर्जदाराशी चर्चा करते. तसेच कर्जमंजुरीचे पत्र मिळाल्यावर मंजुरीसाठीच्या अटींचा नीट अभ्यास करावा. याचे कारण कर्जमंजुरीच्या अटी जर आपण पूर्ण केल्या नाहीत, तर कर्जवितरण होत नाही. अटींमध्ये बदल करण्यासाठी परत बँकेच्या मंजुरी विभागाकडे जावे लागते. यात कालापव्यय होतो आणि व्यवसायावर त्याचा परिणाम होतो.

६. कर्जपरतफेडीची अट नीट पाहावी. दिलेला परतफेडीचा हप्ता फेडण्याइतकी रक्कम व्यवसायातून उभी राहते का, ते पाहावे. तसे नसल्यास सुरुवातीलाच परतफेडीचा काळ जास्तीचा ठरवून घ्यावा. हे समजण्यासाठी 'प्रमाण विश्लेषण' या प्रकरणात दिलेल्या माहितीचा अवश्य उपयोग करावा.

७. बँक ही व्यवसायातील महत्त्वाचा घटक असते. त्याप्रमाणे व्यवसायातील येणाऱ्या अडचणींबाबत बँक अधिकाऱ्यांशी जरूर चर्चा करावी.

ooo

प्रकरण १०

रिझर्व्ह बँकेचे कर्जविषयक नियम

बँकेच्या कर्ज विभागात कार्यरत असताना त्यासंबंधीचे असणारे काही कायदे, नियम, रिझर्व्ह बँक आणि इतर नियामक संस्थांनी दिलेले आदेश आणि मार्गदर्शक तत्त्वे यांचे पालन करणे अत्यावश्यक असते. त्या दृष्टीने या विषयासंबंधात असणारे रिझर्व्ह बँकेने, बँकिंग क्षेत्राची नियामक संस्था, या नात्याने घालून दिलेले नियम समजून घेऊ.

१. व्यक्ती, संस्था आणि इतर क्षेत्रांना पतपुरवठा करण्याबाबतच्या मर्यादा

(संदर्भ : रिझर्व्ह बँक परिपत्रक क्र. RBI/2018-19/196 dated 03.06.2019)
कोणत्याही बँकेने आपली मोठी आणि जास्तीत जास्त कर्जे ठरावीक व्यक्ती आणि संस्थांना दिली, तर त्यातून कर्जाच्या ध्रुवीकरणातून उभे राहणारे धोके संभवतात. भविष्यात कोणत्याही कारणाने अशातील एखादे किंवा काही कर्जे थकीत झाल्यास त्यातून संपूर्ण बँकेच्या अस्तित्वालाच धोका पोहोचू शकतो. काही वेळा एखादा संपूर्ण उद्योग किफायतशीर न राहता काही राजकीय, आर्थिक, तांत्रिक अशा कारणांनी तोट्यात जाण्याचा धोका नेहमीच असतो.

अगदी अलीकडील उदाहरण सांगायचे, तर पेन ड्राइव्हच्या आगमनानंतर, सीडी / फ्लॉपी तयार करणाऱ्या कंपन्यांना मागणी घटल्यामुळे प्रचंड तोटा होऊ लागला. तसेच सीडीज् जेव्हा बाजारात आल्या, त्या वेळी कॅसेट्स बनवणाऱ्या कंपन्या जुनाट (Outdated) झाल्या.

तसेच चिनी मालाची इथे तुलनेने जेव्हा कमी किमतीत आयात होऊ लागली, त्या वेळी भारतातील खेळणी बनवण्यापासून ते जड पोलाद प्रकल्पातील उत्पादने मागणीअभावी अडचणीत येऊ लागली.

याचा मथितार्थ इतकाच की, भविष्यात घडणाऱ्या अनेक घटनांवर कोणाचेच नियंत्रण नसते. त्यामुळे आज सक्षम असणारी कंपनी बंद पडली नाही, तरी तिची आर्थिक स्थिती कमकुवत होऊ शकते.

या पार्श्वभूमीवर, बँकांनी एखादी व्यक्ती, संस्था, कंपनी किंवा उद्योग यांना कर्जे देताना काही बंधने पाळणे आवश्यक आहे, ज्यामुळे कर्जांचे केंद्रीकरण न होता कर्जे निरनिराळ्या क्षेत्रांत दिली जावीत आणि एखाद्याच उद्योगावर बँकेने भर देऊन मोठी जोखीम घेऊ नये.

या पार्श्वभूमीवर, रिझर्व्ह बँकेने एखादी व्यक्ती, संस्था, उद्योगसमूह यांना जास्तीत जास्त किती प्रमाणात कर्ज देता येईल, यासाठी निकष (Exposure Norms) ठरवले आहेत.

१. एका कंपनीला अथवा उद्योगसमूहाला किती जास्तीत जास्त कर्ज देता येते?
   अ. एक कर्जदार : भांडवल निधीच्या २० टक्के.
   ब. एका उद्योगसमूहातील अनेक कंपन्या : भांडवल निधीच्या २५ टक्के.

प्रतिकर्जदार असणारी २० टक्के किंवा प्रतिउद्योगसमूह २५ टक्क्यांची सीमा शिथिल करण्यात आली आहे.

अ. मूलभूत सुविधांसाठी (Infrastructure Projects) कर्ज दिले असल्यास अधिक ५ टक्के म्हणजे भांडवल रकमेच्या २० टक्क्यांपर्यंत एका कर्जदारास ही कमाल मर्यादा आहे. तर, एका उद्योगसमूहासाठी ही मर्यादा १० टक्क्यांनी वाढवण्यात आली असून, ती भांडवल निधीच्या ५० टक्क्यांपर्यंत उपलब्ध होऊ शकते.

आपण इथे भांडवल निधी, उद्योगसमूह आणि मूलभूत सुविधाक्षेत्र अशा तीन संज्ञा वापरल्या आहेत. त्यांची व्याख्या पुढीलप्रमाणे :

१. **भांडवल निधी :** भांडवलपर्याप्तता नियमांतर्गत श्रेणी १ (टीयर I) आणि श्रेणी २ (टीयर II) यामध्ये असणारे भांडवल - गत आर्थिक वर्षअखेर (३१ मार्च) असणाऱ्या भांडवल रकमेनुसार. यामध्ये चालू वर्षात उभ्या केलेल्या टीयर-I आणि टीयर-II रकमेचा समावेशही करता येईल.
२. **उद्योगसमूह :** एकाच उद्योगसमूहात असणाऱ्या कंपन्या, ज्या एकाच व्यवस्थापनाच्या नियंत्रणाखाली आहेत. हे ठरवण्याची मुभा बँकांना देण्यात आली आहे. याचे कारण असे की, साधारणतः कर्ज देणाऱ्या बँकांना एकाच समूहातील कंपन्यांची माहिती असते. (अशी माहिती गोळा करणे हे कर्जप्रकरण तयार करताना अपेक्षित आहे.)
३. **मूलभूत सेवाक्षेत्र :** याअंतर्गत रस्ते, रेल्वे, पूल, बोगदे, विमानतळ, पाणीपुरवठा योजना, वीज उत्पादन, धरणे, दळणवळण सुविधा अशा क्षेत्रांचा समावेश होतो. ही क्षेत्रे देशाच्या विकासासाठी अतिशय महत्त्वाची असून, अर्थव्यवस्थेची प्रगती होण्यासाठी यात उल्लेख केलेल्या मूलभूत उद्योगांचा विकास होणे अत्यावश्यक आहे. यांपैकी तेल क्षेत्रासाठी पुढील तरतूद आहे.

वर निर्देशित केलेल्या रिझर्व्ह बँकेच्या परिपत्रकात यासंबंधी विस्तृत मार्गदर्शन केलेले आहे.

ज्या तेल कंपन्यासाठी ज्यांच्यासाठी भारत सरकार ऑइल बाँड्समधून (तेल कर्जरोख्यांमधून) पैसे उभे करते, त्यांच्यासाठी जास्तीत जास्त कर्जासाठीची मर्यादा भांडवल निधीच्या २५ टक्क्यापर्यंत वाढवण्यात आली आहे.

बिगर बँकिंग वित्तीय कंपन्या

बिगर बँकिंग वित्तीय कंपन्या (NBFC) या क्षेत्रातील कंपन्या आणि मालमत्ता कर्ज देणाऱ्या कंपन्या यांना भांडवल निधीच्या अनुक्रमे १० टक्के व १५ टक्के इतकी रक्कम जास्तीत जास्त कर्ज म्हणून एका कर्जदारास देता येते. ही मर्यादा अजून ५ टक्के वाढवता येते. त्यासाठी अधिक ५ टक्के ही रक्कम अशा बिगर बँकिंग वित्त कंपन्यांनी मूलभूत क्षेत्रासाठीच कर्जाऊ दिली पाहिजे. या क्षेत्रासाठी कर्ज या व्याख्येत एकूण कर्जाऊ रक्कम + गुंतवणूक + ताळेबंदाबाहेरील संभाव्य सुविधा (उदाहरणार्थ, बँक गॅरंटी, लेटर ऑफ क्रेडिट) यांचा अंतर्भाव होतो. मूलभूत क्षेत्रांना कर्ज देणाऱ्या संस्थानाही १५ टक्के ही मर्यादा लागू असून, एखादी वित्त कंपनी अधिकची ५ टक्के ही रक्कम मूलभूत क्षेत्रासाठीच कर्ज म्हणून देत असेल, तर ही मर्यादा १५ टक्क्यांवरून २० टक्क्यांपर्यंत वाढवता येते. याशिवाय प्रत्येक बँक या क्षेत्राअंतर्गत एकूण जास्तीत जास्त कर्जे किती देता येतील, यासंबंधी धोरण ठरवू शकते. तसेच चालू वर्षात उभा केलेला भांडवल निधी या क्षेत्रांसाठी कर्जाची कमाल मर्यादा ठरवण्यासाठी विचारात घेता येतो.

- **कन्सोर्टियम :** निर्देशित केलेले कमाल कर्जमर्यादेवरील बंधन कन्सोर्टियमअंतर्गत कर्जांनाही लागू पडते. कन्सोर्टियम ही संकल्पना 'खेळते भांडवल' या प्रकरणात सविस्तरपणे स्पष्ट केली आहे.
- **लेटर ऑफ क्रेडिटअंतर्गत डिस्काउंट केलेली बिल्स ऑफ एक्स्चेंज :** ज्या वेळी एलसी (LC) ओपन करणारी बँक आणि बिल डिस्काउंटिंग करणारी बँक या वेगवेगळ्या बँका असतील. अशा वेळी हे एक्स्पोजर (exposure) एल.सी. उघडणाऱ्या बँकेवरच धरले जाते. पण ज्या वेळी या दोन्ही सुविधा एकच बँक देत असेल, तर ते Exposure हे कर्जदाराच्या एकूण कर्ज रकमेत मिळवले जाते.
  खालील प्रकारच्या कर्जांना Exposure (निकष) या नियमांमधून अपवाद केला जातो :

१. आजारी किंवा दुर्बल उद्योगाचे पुनर्वसन : या प्रकारातील कर्जदारांना दिलेली कोणत्याही प्रकारची कर्जे.
२. अन्न कर्ज : रिझर्व्ह बँकेने अन्नकर्जवाटपासाठी निर्देशित केलेल्या संस्थात्मक कर्जदारांना दिलेली कर्जे.
३. ज्या कर्जाच्या मुद्दल आणि व्याज यांच्या परतफेडीची भारत सरकारने हमी दिलेली आहे.
४. बँकेने स्वतःच्या मुदत ठेवींवर दिलेली कर्जे.
५. बँकांनी 'नाबार्ड' या संस्थेला दिलेली कर्जे. यासंबंधी संबंधित बँकेचे संचालक मंडळ (Board of Directors) नाबार्डला देण्याच्या कमाल कर्ज रकमेविषयी निर्णय घेऊ शकते.

२. एक्स्पोजर

एक्स्पोजर (Exposure) याअंतर्गत खालील कर्जसुविधांचा अंतर्भाव होतो.

अ. प्रत्यक्ष वितरित केलेली कर्जे

ब. बँक गॅरंटी, लेटर ऑफ क्रेडिट या अशा सेवा आहेत ज्यांसाठी आत्ता कर्ज रक्कम वितरित करावी लागत नाही. पण भविष्यात कर्जदाराने आपले वचन न पाळल्यास या सुविधा प्रत्यक्ष कर्जामध्ये रूपांतरित होऊ शकतात.

क. अंडररायटिंग : अंडररायटिंग ही 'इन्व्हेस्टमेंट बँकिंग' या बँकिंगच्या एका शाखेत वापरली जाणारी संज्ञा आहे. इन्व्हेस्टमेंट बँकिंग या शाखेचे मुख्य काम म्हणजे, कंपन्यांना भांडवल उभारणीसाठी सर्व प्रकारची सेवा देणे. यात शेअर मार्केटच्या माध्यमातून भांडवल उभे करणे, त्यातील जोखीम व्यवस्थापन करणे आणि कंपन्यांना या क्षेत्रातील ज्ञानावर आधारित सल्ला देणे यांचा समावेश होतो.

'शेअर्स अथवा समभागांचे अंडररायटिंग' हा विषय येतो, त्याचा सोपा अर्थ म्हणजे, कंपनी शेअर मार्केटमध्ये भांडवल उभारणीसाठी शेअर्स विक्रीसाठी काढते, त्या वेळी भांडवल बाजार नियामकांनी घालून दिलेल्या नियमांप्रमाणे एकूण विक्रीसाठी काढलेल्या शेअर्सपैकी कमीत कमी ९० टक्के शेअर्सची विक्री होणे आवश्यक असते.

शेअर्स अंडररायटिंग करणारी वित्तीय कंपनी भांडवल उभारणी करणाऱ्या कंपनीला अशी हमी देते की, या नियमांप्रमाणे गुंतवणूकदारांकडून भांडवल उभारणीस प्रतिसाद मिळाला नाही, तर हा अंडररायटर उर्वरित शेअर्सची खरेदी करेल आणि कंपनीचा भांडवल उभारणीचा कार्यक्रम यशस्वी करेल. नंतर हा अंडररायटर बाजारात अशा शेअर्सची विक्री करतो.

कंपनी शेअर्सचे केलेले अंडररायटिंग

यासाठी मंजूर केलेली कर्जमर्यादा किंवा कंपनीकडून येणे रक्कम यांतील जे जास्त ते Exposure म्हणून धरले जाते. मात्र मुदत कर्जे (Term Loans) यामध्ये पुढे खात्यात अधिक कर्जवितरण होणार नाही, अशा खात्यातून येणे असणारी रक्कम 'एक्स्पोजर' म्हणून धरली जाते. एक्स्पोजर म्हणजे कर्जदाराकडून येणे असणारी रक्कम अधिक बँक गॅरंटी आणि लेटर ऑफ क्रेडिट या सवलतीमध्ये बँकेने घेतलेली एकूण हमी रक्कम.

ड. कर्जदाराच्या कंपनीत कोणत्याही मार्गाने केलेली गुंतवणूक. यात काही सुविधांचा समावेश होतो.

१. शेअर्स आणि रोखे (Debentures) यात केलेली गुंतवणूक

२. सार्वजनिक क्षेत्रातील कंपन्यांतील बाँडमध्ये केलेली गुंतवणूक

३. कंपनीच्या 'कमर्शियल पेपर'मध्ये केलेली गुंतवणूक कमर्शियल पेपर या साधनाद्वारे कंपन्या आपल्या अल्प मुदतीच्या गरजांसाठी मनी मार्केटमधून पैसे उभे करतात. हा पेपर विनातारण असतो. त्याची मुदत काही आठवड्यांपासून काही महिन्यांपर्यंत असते. अगदी सोप्या पद्धतीने सांगायचे, तर ही ठरावीक मुदतीची विनातारण प्रॉमिसरी नोट असते. कमर्शियल पेपरच्या आधी सांगितलेल्या स्वरूपामुळे असे पेपर फक्त उत्तम क्रेडिट रेटिंग आणि उत्तम पत असणाऱ्या कंपन्याच कमी व्याजदराने काढून पैसे उभे करू शकतात. या पद्धतीने मोठ्या कंपन्याच बँक जो व्याजदर आकारते, त्यापेक्षा कमी दराने पैसे उभे करून आपल्या अल्प मुदतीच्या गरजा पुऱ्या करतात.

३. रिअल इस्टेट (बांधकाम : घरे आणि व्यापारी संकुले) क्षेत्राला दिल्या जाणाऱ्या कर्जासंबंधी नियम

अ. बँकेने या क्षेत्राला कर्ज देण्यासंबंधी विस्तृत नियमावली तयार करून त्याला बँकेच्या संचालक मंडळाकडून मंजुरी घेणे आवश्यक आहे. या नियमावलीअंतर्गत खालील बाबींचा अंतर्भाव असणे आवश्यक आहे.

१. रिअल इस्टेट क्षेत्राला एकूण कर्जाची कमाल मर्यादा

२. प्रतिकर्जदार आणि प्रतिउद्योगसमूह यांवरील कर्जाची कमाल मर्यादा

३. कमीत कमी मार्जिन म्हणजे कर्जदाराने स्वत:ची आणलेली / आणावयाची व्यवसायातील रक्कम

४. कर्जासाठी तारण

५. परतफेडीचे नियम

६. कर्जदारास प्रोजेक्ट (प्रकल्प) पूर्ण करण्यास भविष्यात अधिक कर्ज लागले, तर त्यासाठीचे धोरण

ब. विशेष आर्थिक क्षेत्र (SEZ) उभे करणे अथवा अशा क्षेत्रात युनिट (जागा) घेण्यासाठी दिलेले कर्ज हे रिअल इस्टेट क्षेत्रांतर्गतचे कर्ज म्हणूनच गणले जाईल. अशा कर्जासाठी लागणारी जादाची भांडवल फंडाची गरज आणि रिझर्व्ह बँकेच्या नियमाप्रमाणे जादाची 'जोखीम वर्गीकरणातील तरतूद' करणे आवश्यक आहे.

४. लीजिंग, हायर पर्चेस आणि फॅक्टरिंग

लीजिंग, हायर पर्चेस, फॅक्टरिंग या प्रत्येक विभागासाठी बँकेची कमाल कर्जमर्यादा भांडवल निधीच्या १० टक्के आहे.

भांडवली बाजार

शेअर्समधील थेट गुंतवणूक, रोखे या सुविधांचा 'भांडवली बाजार' या क्षेत्रात समावेश होतो.

१. शेअर्समधील थेट गुंतवणूक, परिवर्तनीय रोखे आणि डिबेंचर्स आणि इक्विटी ओरिएंटेड म्युच्युअल फंडामधील गुंतवणूक, जी डेट फंडात गुंतवलेली नाही.

२. शेअर्स, रोखे, डिबेंचर्स यावर दिलेले कर्ज किंवा व्यक्तिगत स्वरूपातील शेअर्स खरेदी करण्यासाठी दिलेले विनातारण कर्ज. तसेच परिवर्तनीय रोखे (बाँड्स), परिवर्तनीय डिबेंचर्स आणि इक्विटी ओरिएंटेड म्युच्युअल फंडात गुंतवणूक करण्यासाठी दिलेले कर्ज.

३. कोणत्याही कारणासाठी दिलेले शेअर्स, परिवर्तनीय रोखे किंवा इक्विटी ओरिएंटेड म्युच्युअल फंड या तारणावरील कर्ज

४. इतर कोणत्याही कारणासाठी दिलेले कर्ज, ज्यासाठी शेअर्स, डिबेंचर्स (परिवर्तनीय), परिवर्तनीय रोखे इत्यादी तारण घेतले आहे.

५. शेअर बाजारातील दलालांना शेअर्स तसेच इतर तारणांवर किंवा विनातारण दिलेले कर्ज आणि बँक गॅरंटी.

६. शेअर्स व इतर तारणावर कंपनीच्या प्रवर्तकांनी आणण्याच्या स्वतःच्या भांडवली भागासाठी बँकांनी दिलेले कर्ज. हे कर्ज प्रवर्तकांना आपल्या संभाव्य साधनातून भांडवल उभारणीसाठी स्वतःचा वाटा जमा करण्यासाठी दिलेले असते.

७. भागभांडवल उभारणीद्वारे उभ्या राहणाऱ्या अपेक्षित रकमेवर दिलेले ब्रीज लोन

८. 'शेअर्स अंडररायटिंग' या सुविधेद्वारे बँकांनी प्रारंभिक शेअर्स इश्यू (Primary Issue of Shares) परिवर्तनीय रोखे, परिवर्तनीय डिबेंचर्स आणि इक्विटी ओरिएंटेड म्युच्युअल फंड यासाठी मंजूर केलेली रक्कम

९. मार्जिन ट्रेडिंगसाठी शेअर दलालांना दिलेले कर्ज

१०. उद्यम भांडवल उभारणीसाठी (Venture Capital) घेतलेले सर्व प्रकारचे एक्स्पोजर (Exposure)

११. स्टॉक्स एक्स्चेंजेसला कस्टोडियन बँकांनी दिलेली सौदापूर्तीची, रद्द करता न येऊ शकणारी, बांधिलकी (Commitment) असा स्वरूपाची असते.

इतर कंपन्यांच्या भागभांडवलात बँकांनी करण्याच्या गुंतवणुकीवरील मर्यादांसंबंधी नियम

१. बँकेच्या भागभांडवलाच्या जास्तीत जास्त ३० टक्के. यात शेअर्सची मालकी असणे, तसेच अशा शेअर्सच्या तारणावर कर्ज म्हणून दिलेली रक्कम यांच्या एकूण रकमेवर मर्यादा, भागभांडवलाच्या ३० टक्के किंवा भागभांडवल आणि निधी याच्या ३० टक्के यांतील कमी ही रक्कम कमाल मर्यादा म्हणून धरली जाते. यामध्ये डिमॅट स्वरूपात असणाऱ्या शेअर्समधील गुंतवणूक यांचाही समावेश होतो.

एकल तत्त्वावर (Solo Basis) भांडवली बाजारास कर्जाची फंडेड आणि नॉन-फंडेड मिळून कमाल मर्यादा / जास्तीत जास्त रक्कम बँकेच्या नेट वर्थच्या ४० टक्के असू शकते. या कमाल रक्कम मर्यादेत बँकेची शेअर्समधील

गुंतवणूक, इक्विटी ओरिएंटेड म्युच्युअल फंडातील गुंतवणूक, परिवर्तन रोखे यांतील गुंतवणूक, व्हेंचर कॅपिटलअंतर्गत केलेली गुंतवणूक यांचा समावेश होतो.

संकलित (Consolidated) तत्त्वावर केलेली गुंतवणूक : एकूण संकलित नेटवर्थच्या ४० टक्के ही कमाल मर्यादा आहे.

नेटवर्थ : या अंतर्गत खालील गोष्टींचा अंतर्भाव होतो.

१. **भरणा झालेले भागभांडवल (Paid Up Capital)**

२. **मुक्त निधी :** मुक्त निधी (Free Reserves) यामध्ये शेअर्स प्रीमियम ग्राह्य धरला जातो. पण रिव्हॅल्युएशन रिझर्व्ह हा ग्राह्य धरला जात नाही. स्थिर संपत्ती (Fixed Assets)चे पुनर्मूल्यांकन करून जी वाढीव रक्कम होते, ती म्हणजे रिव्हॅल्युएशन रिझर्व्ह. अर्थात, अशा रिझर्व्हमुळे व्यवसायातील नेटवर्थमध्ये होणारी वाढ ही केवळ आजच्या तारखेने व्यवसायातील जमीन, प्लांट अशा मालमत्तेत जी मूल्यवृद्धी होते, त्यातील आजची मालमत्तेची किंमत आणि मालमत्तेची मूळ किंमत यांच्यातील फरक ज्याचे अकाउंटिंग केले जाते, त्याला 'रिव्हॅल्युएशन रिझर्व्ह' असे नाव आहे.

३. **इन्व्हेस्टमेंट फ्लक्चुएशन रिझर्व्ह (IFR)** : इन्व्हेस्टमेंट फ्लक्चुएशन रिझर्व्ह 'IFR' ही संज्ञा समजून घेऊ या. बँकेच्या बॅलन्स शीटच्या ॲसेट्स (मालमत्ता) या विभागात गुंतवणूक (Investment) हा पोटविभाग असतो. ही गुंतवणूक रिझर्व्ह बँकेच्या नियमांप्रमाणे 'स्टॅच्युटरी लिक्विडिटी रिझर्व्ह' (SLR)मध्ये असते किंवा बँक काही गुंतवणूक बिगर सरकारी रोखे अथवा तत्सम स्वरूपात करते. या दोन्ही प्रकारच्या गुंतवणुकींची 'बाजार किंमत' ज्याला आपण 'मार्केट व्हॅल्यू' असे म्हणतो, ती सतत बदलत असते. या बदलामागे जरी अनेक कारणे असली, तरी व्याजदरातील चढ-उताराप्रमाणे या गुंतवणुकीची मार्केट व्हॅल्यू (Current MV) ही कमी-जास्त होत असते; हे समजून घेणे खूपच रोचक आहे.

ज्या वेळी व्याजदर वाढतात, त्या वेळी या गुंतवणुकीचे बाजारमूल्य कमी होते. कारण वाढीव व्याजदरामुळे नवीन गुंतवणुकीवरील परतावा, जुन्या गुंतवणुकीपेक्षा जास्त आकर्षक असतो. अशा वेळी गुंतवणुकीची मार्केट व्हॅल्यू कमी होते. त्याचप्रमाणे व्याजदर उतरले, तर आधीच्या गुंतवणुकीवरील परतावा अधिक आकर्षक होऊन अशा गुंतवणुकीचे बाजारमूल्य (Market Value) वाढते. अशा प्रकारे गुंतवणूकमूल्य वाढले, तर वाढीव रक्कम ही बँकेचा नफा म्हणून गणली जाऊन अशा नफ्यातून IFR जमा केला जातो. पुढे गुंतवणूकमूल्य कमी झाल्यास हा रिझर्व्ह कमी झालेले बाजारमूल्य आणि त्यातून झालेला तोटा भरून काढण्यासाठी उपयोगी पडतो.

४. **जमा-खर्च, खात्यात संकलित असलेला नफा :** दरवर्षी बँक आपले वार्षिक नफा-तोटा पत्रक त्या आर्थिक वर्षासाठी तयार करते. सर्व खर्च तसेच निरनिराळ्या तरतुदी (घसारा, लाभांश देणे, जनरल रिझर्व्ह) तसेच थकीत कर्जावरील तरतूद, वजा केल्यानंतर राहिलेली रक्कम, नफा असेल तर ती ताळेबंदाला 'भांडवल आणि निधी' या नावे जमा होते. तोटा असेल, तर ती रक्कम अशा निधीतून वजा केली जाते. तसेच संचित तोटा, ॲसेट्स या बाजूस असणारे 'अमूर्त' मालमत्ता (गुडविल, कोणतेही खर्च, जे टप्प्याटप्प्याने नफा-तोटा खात्यातून तरतूद करत पुढील वर्षात कमी कमी केले जातील.) अशी रक्कम ही भांडवल आणि निधी यातून वजा केली जाते.

थोडक्यात, नेटवर्थ काढण्यासाठी पुढील सूत्र वापरले जाते.

इक्विटी भागभांडवल + मुक्त रिझर्व्ह्स

(रिझर्व्हमध्ये पुनर्मूल्यांकन रिझर्व्ह, तसेच एखाद्या विशिष्ट खर्चासाठी केलेले रिझर्व्ह, जसे थकीत कर्जावरील तरतूद यांना नेटवर्थमध्ये धरत नाहीत.)

घसारा तरतूद (Depreciation Reserve) ही तरतूद नेटवर्थमध्ये धरावी की नाही, यासंबंधी दोन मतप्रवाह आहेत. माझ्या मते, घसारा तरतूद ही नेटवर्थमध्ये घेण्यास प्रत्यवाय नसावा असे वाटते. अर्थात, बँकर्सनी यासंबंधातील आपआपल्या बँकेच्या नियमाप्रमाणे काम करणे आवश्यक आहे.

२. IPO साठीचे कर्ज

एखादी कंपनी जेव्हा पहिल्यांदाच आपल्या कंपनीच्या शेअर विक्रीसाठी, सेबीच्या नियमांतर्गत मंजुरी घेऊन एका किंवा अनेक स्टॉक एक्स्चेंजेसच्या माध्यमातून शेअर विक्रीसाठी उतरते आणि कंपनीच्या भागभांडवलासाठी सामान्य जनता, कॉर्पोरेट्स, मोठे गुंतवणूकदार यांजकडून शेअर्स विक्रीतून भागभांडवल जमा करते, त्याला Initial Public Offering (IPO) असे नामाभिधान आहे.

वृत्तपत्रांतून, विशेषत: अर्थ विषयावरील वृत्तपत्रांतून अशा भागभांडवल उभारणीसाठी येणाऱ्या जाहिराती आपण नेहमीच पाहत असतो. अशा भागभांडवल खरेदीसाठी बँक दहा लाख रुपये या कमाल मर्यादेपर्यंत व्यक्तिगत कर्ज देऊ शकते. दुसऱ्या कंपन्यांतील शेअर्स खरेदीसाठी बँक इतर कंपन्यांना कर्ज देऊ शकत नाही. तसेच गैरबँकिंग वित्तीय कंपन्यांना बँकांकडून कर्ज काढून असे शेअर्स खरेदीसाठी इतर व्यक्तींना कर्ज देता येत नाही. अशी कर्जे 'भांडवली बाजारासाठीची कर्जे' याच्याअंतर्गत गणली जातात.

३. कर्मचाऱ्यांना शेअर्स खरेदीसाठी कर्ज

कर्मचाऱ्यांना शेअर्स खरेदी करण्यासाठी २० लाख रुपये रकमेच्या मर्यादेत कर्ज मिळते. तसेच शेअर खरेदी रकमेच्या जास्तीत जास्त (कमाल मर्यादा) ९० टक्क्यांपर्यंतच देता येते. ही रक्कमदेखील 'भांडवली बाजारासाठी कर्जे' याच संज्ञेअंतर्गत येते. इथे एक महत्त्वाची गोष्ट नमूद करणे आवश्यक आहे. ती म्हणजे, बँक स्वत:च्या शेअर्सच्या तारणावर, तसेच स्वत:च्या कर्मचाऱ्यांना स्वत:चे शेअर खरेदीसाठी कर्ज देऊ शकत नाही. ही तरतूद तारणावरील कर्ज अथवा तारणाशिवायचे कर्ज या दोन्ही प्रकारच्या कर्जांना लागू आहे.

४. स्टॉकब्रोकर्सना कर्ज

बँकांना स्टॉकब्रोकर्सना शेअर्सच्या तारणावर कर्ज देताना संचालक मंडळाच्या परवानगीने नियम ठरवता येतील. मात्र, या योजनेचा स्टॉकब्रोकर्स शेअर्सच्या किमतीवर प्रभाव टाकण्यासाठी वापर करणार नाहीत, याची खबरदारी बँकांना नियम ठरवताना घ्यावी लागेल. तसेच अशा कर्जासाठीची कमाल मर्यादा आणि तिचा बँकेच्या नेटवर्थशी संबंध या विषयावरील रिझर्व्ह बँकेच्या नियमांचे पालन करणे बंधनकारक आहे. तसेच कोणत्याही प्रकारच्या 'आर्बिट्रेज'साठी (Arbitrage) प्रत्यक्ष अथवा अप्रत्यक्षपणे ब्रोकर्सना मदत होईल, अशा पद्धतीने बँकांना कर्ज देता येणार नाही.

मार्केट आर्बिट्रेज म्हणजे एकाच कंपनीच्या शेअर्सची एकाच वेळी निरनिराळ्या स्टॉक एक्स्चेंजवर खरेदी आणि विक्री करणे. साधारण एकाच शेअरची किंमत एकाच वेळी निरनिराळ्या स्टॉक एक्स्चेंजवर काही प्रमाणात वेगळी असते. या परिस्थितीचा फायदा घेऊन ज्या स्टॉक एक्स्चेंजवर किंमत कमी आहे, तिथे तो खरेदी करून जिथे त्या

शेअरची किंमत थोडी जास्त आहे, तिथे तो त्याच वेळी विकणे. 'आर्बिट्रेज' ही संकल्पना एकदम सोप्या पद्धतीने समजून घेता येण्यासाठी वरील विवेचन केले आहे.

५. म्युच्युअल फंडाच्या युनिटच्या तारणावर कर्जे

म्युच्युअल फंडाच्या युनिटच्या तारणावर कर्ज देताना काही मार्गदर्शक तत्त्वे रिझर्व्ह बँकेने घालून दिली आहेत.

अ. कर्ज देतेवेळी अशी म्युच्युअल फंडाची युनिट्स स्टॉक एक्स्चेंजवर लिस्टिंग होऊन त्यांच्या पुनर्खरेदीची सोय स्टॉक एक्स्चेंजमार्फत असणे आवश्यक आहे. याचा मुख्य हेतू म्हणजे, वेळप्रसंगी बँकेला ही युनिट्स सहजपणे विकून आपले पैसे वसूल करणे शक्य असावे.

ब. संबंधित योजनेमध्ये 'लॉक इन पीरियड' म्हणजे ठरावीक काळापर्यंत असे युनिट्स विकता येणार नाहीत, अशी फंडाची पूर्वअट असेल, तर असा काळ संपून युनिट्स कोणत्याही वेळी बँकेला विकता आली पाहिजेत. या दृष्टीने पाहता, म्युच्युअल फंडाचे 'ओपन एंडेड फंड' आणि 'क्लोज एंडेड फंड' असे वर्गीकरण करता येते. ओपन एंडेड फंडातील युनिट्स कधीही विकता येतात, तर क्लोज एंडेड फंडातील युनिट्स त्या फंडाचा कालावधी संपेपर्यंत विकता येत नाहीत.

क. कर्जाची रक्कम ठरवताना अशा युनिट्सची नेट ॲसेट व्हॅल्यू (NAV) हा निकष असावा. आणि 'फेस व्हॅल्यू – दर्शनी मूल्य' असा निकष नसावा. NAV काढण्याचे सूत्र पुढीलप्रमाणे आहे.

$$\text{एनएव्ही} = \frac{\text{फंडाची आजच्या दराने मालमत्ता} - \text{फंडाची देणी}}{\text{फंडाचे एकूण युनिट्स}}$$

ड. म्युच्युअल फंडांच्या तारणावर कर्ज देताना त्यावर बँकेच्या नियमाप्रमाणे मार्जिन म्हणजे कर्जदाराचा स्वतःचा हिस्सा असणे, तसेच युनिट्सवर नियमाप्रमाणे कर्जमर्यादा यांसारख्या गोष्टींचा अंतर्भाव करणे बंधनकारक आहे.

इ. अशी कर्जे देताना त्याचा विनियोग योग्य खर्चासाठी, गरजेसाठी होत आहे ना, ते पाहणे आवश्यक आहे. अशा कर्ज रकमेचा विनियोग इतर म्युच्युअल फंडांच्या खरेदीसाठी किंवा त्यांची किंमत कृत्रिमपणे वाढवण्यासाठी होत नाही, हे बँकेने पाहणे आवश्यक आहे.

सारांश

रिझर्व्ह बँकेच्या मास्टर सर्क्युलर दि. १.७.२०१५ आणि त्यात झालेले बदल यांचा आधार घेऊन कर्जविषयक नियमांचे विवेचन केले आहे. ते करताना क्लिष्टता टाळून ते सहजपणे समजावेत, या दृष्टिकोनातून लिहिले आहे. यापेक्षाही अधिक माहिती हवी असल्यास जिज्ञासूंनी आधी सांगितलेले मास्टर सर्क्युलर पाहावे.

ही माहिती बँकर्स आणि विद्यार्थ्यांना उपयोगी पडेल.

ब. प्राधान्यताप्राप्त उद्योग कर्जे आणि इतर कर्जे

बँकांकडून होणारा कर्जपुरवठा फक्त ठरावीक उच्च वर्गालाच न होता, तो समाजातील शेतकरी, लघुउद्योजक, कुटीरोद्योग, मागासवर्गीय, स्वउद्योजक अशा देशातील ग्रामीण, निमशहरी आणि शहरी अशा सर्व वर्गांना व्हावा. बँकांच्या मदतीने समाजातील सर्व वर्गांची आर्थिक उन्नती व्हावी, देशात रोजगार उत्पन्न व्हावा आणि सावकारी पाशात अडकलेला गरीब-ग्रामीण वर्ग मुक्त व्हावा. त्यायोगे देशात सर्वसमावेशक आर्थिक प्रगतीचे वारे वाहावेत, या उद्देशाने बँक राष्ट्रीयीकरणानंतर रिझर्व्ह बँकेने प्राधान्यताप्राप्त वर्गाची व्याख्या केली. त्या व्याख्येत रिझर्व्ह बँकेने वेळोवेळी त्या-त्या काळाच्या गरजेप्रमाणे बदल केले. यासंबंधी सध्या प्रचलित असणाऱ्या नियमांबाबत थोडक्यात, पण महत्त्वाची माहिती जाणून घेऊ.

पुढील क्षेत्राला दिलेली कर्जे प्राधान्यताप्राप्त कर्जांच्या व्याप्तीमध्ये येतात :

१. शेती
२. अतिलघु, लघु आणि मध्यम आकाराचे व्यवसाय (यात उत्पादन आणि सेवा या दोन्ही क्षेत्रांचा समावेश होतो.)
३. निर्यात कर्ज
४. शिक्षण कर्ज
५. गृहकर्ज
६. सामाजिक मूलभूत सेवाक्षेत्र
७. अपारंपरिक ऊर्जा
८. इतर

या क्षेत्रांविषयी अधिक माहिती जाणून घेऊ या.

१. शेती

शेतीक्षेत्राला केलेले कर्जसाहाय्य प्राधान्यतापात्र क्षेत्राला दिलेले कर्ज म्हणून गणले जाते. यामध्ये शेतकरी, स्वमदतगटातील शेतकरी, संयुक्त शेतकरी संघ यांचा अंतर्भाव होतो. ही कर्जे पुढील कारणांसाठी दिली जातात. यासाठी बँकेने शेतकऱ्यांची स्वतंत्र कर्जखाती ठेवणे आवश्यक आहे.

१. किसान क्रेडिट कार्डअंतर्गत कर्ज : यात पूर्वापार घेत असलेली आणि नवीन प्रजातींची पिके यांसाठी पीककर्ज, फळफळावळ, तसेच दुग्धव्यवसाय, मासेमारी, पशुउत्पादन, कुक्कुटपालन, रेशीम आणि मधुमक्षिकापालन अशा संलग्न व्यवसायांसाठीचे कर्ज यांचा अंतर्भाव होतो.
२. शेतीच्या विकासासाठी मध्यम आणि दीर्घ मुदतीची कर्जे : जसे ट्रॅक्टर आणि इतर मशिनरी, भूसंधारण, सिंचनासाठी विहिरी खोदणे, मोटार/पंप आणि जलवाहिन्यांतून (पाइप लाइन) पाणी स्रोतापासून शेतापर्यंत नेणे यांसाठीचे कर्ज.
३. पीककाढणी, पूर्वीच्या किंवा/आणि नंतरच्या कामासाठी, जसे औषधफवारणी, तणछाटणी, पीककाटणी, त्याचे विक्रीसाठी पॅकिंग, शेतापासून बाजार आणि ग्राहकापर्यंत उत्पादित शेतमालाची वाहतूक यांसाठी कर्ज.
४. शेतमालाच्या साठवणुकीसाठी लागणारे गोडाउन, शीतगृह यांच्या बांधणीसाठी लागणारे, तसेच अशा गोडाऊन अथवा शीतगृहात ठेवलेल्या शेतमालाच्या तारणावर घेतलेले ५० लाख रुपयांपर्यंतचे जास्तीत जास्त बारा महिने कालावधीसाठी दिलेले कर्ज, तसेच भूसंरक्षण आणि भूविकास यासाठीचे कर्ज.

५. ऊती संवर्धन (Tissue Culture), जैवतंत्रज्ञान (Bio Technology), बीजउत्पादन, जैविक कीडनाशके (Bio Pesticide), गांडूळखत निर्मितीसाठी लागणारे कर्ज.

६. शेतकऱ्यांच्या सहकारी संस्थांनात्यांच्या सभासदांचा शेतमाल विकण्यासाठी ५ कोटी रुपयांपर्यंतचे कर्ज.

७. शेतकरी साहाय्य केंद्र (Agri Clinic) आणि शेती व्यवसाय उभे करण्यासाठी लागणारे कर्ज.

८. शेत मालावर प्रक्रिया करणारा उद्योग जास्तीत जास्त कर्जमर्यादा १०० कोटी रुपये प्रति कर्जदार सर्व बँकांनी मिळून.

९. ट्रॅक्टर्स, बुलडोझर्स, जमिनीखाली बोअरिंग घेऊन त्यांद्वारे पाणी उपलब्ध करण्यासाठीची मशिनरी पुरवणाऱ्या व्यक्ती व संस्था यांना या गोष्टी विकत घेण्यासाठी दिलेले कर्ज.

१०. शेतकऱ्यांच्या प्राथमिक पतसंस्था (PACS), शेतकरी सेवा संस्था (FSS), आदिवासी संस्था (LAMPS) यांना कर्जवितरणासाठी दिलेले कर्ज.

११. शेतीसाठी अल्प पतपुरवठा (MFI's) करणाऱ्या संस्था.

वरील कारणांसाठी दिलेली कर्जे ही 'शेतीकर्ज' या संज्ञेत येतात.

२. अतिलघु, लघु आणि मध्यम उद्योग (MSMEs)

या क्षेत्राच्या व्याख्येसाठी रिझर्व्ह बँकेने उत्पादन (Manufacturing) आणि सेवा (Service) असे दोन विभाग केलेले आहेत. उत्पादनक्षेत्रासाठी प्लांट आणि मशिनरीमधील गुंतवणुकीची मर्यादा हा निकष आहे, तर सेवाक्षेत्रासाठी उपकरणातील गुंतवणूक (Investment in equipment) हा निकष आहे. त्यानुसार अतिलघु, लघु आणि मध्यम उद्योग यांसाठीचे सध्याचे निकष असे आहेत.

अ.	उत्पादन विभाग	प्लांट व मशिनरीतील गुंतवणूक (रु. कोटीमध्ये उलाढाल)
१	अतिलघु उद्योग	१ कोटीपर्यंत आणि उलाढाल ५ कोटींपर्यंत
२	लघुउद्योग	१० ते ५० कोटींपर्यंत
३	मध्यम उद्योग	५० ते २५० कोटींपर्यंत

ब.	सेवा विभाग	उपकरणातील गुंतवणूक
१	अतिलघु सेवा केंद्र	१० लाखांपर्यंत
२	लघुसेवा केंद्र	१० लाखांपेक्षा जास्त ते २०० लाखांपर्यंत
३	मध्यमसेवा केंद्र	२ कोटींपेक्षा जास्त ते ५ कोटींपर्यंत

अ. 'प्रधानमंत्री जनधन योजने'अंतर्गत (PMJDY) उघडलेल्या खात्यात ५००० रुपयांपर्यंत दिलेला ओव्हरड्राफ्ट. यासाठी खातेदाराचे (ग्रामीण) वार्षिक उत्पन्न एक लाखापर्यंत, तर बिगरग्रामीण खातेदाराचे वार्षिक उत्पन्न १,६०,०००/- रुपयांच्या मर्यादेत असावे.

ब. प्राथमिकता क्षेत्राला या नियमांतर्गत दिलेले कर्ज आवश्यक (निर्धारित) कर्ज रकमेपेक्षा कमी असेल, तर दोहोंतील फरकाची रक्कम सिडबी किंवा मुद्रा बँक यामध्ये ठेव स्वरूपात ठेवता येते.

३. निर्यात कर्जे

या विभागाअंतर्गत प्राधान्य कर्ज क्षेत्रात समाविष्ट होण्यासाठी रिझर्व्ह बँकेने बँकांचे ढोबळमानाने दोन गट तयार केले आहेत. हे विवेचन सोपे होण्यासाठी आपण ते दोन विभागांत समजून घेऊ.

१. भारतीय बँका (Domestic banks) आणि भारतात २० पेक्षा जास्त शाखा असलेल्या परदेशी बँका.

२. भारतात २० पेक्षा कमी शाखा असणाऱ्या परदेशी बँका.

निर्यात कर्जाची गणना प्राधान्यताप्राप्त क्षेत्रात होण्यासाठी वर्षातील वाढीव निर्यात कर्ज, ताळेबंदाबाहेरील देणी (Off Balance-sheet Items) आणि त्याचे एकूण कर्जाशी प्रमाण हे निकष आहेत. हे निकष थोडे गुंतागुंतीचे असल्याने त्यासंबंधी अधिक माहिती जिज्ञासूंनी 'रिझर्व्ह बँक परिपत्रक क्र. २०१६-१७/३३ दिनांक ७ जुलै, २०१६ आणि त्यानंतरची याविषयावरची नोटिफिकेशन्स' यामध्ये पाहावी.

४. शिक्षण कर्ज

शिक्षणासाठी १० लाख रुपयांपर्यंत दिलेले कर्ज प्राधान्य क्षेत्रांतर्गत येते. यात व्यावसायिक (Vocational) शिक्षणाचाही समावेश होतो.

५. गृहकर्ज

घरासाठी दिलेली पुढील कर्जे प्राधान्यताप्राप्त क्षेत्रात येतात.

क्र.	विभाग	कर्जाची अंतिम मर्यादा (रु.)	एकूण घरासाठी खर्चाची मर्यादा (रु.)
१	शहरी (लोकसंख्या दहा लाख किंवा त्यापेक्षा जास्त)	३५ लाख	४५ लाख
२	शहरी (लोकसंख्या दहा लाखांपर्यंत व इतर विभाग)	२५ लाख	३० लाख

टीप :

१. बँक कर्मचाऱ्यांना दिलेल्या गृहकर्जाचा यात समावेश नाही.

२. दीर्घ मुदतीच्या बाँडमधून ही कर्जे दिली असल्यास अशी कर्जे एकूण (अर्हताप्राप्त) कर्ज रकमेतून वजा करावीत.

ब. घरगुतीदुरुस्तीसाठी दिलेले कर्ज : कर्जमर्यादा वर दिल्याप्रमाणे.

१. शहरी भाग : ५ लाख रुपये

२. इतर विभाग : २ लाख रुपये

क. बँकांनी सरकारी संस्थांना झोपडपट्टी निवारण किंवा आर्थिकदृष्ट्या दुर्बल लोकांसाठी घरे बांधण्यासाठी दिलेली कर्जे. यात एकूण कर्जाची प्रतिकर्जदार कर्ज रक्कम १० लाख रुपयांपर्यंतच असावी. घरबांधणीसाठी, ज्याचे लाभधारक फक्त आर्थिक दुर्बल घटकांतील आहेत असे प्रतिकर्जदार १० लाख रुपयांपर्यंतची कर्जे या विभागात येतात. आर्थिदृष्ट्या दुर्बल घटक म्हणजे, ज्या कुटुंबाचे वार्षिक उत्पन्न २ लाख रुपयांपर्यंत आहे.

ड. राष्ट्रीय गृहनिर्माण बँकेने पुनर्वित्तासाठी मान्यता दिलेल्या घरबांधणी कर्जसंस्था, ज्या पुढे घरबांधणीसाठी कर्ज देतात, अशा कर्जाची रक्कम. इथेही कर्जमर्यादा प्रतिकर्जदार १० लाख रुपये आहे.

ई. राष्ट्रीय गृहनिर्माण बँकेकडे ठेवलेली ठेव. याची मर्यादा प्राधान्यताप्राप्त कर्ज रकमेतील तुटीइतकीच असेल.

६. सामाजिक मूलभूत सेवाक्षेत्र

शाळा, रुग्णालये, पिण्याचे पाणी आणि स्वच्छता सामाजिक विकास आणि सुख-सोयींसाठी ५ कोटी रुपयांपर्यंतचे कर्ज. यामध्ये स्वच्छतागृहे आणि पाणी क्षेत्रविकास यासाठी श्रेणी (टीयर)II ते श्रेणी (टीयर)VI याअंतर्गत येणाऱ्या शहरे, गावे यासाठी दिलेले कर्ज प्राधान्यताप्राप्त कर्जात गणले जाते. तसेच अल्प पतपुरवठा करणाऱ्या संस्था (पाणी, स्वच्छतागृहे यासाठी कर्जे देणाऱ्या) अशी कर्जेही प्राधान्यताप्राप्त क्षेत्रात गणली जातात.

७. अपारंपरिक ऊर्जा

या क्षेत्राअंतर्गत सौरऊर्जा प्रकल्प, बायोगॅस ऊर्जा प्रकल्प, पवनचक्क्या, पाण्यावर ऊर्जा उत्पन्न करणारे लहान प्रकल्प आणि अपारंपरिक ऊर्जेवर चालणारे रस्त्यावरील दिवे, दूरच्या गावांचे विद्युतीकरण यांसाठी दिलेले प्रतिकर्जदार १५ कोटी रुपयांपर्यंतचे कर्ज येते. वैयक्तिक घरगुती कर्जदारांसाठी ही मर्यादा १० लाख रुपयांपर्यंत आहे.

८. इतर

अ. रु. ५०,०००पर्यंतचे प्रति कर्जदार, दिलेले थेट कर्ज. यासाठी कर्जदारांची वार्षिक उत्पन्नाची मर्यादा ठरवली जाते.

ग्रामीण क्षेत्र : रु. १ लाख

बिगर ग्रामीण क्षेत्र : रु. १,६०,०००

ब. सावकाराकडून घेतलेले प्रति कर्जदार रु. १ लाखपर्यंत कर्ज मुदतपूर्व फेडण्यासाठी बँकांनी दिलेले कर्ज.

क. अनुसूचित जाती आणि जमातींच्या कल्याणासाठी स्थापन केलेल्या राज्य सरकार पुरस्कृत संस्थांना त्यांच्या लाभधारकांनी तयार केलेल्या वस्तूंच्या कच्च्या मालासाठी व अशा वस्तूंच्या मार्केटिंगसाठी दिलेले कर्ज.

ड. ग्रामीण कारागीर, लघुउद्यमी, विणकर यांना बिगरशेती क्षेत्रातील व्यवसायासाठी दिलेल्या क्रेडिट कार्डवरील देयके.

'एमएसएमई' क्षेत्रातील कर्जे केवळ प्राधान्यताप्राप्त क्षेत्रात राहण्यासाठी अशा एमएसएमई व्यवसायांच्या विस्तारामुळे जरी या क्षेत्राच्या व्याख्येबाहेर जात असतील, तरी पुढील तीन वर्षे ही कर्जे प्राधान्यताप्राप्त क्षेत्राअंतर्गत धरली जातील.

आर्थिकदृष्ट्या दुर्बल घटक

१. लघु आणि अतिलघु शेतकरी.
अतिलघु शेतकरी : ज्याच्याकडे जास्तीत जास्त २.५ एकर शेती आहे.
लघु शेतकरी : ज्याच्याकडे २.५ ते ५ एकरपर्यंत शेती आहे.
२. ग्रामीण कारागीर आणि कुटिरोद्योग यांना प्रतिकर्जदार एक लाख रुपयांपर्यंतचे कर्ज
३. सरकार पुरस्कृत पुढील योजनांअंतर्गत दिलेली कर्जे
अ. स्वर्णजयंती ग्रामरोजगार योजना
ब. दीनदयाळ अंत्योदय राष्ट्रीय शहरी आजीविका योजना
क. श्रमजीवी – रस्ते साफ करणारे लोक (Manual Scavengers)
४. अनुसूचित जाती आणि जमाती वर्गांतील लोकांना दिलेली कर्जे (व्यवसायासाठी)
५. 'डीआरआय' योजनेअंतर्गत दिलेली कर्जे
६. स्व-मदत गट
७. सावकारी पाशात अडकलेला शेतकरी
८. शेतकरी सोडून इतर वर्गांतील लोकांनी सावकाराकडून घेतलेली कर्जे
मुदतपूर्व फेडण्यासाठी दिलेले कर्ज
कर्जमर्यादा प्रतिकर्जदार रु. एक लाख
९. स्त्री कर्जदारांना प्रतिकर्जदार दिलेले रु. एक लाखपर्यंतचे कर्ज
१०. दिव्यांग व्यक्ती
११. सरकारी योजनेप्रमाणे अल्पसंख्याकांना दिलेली कर्जे
१२. जनधन योजनेअंतर्गत उघडलेल्या खात्यावर रु. ५०००पर्यंतचा ओव्हरड्राफ्ट यासाठी खातेदाराचे जास्तीत जास्त वार्षिक उत्पन्न पुढील मर्यादेत असावे.
ग्रामीण विभाग रु. एक लाख
बिगरग्रामीण विभाग रु. १,६०,०००

प्राधान्यक्षेत्राअंतर्गत देण्याच्या कर्जांबाबत रिझर्व्ह बँकेचे नियम

'सर्वसमावेशक विकास' हा भारताच्या विकासविषयक धोरणाचा पाया असल्याने भारतीय व्यापारी बँकांनी या क्षेत्रासाठी कमीत कमी किती प्रमाणात एकूण कर्ज रकमेशी तुलना करता कर्जपुरवठा करणे आवश्यक आहे प्राधान्यताप्राप्त क्षेत्राअंतर्गत देण्यात येणाऱ्या कर्जासंबंधी रिझर्व्ह बँकेने निकष ठरवून दिले आहेत आणि त्यात वेळोवेळी बदल केले आहेत, सध्या प्रचलित असणारे यासंबंधीचे नियम याप्रमाणे आहेत :

यासाठी रिझर्व्ह बँकेने भारतीय बँकांचे दोन भागांत वर्गीकरण केलेले आहे.

भाग १ : भारतीय (Domestic) शेड्युल्ड व्यापारी बँका आणि परदेशी बँका, ज्यांच्या भारतात २० पेक्षा जास्त शाखा आहेत.

भाग २ : परदेशी बँका, ज्यांच्या भारतात २० पेक्षा कमी शाखा आहेत.

परदेशी बँका सोडून सर्व उर्वरित बँका

१. एकूण प्राधान्यताप्राप्त क्षेत्राला देण्याची कर्जे : यासाठी समायोजित एकूण कर्जाच्या ज्याला Adjusted Net Bank Credit असे म्हणतात. ४० टक्के ही किमान मर्यादा असून, बँका या मर्यादेपेक्षा जास्त रकमेची कर्जे देऊ शकतात.
२. शेती : समायोजित कर्जाच्या १८ टक्के. या १८ टक्क्यांमध्ये ८ टक्के रक्कम लहान व अति लहान शेतकऱ्यांना (Small & Marginal Farmers) देणे बंधनकारक आहे.
३. अतिलघु उद्योग (Micro Enterprises) : समायोजित कर्जाच्या ७.५ टक्के.
४. आर्थिकदृष्ट्या दुर्बल घटक (Weaker Section) : समायोजित कर्जाच्या १० टक्के.

याशिवाय बँकांनी इतर गोष्टींची नोंद घेणे आवश्यक आहे.

अ. एकूण शेतीक्षेत्राला दिल्या जाणाऱ्या १८ टक्के कर्ज रकमेपैकी १३.५ टक्के थेट शेतकरीवर्गाला देण्यासाठी बँकांनी सर्व प्रयत्न करावेत.
ब. बिगर कॉर्पोरेट शेतीक्षेत्राला दिलेल्या कर्जाची रक्कम या प्रकारच्या कर्जाच्या गेल्या तीन वर्षांच्या सरासरी रकमेपेक्षा कमी असू नये.

भाग २ : भारतात २० पेक्षा कमी शाखा असणाऱ्या परदेशी बँका

या बँकांना समायोजित कर्जाच्या ४० टक्के रक्कम या क्षेत्रासाठी २०२० सालापर्यंत टप्प्याटप्प्याने देणे आवश्यक होते. तसेच २०१६-१७पासून दरवर्षी २ टक्के वाढीव कर्जाची रक्कम बिगरनिर्यात कर्ज म्हणून देणे आवश्यक आहे.

सारांश

'सर्वसमावेशक आर्थिक विकास' हे उद्दिष्ट साधण्यासाठी रिझर्व्ह बँकेने प्राधान्यताप्राप्त क्षेत्रांतर्गत द्यावयाच्या कर्जासंबंधी हे नियम अत्यंत विस्तृतपणे त्यांच्या मास्टर सर्क्युलर्सद्वारे (अधिसूचना) मांडलेले आहेत.

(संदर्भ : रिझर्व्ह बँक मास्टर सर्क्युलर नं. २०१६-१७/३३ दिनांक ७ जुलै २०१६)

इतर काही मूलभूत नियम

बँकांना आपले कामकाज रिझर्व्ह बँकेच्या अटी आणि नियमांच्याअधीन राहूनच करावे लागते. त्यामुळे बँकेच्या कर्ज विभागात काम करू इच्छिणाऱ्या प्रत्येक व्यक्तीस यासंबंधातील रिझर्व्ह बँक आणि इतर संस्थांच्या कायदेशीर तरतुदी आणि नियमांची मूलभूत जाण असणे आवश्यक आहे. तसेच कर्ज घेऊ इच्छिणाऱ्यांना ही सारांशरूपाने हे माहीत असणे फायद्याचे ठरते. त्या दृष्टीने या प्रकरणात याआधी निर्देशित केलेल्या परिपत्रकामधील नियम आणि मार्गदर्शक तत्त्वे यासंबंधी सविस्तर विवेचन केले आहे.

(संदर्भ : रिझर्व्ह बँक मास्टर सर्क्युलर नं. RBI/15-16/95 dated 01.07.15)

१. कर्ज देण्यासंबंधी कायदेशीर बंधने

१.१ बँकेच्या स्वत:च्या शेअर्सच्या तारणावरील कर्ज : बँकिंग रेग्युलेशन अॅक्टच्या (१९४९) कलम २०(१) अन्वये बँक स्वत:च्या शेअर्सच्या तारणावर कर्ज देऊ शकत नाही.

१.२ बँक आपल्या कोणत्याही संचालकाला किंवा अशा संस्थेला, ज्यात हा संचालक भागीदारी संस्थेत भागीदार, व्यवस्थापक, कर्मचारी, जामीनदार अशा स्वरूपात संबंधित असेल, तर कोणत्याही प्रकारचे कर्ज देऊ शकत नाही. तसेच ज्या कंपनीत संचालक, मॅनेजिंग एजंट, संचालक व्यवस्थापक, कर्मचारी, जामीनदार या स्वरूपात असेल किंवा कंपनीमध्ये जी फर्म भागीदार असेल किंवा जामीनदार असेल, अशा कोणत्याही व्यक्ती अथवा संस्थांना बँक कर्ज देऊ शकत नाही.

वरील नियमांमध्ये खालील प्रकारच्या कर्जाचा समावेश नाही.

१. बँकेची (स्वत:ची) मुदत ठेव, सरकारी रोखे किंवा विमा पॉलिसीच्या तारणावरील कर्जे.

२. अॅग्रिकल्चरल फायनान्स कॉर्पोरेशन लि. (AFCL) या शेतीला कर्जपुरवठा करणाऱ्या संस्थेस दिलेली कर्जे.

३. बँकेचे कर्मचारी/अधिकारी, जे नंतर संचालक झाले, अशा बँक कर्मचाऱ्यांना उपलब्ध असणाऱ्या कर्ज योजनेस या व्यक्ती संचालक नसत्या, तर अशा कर्जांना पात्र झाल्या असत्या.

४. बँकेने तिच्या अध्यक्ष (चेअरमन) आणि मुख्य कार्यकारी अधिकारी या व्यक्तीस, जी हे पद सांभाळण्यापूर्वी बँकेची कर्मचारी नव्हती, दिलेले वाहनखरेदी, वैयक्तिक संगणक, फर्निचर, सणासाठी दिलेले कर्ज किंवा स्वत:च्या वापरासाठीचे घर घेण्यासाठी अथवा बांधण्यासाठी दिलेले कर्ज यासाठी रिझर्व्ह बँकेची परवानगी आणि त्यांनी घातलेल्या अटींची पूर्तता याची अंमलबजावणी आवश्यक आहे.

५. बँकेने तिच्या पूर्णवेळ संचालकांना दिलेले वाहनखरेदी, फर्निचर, वैयक्तिक संगणक, उत्सव कर्ज किंवा स्वत:च्या घर वापरासाठी दिलेले घरासाठीचे कर्ज. यासाठी रिझर्व्ह बँकेची पूर्वपरवानगी आणि त्या वेळी घातलेल्या अटींची पूर्तता याची आवश्यकता आहे.

६. बँकांनी एक दुसऱ्यास दिलेली 'कॉल लोन्स' म्हणजे जी कर्जे बँकेने मागणी केल्यास त्वरित परत करावी लागतात अशी कर्जे, ज्याला बँकिंगमध्ये 'कॉल मनी' असे म्हणतात.

७. हुंडी खरेदी अथवा हुंडी डिस्काउंटिंग (Bill Purchased/Discounted), धनादेश खरेदी (धनादेशाच्या तारणाविरुद्ध दिलेले कर्ज), तसेच इतर 'नॉन फंडेड कर्ज साहाय्यता, जसे बँक गॅरंटी, लेटर ऑफ क्रेडिट सुविधा, अॅक्सेप्टन्स-को-अॅक्सेप्टन्स, हुंडी डिस्काउंटिंग/ खरेदी यावर दिलेली कर्जसुविधा. परंतु या सुविधा देताना ज्यात प्रत्यक्ष कर्ज वितरित केले जात नाही, अशा 'नॉन-फंडिंग सुविधां'चे रूपांतर कर्जदाराने योग्य वेळी आपली बांधिलकी (Commitment) न पूर्ण केल्यास प्रत्यक्ष कर्जामध्ये रूपांतरित होण्याची शक्यता असते. हे घडू नये, याची बँकेला खूप खबरदारी घ्यावी लागते जसे एल.सी. पेमेंटच्या एखादा दिवस आधीच कर्जदार संचालकाने पैशाची तजवीज करणे.

८. सौदापूर्तीसाठी बँकेने नॅशनल सिक्युरिटी क्लिअरिंग कॉर्पोरेशन लि. (NSCCL) किंवा क्लिअरिंग कॉर्पोरेशन ऑफ इंडिया लि. (CCIL) यांना व्यवहार पूर्ण करण्यासाठी दिलेली कर्जाची व्यवस्था, ज्याला 'Line of Credit' असे संबोधतात.

९. बँकेने तिच्या नियमाप्रमाणे संचालक खातेदारास क्रेडिट कार्ड दिले असल्यास इतर खातेदारांना लागू असणाऱ्या नियमांप्रमाणे दिलेली क्रेडिट कार्डच्या माध्यमातून खर्चमर्यादा.

या सवलती वगळता बँक आपल्या संचालकांना कोणत्याही प्रकारचे कर्ज देऊ शकत नाही.

१.३ संचालकांच्या नातेवाइकांना कर्ज देण्यासंबंधीचे नियम :

बँक आपल्या संचालक मंडळाच्या पूर्वपरवानगीशिवाय स्वत:चे अध्यक्ष आणि कार्यकारी संचालक (CMD), संचालक (यात इतर बँकांचे संचालक, तसेच अध्यक्ष व कार्यकारी संचालक यांचाही समावेश होतो.) यांना कोणत्याही प्रकारचे कर्ज देऊ शकत नाही. यात शेड्युल्ड को-ऑप. बँकांचे संचालक आणि त्यांचे नातेवाईक, तसेच ती बँक अथवा इतर कोणत्याही बँकेने स्थापन केलेल्या उपकंपन्या, सामाईक निधी (म्युच्युअल फंड्स), उपक्रम भांडवल (व्हेंचर कॅपिटल फंड्स) यांच्या संचालकांचाही समावेश होतो.

१.३.१ : काही बँकांमध्ये एकमेकांच्या संचालकांना अथवा नातेवाइकांना कर्जे देऊन रिझर्व्ह बँकेने प्रसिद्ध केलेल्या सक्त सूचनांना डावलण्याची पद्धत प्रचलित होत होती. यावर लोकसभेत चर्चा होऊन सदस्यांनी गंभीर आक्षेप घेतला. याला आळा घालण्यासाठी पुढील सूचना रिझर्व्ह बँकेने जारी केल्या आहेत.

बँकेच्या संचालक मंडळ अथवा व्यवस्थापन मंडळाने (Management Committee) मंजूर केल्याशिवाय पुढील श्रेणीतील व्यक्तींना रु. २५ लाखांपेक्षा अधिकची कर्जे देऊ नयेत.

१. दुसऱ्या बँकेचे अध्यक्ष, कार्यकारी संचालक आणि संचालक.
२. कोणतीही भागीदारी संस्था किंवा तत्सम संस्था, ज्यात या श्रेणीतील व्यक्ती भागीदार वा जामीनदार आहे.
३. कोणतीही कंपनी, ज्यात या श्रेणीतील मंडळींचा मालकीत महत्त्वाचा हिस्सा असेल किंवा ते अशा कंपनीत संचालक, जामीनदार अशा रूपाने संबंधित आहेत.
४. या श्रेणीतील व्यक्तींमध्ये यात निर्देश केलेल्या कोणाची पत्नी वा पती, तसेच त्यांच्यावर अवलंबून असणाऱ्या १८ वर्षांखालील मुलांचापण समावेश होतो. पती अथवा पत्नी यांचा जर स्वतंत्र व्यवसाय, नोकरी असे उत्पन्नाचे साधन असेल, तर त्यांना नियमाच्या आधिन राहून आणि गुणवत्ता पारखून कर्ज देण्याचा विचार करता येईल. रु. २५ लाख किंवा त्यापेक्षा अधिक रकमेची अशी प्रकरणे मंजुरीसाठी संचालक मंडळाकडे जातील. त्याअंतर्गत प्रकरणे बँकेने ज्याप्रमाणे मंजुरीचे अधिकार दिले आहेत, त्याप्रमाणे मंजूर करता येतील.
५. हे नियम संचालकांच्या इतर नातेवाइकांसाठीही लागू आहेत. वडील, आई, सावत्र आई, मुलगा, सून, मुलगी, जावई, भाऊ, भावजय, बहीण, मेहुणा, बायकोचा भाऊ, बायकोची बहीण हे सर्व नातेवाईक या श्रेणीत येतात.
६. या नातेवाइकांना कर्ज देण्यासंबंधी जे नियम आहेत. तेच कोणत्याही प्रकारच्या कामाचे कॉंट्रॅक्ट देण्यासही लागू आहेत.
७. 'नातेवाइकांना कर्ज' या श्रेणीत काही प्रकारच्या कर्जांचा समावेश होत नाही.
   - सरकारी रोख्यांवरील कर्ज
   - विमा पॉलिसीच्या तारणावरील कर्ज
   - बँकेच्या ठेव पावतीच्या तारणावरील कर्ज
   - शेअर्सवरील नियमाअधीन कर्ज
   - रु. २५ हजारांपर्यंतची तात्पुरती उचल
   - रु. २५ हजारांपर्यंतची 'चेक पर्चेस' उचल
   - बँक कर्मचाऱ्यांना त्यांच्यासाठी असणाऱ्या योजनेअंतर्गत घरकर्ज, वाहनकर्ज

८. या नियमांचे कसोशीने पालन करण्यासाठी बँकेने कर्ज देताना प्रत्येक कर्जदाराकडून याप्रमाणे हमीपत्र घ्यावे.

अ. ही व्यक्ती कोणत्याही बँकेची संचालक नाही, तसेच यात दिलेल्या व्याख्येनुसार नातेवाईक नाही.

ब. कर्जदार भागीदारी कंपनी असेल, तर कोणीही भागीदार संचालक किंवा त्यांचा यात व्याख्येनुसार नातेवाईक नाही.

क. कर्जदार कंपनी असेल, तर कोणीही संचालक या श्रेणीत येत नाही.

ड. एखाद्या कर्जदाराने वस्तुस्थिती लपवून खोटे हमीपत्र दिले असल्यास असे कर्ज ताबडतोब परत फेडण्यास बँकेने अशा व्यक्तींना सांगावे.

९. सर्व 'शेड्युल्ड बँकांच्या' संचालकांना व त्यांच्या नातेवाइकांना हे नियम लागू असून, बँकेने त्यांना या नियमांविषयी योग्य प्रकारे अवगत करावे.

१.४ बँकेच्या वरिष्ठ अधिकारी आणि त्यांच्या नातेवाइकांना कर्ज देण्यासंबंधीचे नियम

प्रत्येक बँक या विषयावर स्वतःचे धोरण ठरवून त्याप्रमाणे नियम करत असतेच. त्यात पुढील गोष्टींचा अंतर्भाव करावा.

अ. कर्ज मागणारा अधिकारी जी समिती कर्ज मंजूर करते, त्या समितीत नसावा. शक्यतो असे कर्जप्रकरण अजून वरिष्ठ अशा समितीकडे मंजुरीसाठी पाठवावे. अशा मंजुरीची माहिती संचालक मंडळाला अधिकृतपणे द्यावी.

ब. कर्जमंजुरीसाठी जे नियम आहेत, तेच कोणत्याही प्रकारचे 'काँट्रॅक्ट' या कर्मचाऱ्याला देण्यासाठीही लागू आहेत.

क. काही कर्जप्रकारांचा यात समावेश होत नाही.
सरकारी रोखे, विमा पॉलिसी, २५ हजार रुपयांपर्यंतची तात्पुरती उचल, कर्मचारी कर्ज योजनेअंतर्गतची विविध प्रकारची कर्जे.

ड. या नियमांचे पालन होण्यासाठी प्रत्येक कर्जदाराकडून त्याच्या श्रेणीप्रमाणे योग्य नमुन्यात हमीपत्र घ्यावे.

२. निवडक क्रेडिट नियंत्रण (Selective Credit Control)

जीवनावश्यक वस्तूंच्या तारणावर कर्ज देण्यासाठीची बंधने : काही जीवनावश्यक वस्तूंचा साठा करून ठेवल्यास त्यांची टंचाई जाणवते आणि त्यांच्या किमतीही खूप वाढतात. त्यामुळे सर्वसामान्य लोकांना खूप अडचणींना तोंड द्यावे लागते. असे होऊ नये म्हणून रिझर्व्ह बँक वेळोवेळी परिपत्रक काढून अशा जीवनावश्यक वस्तूंच्या साठ्यावर कर्जे देण्यासाठी निरनिराळी बंधने जाहीर करते. जीवनावश्यक वस्तूंमध्ये, अन्नधान्य, डाळी, तृणधान्ये, विशिष्ट प्रकारच्या तेलबिया (ज्यापासून खाण्यासाठी, स्वयंपाकासाठी वापरण्याचे तेल तयार करतात.) कापूस, साखर (खांडसरी), कपडा अशा जीवनावश्यक वस्तूंचादेखील यात समावेश होतो.

३. कर्मचारी अधिकारीवर्गास कमिशन देण्यावरील बंधने

बँकिंग नियमन (कायदा - १९४९, कलम १० (i)(b)(ii) अन्वये) कायद्यानुसार बँक आपल्या कर्मचाऱ्यांना केलेल्या कामाचा लाभ म्हणून कमिशन अथवा नफ्याचा हिस्सा देऊ शकत नाही. पण जी व्यक्ती बँकेचा कर्मचारी नाही, अशा व्यक्तीला असे कमिशन नियमांच्या अधीन राहून देणे शक्य आहे. तसेच बँक आपल्या योजनांना जादाचा प्रतिसाद मिळावा म्हणून बक्षिसे, लॉटरी, मोफत सहल अशा मार्गांचा वापर करू शकत नाही. फार तर २५०

रुपयांपर्यंतच्या कमी खर्चिक वस्तू भेट म्हणून देऊ शकते. या नियमांचा बँकेने भंग केल्यास तिच्यावर रिझर्व्ह बँक दंडात्मक किंवा इतर कारवाई करू शकते.

४. शेअर्स, रोखे यांच्या तारणावरील व कर्जावरील बंधने

हा विषय 'कर्जाचे प्रकार' या प्रकरणात सविस्तरपणे हाताळला असल्याने त्या नियमांची पुनरुक्ती टाळण्यात येत आहे. ज्यांना या विषयात आणखी रस आहे, त्यांनी रिझर्व्ह बँकेचे उल्लेखित क्रमांक दिलेले परिपत्रक वाचावे.

५. बँक दुसऱ्या बँकेच्या ठेव पावतीवर कर्ज देऊ शकत नाही.

६. बँकेने इतर वित्तीय संस्थांना बँक गॅरंटी देण्यासंबंधी नियम

बँक इतर वित्तीय संस्थांना पुढील नियमांच्या अधीन राहून बँक गॅरंटी देऊ शकते.

बँकेच्या संचालक मंडळाने, बँकेची जोखीम व्यवस्थापन यंत्रणा कशी आहे, तसेच बँक किती जोखीम घेऊ शकते, याचा अभ्यास करून त्यासंबंधाने धोरण आखून ते संमत करणे आवश्यक आहे. असे धोरण ठरवताना रिझर्व्ह बँकेचे निकष, अशा सुविधेवर घ्यायचे तारण व मार्जिन, बँक गॅरंटी मंजूर करणाऱ्या अधिकाऱ्यांची अथवा समितीची श्रेणी व पात्रता अशा मंजुरींचा अहवाल देण्यासाठीची आणि त्यावर नियंत्रण ठेवणारी यंत्रणा, पुनरावलोकनाची पद्धती गोष्टींचा सांगोपांग विचार करून निर्णय घेणे अपेक्षित आहे. अशी बँक गॅरंटी देण्यासंबंधी फक्त बँकेच्या कर्जदारांसाठी त्यांची गरज लक्षात घेऊनच निर्णय घेतला जावा. याच पद्धतीने इतर बँकांनी दिलेल्या बँक गॅरंटीवर कर्ज देण्यासंबंधीचे धोरण संचालक मंडळाने ठरवणे आवश्यक आहे.

७. सोने तारण कर्ज

सोने तारण कर्जासंबंधी रिझर्व्ह बँकेने सूचना दिलेल्या आहेत.

१. सोने आणि जडजवाहिर यांची खरेदी, गोल्ड एक्स्चेंज ट्रेडेड फंडांचे युनिट्स, गोल्ड म्युच्युल फंडांचे युनिट्स यांच्या खरेदीसाठी बँकांनी कर्ज देऊ नये. पण जवाहिर व्यापारांना खेळत्या भांडवलासाठी नियमांच्या अधीन राहून कर्ज देता येईल.

२. सोन्याच्या नाण्यावर कर्ज देण्यासाठी तारणाची कमाल मर्यादा ५० ग्रॅम असून, कर्जमर्यादा संचालक मंडळाने घालून दिलेल्या कमाल रकमेच्या आत असावी. तसेच या कर्जाचा वापर योग्य कारणासाठी व्हावा. यातून सट्टेबाजी होऊ नये.

३. शेती सोडून इतर कारणांसाठी सोने तारण कर्ज द्यावयाचे असेल, तर कर्जाचे प्रमाण तारण किमतीच्या जास्तीत जास्त ७५ टक्के असावे.

४. अशा कर्जखात्यावर मासिक व्याजआकारणी आणि वसुली अपेक्षित आहे.

५. तारण म्हणून द्यावयाचे सोन्याचे दागिने हॉलमार्क प्रमाणित असणे सगळ्यांच्याच फायद्याचे आहे.

६. रिझर्व्ह बँकेने नेमलेल्या बँकाच सोन्याचे दागिने तयार करून ते निर्यात करणाऱ्या व्यावसायिकांना कर्ज देऊ शकतात. असे कर्जप्रकरण करायचे असल्यास त्यासंबंधी रिझर्व्ह बँकेचे नियम मूळ परिपत्रकातून वाचावेत.

८. लघु आणि अतिलघु उद्योगांना कर्जे देताना त्यांच्या खेळत्या भांडवलाची गरज पाच कोटी रुपयांपर्यंत असेल, तर 'अपेक्षित उलाढालीच्या २० टक्के' ही पद्धत खेळत्या भांडवलाची गरज काढताना वापरावी. (यासंबंधी सविस्तर विवेचन 'खेळते भांडवल' या प्रकरणात केले आहे.)

९. जिथे कर्जदाराची खेळत्या भांडवलाची गरज रु. १० कोटी आणि त्यापेक्षा जास्त आहे, अशा खात्यातील ८० टक्के रक्कम कर्ज व २० टक्के रक्कम रोख (कॅश क्रेडिट) स्वरूपात द्यावी, असा संकेत आहे. पण कर्जदाराच्या गरजेप्रमाणे या टक्केवारीत बँका बदल करू शकतात. या ठिकाणी एक गोष्ट नमूद करणे गरजेचे आहे. कॅश क्रेडिट पद्धत कर्जदारांना सोयीची असली, तरी बँकांना आपली रोख तरलता नियंत्रित करण्यासाठी ती अडचणीची आहे. या संबंधात अजून काही नियम रिझर्व्ह बँकेने नुकतेच घालून दिले आहेत, ते पाहावेत.

१०. कन्सोर्टियम सुविधा आणि कर्जसुविधा

रिझर्व्ह बँकेने कन्सोर्टियम सुविधा आणि कर्जसुविधा (Consortium and Multiple Banking Arrangements) या व्यवस्थेअंतर्गत कर्ज देण्यासंबंधीचे नियम फार आधीच शिथिल करून बँका आणि कर्जदार दोघांनाही मोकळीक दिली आहे. पण या मोकळिकीचा सारेच घटक पक्ष दुरुपयोग करत असल्याचे रिझर्व्ह बँकेच्या लक्षात आले आहे. यातून कर्जदारांनी अनेक बँकांकडून इतर बँकांना न कळवता कर्जे घेणे, त्याचा दुरुपयोग, फसवणूक अशा अनेक गोष्टी घडत आहेत.

केंद्रीय दक्षता आयोगाच्या (Central Vigilance Commission) मते, याचे मुख्य कारण बँका-बँकांमधील संवाद आणि माहितीचे आदान-प्रदान या दोन गोष्टींचा अभाव हे आहे. यावर उपाय म्हणून खालील गोष्टी सुचवल्या आहेत.

१. कोणत्याही कर्जप्रकरणाची छाननी करताना अर्जदाराने इतर बँकांकडून घेतलेल्या सर्व प्रकारच्या कर्जांची माहिती विहित नमुन्यात द्यावी. तसेच बँकेने अशा बँकांबरोबर कर्जदाराच्या खात्याच्या माहितीची देवाणघेवाण सुरू करावी.

२. 'सध्या अस्तित्वात असणाऱ्या सर्व नियमांचे पालन करत आहे' याचा वेळोवेळी दाखला बँकेने संबंधित कंपनी सेक्रेटरी, चार्टर्ड अकाउंटंट, कॉस्ट अकाउंटंट अशा अधिकृत व्यक्तींकडून विहित नमुन्यात घ्यावा.

३. रिझर्व्ह बँकेने दाखला दिलेल्या कर्जविषयक माहिती देणाऱ्या कंपन्यांकडून (Credit Rating Agencies) येणाऱ्या माहितीचा जास्तीत जास्त उपयोग करावा.

४. गुप्तताविषयक नियमांचा भंग बँकेकडून होऊ नये म्हणून बँकेने कर्जदाराकडून माहितीच्या देवाणघेवाणीचा अधिकार देणारे पत्र घ्यावे. यासंबंधी रिझर्व्ह बँकेने दिलेल्या सूचना न पाळणाऱ्या बँकांवर रिझर्व्ह बँक दंडात्मक कारवाई करू शकते.

११. कर्जखाते वर्ग करणे

आजकाल रिझर्व्ह बँकेकडे ज्या बँकांकडे कर्जखाते वर्ग झाले आहे, त्यांच्याकडून कर्ज वर्ग करणाऱ्या बँकांविषयी खूपच तक्रारी येत आहेत. त्यातील महत्त्वाचा आशय म्हणजे 'कर्ज वर्ग करणाऱ्या बँकांकडून अतिशय कमी, चुकीची किंवा दिशाभूल करणारी माहिती कर्ज वर्ग झालेल्या बँकेला मिळाली. त्यामुळे बँकांना खूपच त्रास झाला.' हे ध्यानात घेऊन रिझर्व्ह बँकेने पुढील सूचना केल्या आहेत.

१. बँकेच्या संचालक मंडळाने दुसऱ्या बँकेतील कर्जखाती स्वत:कडे वर्ग करून घेण्यासंबंधी धोरण ठरवावे. यामध्ये अशी कर्जखाती घेताना पाळावयाची दक्षता, नियम, मंजुरीचे अधिकार आणि पुढील श्रेणीतील उच्च अधिकाऱ्याला त्यासंबंधी पाठवण्याचा अहवाल. अशा खात्यांचा पाठपुरावा करण्याच्या पद्धती, वैयक्तिक जबाबदारीसंबंधी नियम, अशा कर्जखात्यांचे वेळोवेळी लेखापरीक्षण या बाबींवर स्पष्ट सूचना असाव्यात.
२. कर्जमंजुरीचा निर्णय घेण्यापूर्वी बँकेने ज्या बँकेकडून कर्जखाते वर्ग करून घ्यायचे, त्या बँकेचा खातेदाराच्या कर्जखात्यासंबंधीचा अहवाल मागवून त्याचा अभ्यास करावा.

१२. कर्जवसुलीसाठी मार्गदर्शक तत्त्वे

'एजंट्समार्फत बँकेची कर्जवसुली' हा नेहमीच वाद आणि सार्वजनिक चर्चेचा विषय राहिला आहे. रिझर्व्ह बँकेने यासंबंधात एक समिती नेमून त्यावर जनतेच्या सूचना मागवल्या होत्या. या साऱ्यांचा विचार करून रिझर्व्ह बँकेने पुढील मार्गदर्शक सूत्रे अंगीकारण्यास बँकांना सांगितले आहे.

१. या सूत्रांसाठी 'एजंट' या शब्दात बँकेने वसुलीसाठी नेमलेल्या एजन्सी आणि त्यांचे एजंट्स, कर्मचारी यांचाही समावेश होतो.
२. अशी एजन्सी नेमताना बँकेने एजन्सीमधील व्यक्तींची पूर्वपीठिका, विश्वासार्हता, दिलेले काम योग्य पद्धतीनेच करण्याची मानसिकता यासंबंधी पूर्ण खात्री करून घेणे आवश्यक आहे. एजन्सीने या कामासाठी कर्मचारी नेमताना त्यांचे पोलीस रेकॉर्ड सत्यापन (Verification) आणि इतर पार्श्वभूमी तपासणे गरजेचे आहे.
३. बँकेने कर्जदारांना अशी एजन्सी नेमल्याचे व त्यांना वसुलीचे अधिकार दिल्याचे कळवणे आवश्यक आहे. एजन्सीच्या कर्मचाऱ्यानेही बँकेकडून मिळालेल्या अधिकारपत्राची प्रत, तसेच स्वत:चे अधिकृत ओळखपत्र बाळगणे आणि कर्जदारास त्याची खात्री पटवणे आवश्यक आहे. एजन्सीमध्ये बँकेने बदल केल्यास कर्जदारास तो कळवणे आवश्यक आहे. यासंबंधी आवश्यक तो तपशील बँकेने आपल्या वेबसाइटवर टाकावा.
४. यासंबंधातील कर्जदारांच्या तक्रारींची योग्य ती दखल बँकेने घ्यावी. जिथे कर्जवसुली प्रकरण कोर्टात आहे, अशा खात्यांत खूप खबरदारी घेणे आवश्यक आहे.
५. कर्जदारांच्या तक्रारीची दखल घेणारी यंत्रणा बँकेने विकसित करून त्याची माहिती कर्जदारांना कळवावी.
६. या एजन्सीबरोबर वसुलीकामाचा करार करताना या एजन्सी कोणत्याही बेकायदेशीर, भीतीदायक आणि विवादास्पद मार्गांचा अवलंब करणार नाहीत, याची हमी घ्यावी.
७. वसुली एजन्सीच्या कर्मचाऱ्यांना बँकेने योग्य प्रकारचे प्रशिक्षण देऊन 'सभ्य' मार्गानेच वसुली करण्याची जबाबदारी त्यांना शिकवावी.
८. यासंबंधी रिझर्व्ह बँकेने 'इंडियन बँक्स असोसिएशन' या संस्थेला इंडियन इन्स्टिट्यूट ऑफ बँकिंग अँड फायनान्स (IIBF) या संस्थेच्या माध्यमातून कमीत कमी शंभर तासांचा एक प्रशिक्षण अभ्यासक्रम तयार

करून वसुली एजन्सीजच्या कर्मचाऱ्यांना प्रशिक्षण देण्याची यंत्रणा उभी करण्यास सांगितले आहे. हे प्रशिक्षण देण्याची पूर्ण व्यवस्था झाल्यावर एजन्सीजच्या कर्मचाऱ्यांनी एक वर्षाच्या आत ते पूर्ण करून तसे प्रमाणपत्र घ्यावे. तसेच नवीन कर्मचारी नेमताना त्यांनी हे प्रशिक्षण पूर्ण केले आहे का, ते पाहावे.

१३. हायपोथिकेटेड आणि मॉर्गेज्ड मालमत्तेचा ताबा घेताना पाळायचे नियम

नजरगहाण (Hypothecated) आणि मॉर्गेज्ड मालमत्तेचा ताबा घेणे यासंबंधी सिक्युरिटायझेशन अँड रिकन्स्ट्रक्शन ऑफ फायनान्शिअल अॅसेट्स अँड एन्फोर्समेंट ऑफ सिक्युरिटी इंटरेस्ट अॅक्ट -२००० (सरफेसी कायदा) आणि सिक्युरिटी इंटरेस्ट (एन्फोर्समेंट) नियम - २००२ या कायद्यांनी घालून दिलेल्या कायदेशीर मार्गांनीच बँकांनी जाणे बंधनकारक आहे.

सारांश

कर्जखात्याशी संबंधित प्रत्येक बँक कर्मचाऱ्याने रिझर्व्ह बँकेच्या वरील सूचना समजून घेऊन कामकाज करणे आवश्यक आहे. या परिपत्रकात पायाभूत सुविधांसाठी कर्जे, ब्रीज लोन, ओव्हरसीज जॉइंट व्हेंचर्सना कर्जे, सरकारी उपक्रमातील निर्गुंतवणुकीसाठीची कर्जे, शेअर दलालांना कर्जे हे विषयही हाताळले आहेत. विस्तार टाळण्यासाठी त्यांची माहिती इथे दिलेली नाही. अभ्यासकांनी त्यासाठी रिझर्व्ह बँकेचे मूळ परिपत्रक वाचावे. सर्वसामान्यपणे कर्ज विभागात होणाऱ्या प्रकरणात रिझर्व्ह बँकेचे नियम येथे चर्चिले आहेत. या नियमांमध्ये वेळोवेळी रिझर्व्ह बँक गरजेनुसार बदल करते, हे लक्षात घेऊन रिझर्व्ह बँक वेबसाइटवरील अद्ययावत माहिती संबंधितांनी पाहावी.

ooo

उपसंहार

आत्तापर्यंत विविध प्रकरणांमधून 'कर्जे' या विषयाशी संबंधित विविध पैलू समजून घेतले. कोणत्याही कर्जव्यवहारात कर्ज देणारे आणि कर्जे घेणारे असे दोन घटक असतात. या दोन्ही घटकांना हे पैलू समजावून घेताना दुसरा घटक कशा पद्धतीने विचार करतो आणि त्यामागील कार्यकारणभाव जेव्हा समजून घेता येतो, तेव्हा सर्व प्रक्रिया अधिक सुरळीतपणे पार पडतात. यातून दोन्ही घटकांचे हित साधले जाते, ज्याला इंग्रजीमध्ये 'Win Win Situation' असे म्हणतात.

'कर्ज' या संकल्पनेत काळाच्या ओघात प्रचंड बदल झाले आहेत. अगदी पुरातन काळापासून ते अगदी अलीकडच्या काळापर्यंत म्हणजे, साधारणतः १९९०च्या आसपास जेव्हा भारतात उदारीकरण, जागतिकीकरण आणि काही प्रमाणात खासगीकरण यांचे वारे वाहू लागले, त्या काळापर्यंत भारतात कर्ज मिळवणे ही फारच किचकट प्रक्रिया होती. मात्र, काळाच्या ओघात परिस्थितीमध्ये झपाट्याने बदल होत गेले.

स्पर्धेच्या युगात कार्यक्षमता, भांडवल उभारण्याची क्षमता, कुशल मनुष्यबळ, ग्राहककेंद्रित दृष्टिकोन (Customer Centricity) व्यवसायात गुणात्मक वृद्धी, नफाक्षमता, गुंतवणूकदारांचे हित आणि त्यासाठी शेअरच्या किमतीत अपेक्षित वृद्धी, सतत बदलत असणारी आर्थिक परिस्थिती, जागतिकीकरणाचा शिरकाव, निरनिराळे नियामक (रिझर्व्ह बँक, सेबी, इन्शुरन्स रेग्युलेशन आणि डेव्हलमेंट ॲथॉरिटी - IRDA इ.) या सर्वांचा बँकिंग व्यवस्थेवर खूपच परिणाम झाला. संगणकीकरणामुळे बँकिंग व्यवहारात आणि बँकांच्या कामकाजात आमूलाग्र क्रांती झाली.

अशा सतत बदलणाऱ्या परिस्थितीत बँक कर्मचाऱ्यांना काम करावे लागत आहे. बँक कर्मचाऱ्यांच्या कामाचे आता बहुतेक बँकांमध्ये वार्षिक मूल्यमापन होते. त्यांची वार्षिक उद्दिष्टे आर्थिक वर्षाच्या सुरुवातीलाच अतिशय नेमकेपणे ठरवली जातात. वर्षअखेर ही उद्दिष्टे पूर्ण करण्यात कर्मचारी किती यशस्वी ठरला, यावर त्याच्या कामाचे मूल्यमापन होते.

बँक कर्मचाऱ्यास, मग तो कोणत्याही श्रेणीतील असो किंवा अगदी संचालक असो, आपले काम जर योग्य प्रकारे करायचे असेल, तर त्याला आपल्या कामाची आणि त्याचबरोबर बदलते नियम, कायदेशीर तरतुदी यासंबंधी साद्यंत माहिती असणे आवश्यक आहे. कर्ज विभागात कामाचे तीन भाग पडतात.

१. कर्ज मंजूर करण्यापूर्वीची प्रक्रिया
२. कर्जमंजुरीनंतर ती वितरित करण्याची प्रक्रिया
३. कर्ज वितरित केल्यानंतर कर्जाची पूर्ण वसुली होईपर्यंतची कर्जखाते चालवण्याची प्रक्रिया.

यातील पहिली, म्हणजे कर्ज मंजूर करण्याची प्रक्रिया पूर्ण करताना कर्ज खात्यातील कर्मचारी आणि अधिकारीवर्गास यासंबंधातील रिझर्व्ह बँकेचे मूलभूत नियम माहीत असणे, अर्जदाराची नेमकी गरज आणि कर्जाचे प्रकार यांची सांगड घालणे, कर्जदाराची योग्य ती माहिती आणि आवश्यक ती कागदपत्रे घेणे, त्याच्या आर्थिक स्थितीचा आढावा घेणे, अर्जदाराचा व्यवसाय समजून घेणे, विहित नमुन्यात कर्जप्रकरण तयार करणे, कर्जातील जोखमीच्या बाजू आणि त्यावरील उपाय यांचा तपशील कर्जप्रकरणात लिहिणे, कर्जखात्याचे त्याच्यातील जोखमीनुसार वर्गीकरण, ज्याला 'रेटिंग' म्हणतात ते करणे, त्याप्रमाणे व्याजदर प्रस्तावित करणे, तारण असल्यास त्याचा तपशील, किंमत आणि त्याची कायदेशीर आणि व्यावहारिक बाजू प्रकरणात मांडणे, प्रकरण शिफारशीसह (शिफारस कर्ज मंजूर करणे अथवा नाकारणे या दोन्ही स्वरूपात असू शकते.) योग्य त्या अधिकारी अथवा समितीपुढे ठेवणे, समिती वा मंजुरी देणाऱ्या अधिकाऱ्याचा निर्णय त्यातील सर्व अटींसह अर्जदारास कळवणे या सर्व गोष्टींचा समावेश होतो.

दुसऱ्या प्रक्रियेमध्ये म्हणजे कर्ज मंजूर झाल्यावर त्यातील अटींसह ते अर्जदारास कळवणे, त्यास अर्जदाराची संमती घेणे, योग्य ते दस्तऐवज करून घेणे, तारणपत्र तयार करून कायदेशीर बाबींची पूर्तता करून तारण मालमत्तेवर बँकेचा अधिकार नोंदवणे, नॅशनल मॉर्गेज रजिस्ट्रीमध्ये नोंद करणे, कंपनीस कर्ज दिले असल्यास रजिस्ट्रार ऑफ कंपनीकडे नोंद करणे, वाहनकर्ज असल्यास आरटीओकडे त्याची नोंद करून बँकेचे नाव लावणे, तारण मालमत्तेचा विमा घेऊन त्यावर बँक कर्जाची नोंद करणे, कर्जखाते उघडून कर्जाचे वितरण योग्य पद्धतीने करणे या गोष्टींचा समावेश होतो.

तिसऱ्या प्रक्रियेमध्ये म्हणजे कर्जवितरणानंतर दिलेल्या कर्जाचा विनिमय योग्य पद्धतीने आणि ज्या कारणांसाठी कर्ज दिले, त्यासाठीच होत आहे, हे पाहणे. दस्तऐवज सुरक्षित ठेवून वेळेच्या आधीच त्यांचे नूतनीकरण करणे, प्रत्यक्ष भेटी वेळोवेळी देऊन कर्जदाराच्या व्यवसायाचा आढावा घेणे, कर्जावरील व्याज आणि परतफेडीचे हप्ते वेळीच येतात ना, याची सतत खातरजमा करणे, खेळत्या भांडवलासाठी कर्ज असल्यास मंथली स्टॉक स्टेटमेंट घेणे, कर्जदाराच्या त्रैमासिक/षण्मासिक/वार्षिक आर्थिक परिस्थितीचा आढावा घेणे, वरिष्ठांना नियमितपणे अहवाल पाठवणे, मार्केट रिपोर्ट्स मिळवणे अशा गोष्टींचा समावेश होतो.

कर्ज घेऊ इच्छिणारे आणि कर्जदार यांच्यासाठी...

बँक कर्ज देताना कोणती प्रक्रिया राबवते आणि त्यामागील कार्यकारणभाव आपल्याला या पुस्तकातून समजून घेता येईल. अर्जदारांची नेमकी गरज आणि कर्जाचे प्रकार यांची सांगड घालता येईल. तसेच आपण व्यावसायिक असाल, तर बँक आपल्यास कितीतरी प्रकारे मदत करू शकते, हेही लक्षात येईल.

उदाहरणार्थ, लेटर ऑफ क्रेडिट आणि डिफर्ड पेमेंट गॅरंटी या सुविधांद्वारे आपण आपल्या अनुक्रमे खेळते भांडवल आणि मुदत कर्ज यावरील व्याजाचा खर्च थोडा कमी करू शकाल. आपल्याला वैयक्तिक कारणांसाठी कोणकोणत्या प्रकारे कर्ज उपलब्ध होऊ शकेल, याचीही माहिती मिळेल.

समारोप

बँक आणि कर्जदार एकमेकांना व्यवसायातील भागीदार मानतात. दोघांचे नाते परस्परपूरक आणि सामंजस्याचे असेल, तर दोघेही आपआपल्या क्षेत्रात प्रगती करू शकतात, हे नेहमीच लक्षात ठेवावे. आपल्या विहित कार्यासाठी शुभेच्छा देत प्रस्तुत पुस्तकातून वाचकांना आवश्यक ते मार्गदर्शन मिळेल अशी आशा व्यक्त करून या लेखनकार्याचा समारोप करू या.

ooo

लेखक परिचय

प्रदीप वि. मांडके

pradeep.mandke@gmail.com

प्रदीप वि. मांडके यांना बँकिंग क्षेत्रात निरनिराळ्या विभागांमध्ये काम करण्याचा ३६ वर्षांचा अनुभव आहे 'बँक ऑफ इंडिया' या राष्ट्रीयीकृत बँकेत तसेच 'ॲक्सिस' या खासगी बँकेत काम केलेले आहे.

बँक ऑफ इंडियामध्ये त्यांनी निरनिराळे विभाग प्रमुख, शाखाधिकारी म्हणून काम केलेले आहे. कर्ज विभागात काम करण्याचा अधिक अनुभव त्यांना आहे. त्यांनी इंडस्ट्रियल फायनान्स विभागामध्ये रिलेशनशिप मॅनेजर तसेच क्रेडिट मॅनेजर अशी पदे भूषवली आहेत.

बँक ऑफ इंडियातर्फे त्यांना 'नॅशनल इन्स्टिट्यूट ऑफ बँक मॅनेजमेंट' येथे एक वर्षाच्या ट्रेनिंगसाठी पाठवले होते. तेथे त्यांनी 'स्टडी ऑफ लार्ज बॉरोवल अकाउंट्स ऑफ बँक ऑफ इंडिया' या विषयावर प्रबंधिका सादर करून या संस्थेची 'पोस्ट ग्रॅज्युएट डिप्लोमा इन् बँकिंग' ही पदविका त्या वेळचे रिझर्व्ह बँक ऑफ इंडियाचे गव्हर्नर डॉ. सी. रंगराजन यांच्या हस्ते मिळवली होती.

'ॲक्सिस' बँकेत कर्ज विभाग प्रमुख तसेच शाखाधिकारी या भूमिका पार पाडल्या आहेत. बँकेचे उपाध्यक्ष म्हणून शेती विभागाचे प्रमुख तसेच एस.एम.ई. विभागाचे उत्तर तसेच पश्चिम भारत या विभागांचे प्रमुख म्हणून काम केले आहे.

पुण्यातील सिम्बॉयसिस स्कूल ऑफ बँकिंग अँड फायनान्स येथे व्याख्याता म्हणून काम केले आहे; तसेच एका आयटी कंपनीबरोबर वरिष्ठ सल्लागार म्हणून, तसेच एका सहकारी बँकेचे संचालक म्हणून त्यांनी काम केले आहे. 'विद्यार्थी साहाय्यक समिती' या संस्थेच्या माध्यमातून सामाजिक क्षेत्रामध्येही कार्यरत आहेत.

ते बँकिंगविषयी सोप्या भाषेत माहितीपर लेखन विविध नियतकालिकांमधून करत असतात.

अर्थसाक्षरतेकडून आर्थिक समृद्धीकडे नेणारी मार्गदर्शक पुस्तके

पृष्ठसंख्या : 224

किंमत ₹299

मैत्री बँकिंगशी

वंदना धर्माधिकारी

पृष्ठसंख्या : 108

किंमत ₹160

महिलांचे अर्थभान

विनायक कुलकर्णी

पृष्ठसंख्या : 208

किंमत ₹255

मनी वाईज

शरथ कोमारराजू

पृष्ठसंख्या : 200

किंमत ₹299

धनवृद्धीसाठी म्युच्युअल फंड

अरविंद परांजपे

Whatsapp: ८८८८८४९०५०

सकाळ प्रकाशन

जगणं समृद्ध करणारी पुस्तक परंपरा

follow us on:

सकाळ मीडिया प्रा. लि. ५९५, बुधवार पेठ, पुणे-४११ ००२.

www.sakalpublications.com | amazon.in | flipkart.com

www.ingramcontent.com/pod-product-compliance
Lightning Source LLC
LaVergne TN
LVHW062117171026
850499LV00045B/1948
9789395139021